തസ്മൈ ഗുരുജിയും ദിവ്യചക്ഷുസ്സും

Bodhi Books
Nedumpana PO, Kannanalloor
Kollam - 691576, Kerala, India
E-mail: bodhibooks03@gmail.com
Tel: +91 9447304886

THASMAI GURUJIYUM
DIVYA CHASHASSUM
by Vijayakumar Pushpadas
Memoirs / Malayalam

First Published: May 2025

Typesetting: Bodhi Books
Cover & Book Design:
Chembarathi Creatives

ISBN: 978-81-19770-47-2

Production No. B-B-202-1-100-05-25

Printed and bound in India by
Repro Mumbai

തസ്മൈ ഗുരുജിയും ദിവ്യചക്ഷുസ്സും

അനുഭവം

വിജയകുമാർ പുഷ്പദാസ്

ബോധി ബുക്സ്
കൊല്ലം - 691 576

വിജയകുമാർ പുഷ്പദാസ്

ആലപ്പുഴ ചേർത്തല കിഴക്കും മുറി ശ്രീ പുഷ്പദാസിന്റേയും ശ്രീ മതി വിജയമ്മയുടേയും മകൻ. വിദ്യാഭ്യാസം ഐ റ്റി ഐ. ജോലി സ്റ്റീൽഫാബ്രിക്കേറ്റർ
ഭാര്യ: അനിത വിജയ്. മക്കൾ : ലക്ഷ്മി വിജയ്, അഭിരാം വിജയ്
വിലാസം : ലക്ഷ്മി നിവാസ്, വാരനാട് പി.ഒ. 688539, ചേർത്തല, ആലപ്പുഴ, കേരളം.
മൊബൈൽ: 9809521760, 9207157555
E-mail: vijayakumargulftech7@gmail.com

ആദ്യപുസ്തകത്തിന്റെ പ്രകാശനം

ദിവ്യചക്ഷുസ്സ്

മഹത്തായ സന്ദേശങ്ങളുടെ ഉൾനാമ്പുകളെ കോർത്തിണക്കി കുറിക്കപ്പെട്ട ചരിത്രം. ആ ചരിത്രത്തിന്റെ ഏടുകളിൽ നിന്നും പ്രപഞ്ച ലിപിയാൽ കുറിച്ച മറുചരിത്രത്തിന്റെ പുനർ ആവിഷ്കാരം ഇന്ന് പുനർജനിക്കുകയാണ്.

പ്രപഞ്ചം സാക്ഷ്യം വരിച്ച ഏറ്റവും ധന്യമായ മുഹൂർത്തത്തിൽ ഗുരുവാക്ക് ധിക്കരിച്ചരിച്ചതിന്റെ അനുസരിക്കാത്തതിന്റെ ആത്മനൊമ്പരം പ്രപഞ്ചത്തോടും, ഗുരുക്കന്മാരോടും, ഗുരു പരമ്പരകളോടും സർവോപരി ഗുരുവിനോടും ഞാൻ മാപ്പിരക്കുകയാണ്.

ഗുരുജീ മാപ്പ്

ഗുരുമ മാപ്പ്

ഗുരുസാന്നിദ്ധ്യത്തിന്റെ ഊർജ്ജ പ്രഭാവം തൊട്ടടുത്തറിഞ്ഞ നിമിഷം. കണ്ണുകളിലെ തീക്ഷണത, തികച്ചും ശാന്തതയിലെ കർണ്ണ ഘടോരമായ വാക്കുകൾ മുഖഭാവത്തിലെ സൗമ്യതയ്ക്ക് പിന്നിൽ ഒളിഞ്ഞിരിക്കുന്ന തേജസ്സ്.

സാന്നിദ്ധ്യം കൊണ്ട് നിറഞ്ഞ് കവിഞ്ഞ് നിൽക്കുന്ന തേജസ്സ് വെറും തേജസ്സ് അല്ല, "ദിവ്യതേജസ്സ്" ബ്രഹ്മാണ്ഡം കനിഞ്ഞു നൽകിയ ബ്രഹ്മതേജസ്സ്.

ഇഛാ ശക്തിയിലൂടെ യമദേവനെ പോലും പടിക്ക് പുറത്ത് നിർത്താൻ പ്രാപ്തിയുള്ള മൂർത്തീഭാവം.

സ്നേഹവത്സലനായ എന്റെ ഗുരു എന്റെ തസ്മൈ ഗുരുജിക്ക് കോടി കോടി പ്രണാമം. അങ്ങയെ കുറിച്ച് എഴുതാൻ തുടങ്ങിയാൽ നിലയ്ക്കാത്ത പ്രഭാവമായി വാക്കുകൾ അലകടലായി വന്ന് കൊണ്ടേയിരിക്കും.

അങ്ങയുടെ സാന്നിദ്ധ്യത്തിൽ നിന്ന് രണ്ട് വാക്ക് പോയിട്ട് ഒരക്ഷരം പോയിട്ട് ഒരു മൂളൽ പോലും വരില്ല. ഇതെഴുതുമ്പോൾ മൊബൈലിൽ ഉണ്ടാകുന്ന വൈബ്രേഷൻ ഞാൻ അറിയുന്നു.

കൈവിരലുകളിലൂടെ പ്രവഹിക്കുന്ന ഒരു എനർജി ഞാൻ തിരിച്ചറിയുന്നു.

അങ്ങയുടെ ശിഷ്യനാവാൻ കഴിഞ്ഞത് ആര് ചെയ്ത പുണ്യം എന്നതറിയില്ല. "പ്രഭോ" വാക്കുകൾക്കതീതമാണ്.

അങ്ങയെപ്പോലെ ഒരു മഹാത്മാവിനെ കുറിച്ച് എഴുതാൻ കഴിഞ്ഞതിൽ പ്രപഞ്ചത്തിനും. ഗുരുക്കന്മാർക്കും. ഗുരു പരമ്പരകൾക്കും ശ്രീ നാരായണ ഗുരുദേവനും ഞാൻ സാഷ്ടാംഗം നന്ദി നന്ദി, നന്ദി. ഹൃദയത്തിൽ നിന്ന് ആത്മാർത്ഥമായി...

തസ്മൈ ഗുരുജിയും രത്നാകരനും എന്ന ആദ്യ പുസ്തകത്തിന്റെ പ്രകാശന ചടങ്ങിൽ ഞാൻ അനുഭവിച്ചറിഞ്ഞ സത്യം. എത്ര പേർക്ക് ഇത് പോലെ അനുഭവം ഉണ്ടായിട്ടുണ്ട് എന്നത് എനിക്കറിയില്ല പക്ഷെ ഞാൻ നേരിട്ട് അറിഞ്ഞ് ബോധ്യപ്പെട്ടതിന്റെ വെളിച്ചത്തിൽ പറയുകയാണ്.

ആ സമയത്ത് അവിടെ നിറഞ്ഞിരുന്ന "എനർജി " ആ ഊർജ്ജത്തിന്റെ പ്രതിഫലനം വാക്കുകളിലൂടെ പറഞ്ഞറിയിക്കാവാനാവില്ല.

അനുഭവത്തിലൂടെ മനസ്സിലാക്കിയ നിമിഷം.

ശബരിമലയിലെ ഉച്ചഭാഷിണിയിൽ നിന്ന് കേട്ട "അഖിലാണ്ഡ കോടീശ്വരൻ അയ്യന്റെ പൂങ്കാവനം" എന്നത് എന്റെ ശ്രദ്ധയെ വളരെ ആകർഷിച്ച ഒന്നായത് കൊണ്ട് ഞാൻ എപ്പോഴും ആ വാക്കുകളെ മനസ്സിൽ ഓർക്കാറുണ്ട്.

ശരിക്കും ഇപ്പോഴാണ് ആ വാക്കുകളുടെ പ്രസക്തി ഏന്തെന്ന് മനസ്സിലായത്. 21 വർഷക്കാലം ഞാൻ ശബരിമലയിൽ പോയതാണ്. എന്ത് മാത്രം ക്ലേശം അനുഭവിച്ചാണ് ഒന്ന് ശബരിമലയിൽ പോയിട്ട് വരുന്നത്. കേറ്റം നടന്ന് കേറി ചെല്ലുമ്പോൾ തന്നെ ഒരു പരുവം ആകും. ക്യൂ നിന്ന് വീർപ്പുമുട്ടി, മെനകെട്ട കുറേ സ്വാമിമാരുടെ വിസർജനവും, വൃത്തികെട്ട വിയർപ്പിന്റെ ഗന്ധവും, ഉന്തും, തള്ളും. ഇടിയും കൊണ്ട് അവസാനം അവിടെ പ്രതിഷ്ഠിച്ചിരിക്കുന്ന തങ്ക വിഗ്രഹം ഒന്ന് മിന്നായം പോലെ കണ്ടുതൊഴുതു പോരുന്നു. എന്നല്ലാതെ അയ്യപ്പനെ എനിക്ക് ഒരിക്കൽ പോലും നേരിട്ട് കാണാൻ സാധിച്ചിട്ടില്ല.

ഒരിക്കൽ ഞാൻ വീട്ടിൽ നിന്ന് നടന്ന് പോയിട്ടുണ്ട്. 4 ദിവസം എടുത്തു. പൊരിവെയിലിൽ ഉരുകിയ ടാർറോഡിൽ കൂടി നടന്ന് കാല് പൊള്ളി വെന്ത് നാശമായി, ഒരു കണക്കിനാണ് നടന്ന് അവിടെ ചെന്നത്. ശേഷം 10 മണിക്കൂർ ആണ് ക്യൂ നിന്നത്.

ഒന്നും രണ്ടും അല്ല 21 വർഷം ആണ് ശബരിമലയിൽ പോയത്. ബാക്കിയുള്ള അമ്പലങ്ങൾ വേറെ, എന്റെ വിശ്വാസ ങ്ങൾ അത്രയും തെറ്റായിരുന്നു. ഞാൻ വിശ്വസിച്ചതും, ചെയ്ത തും, കാട്ടിക്കൂട്ടിയതും ഒക്കെ ഓർക്കുമ്പോൾ ഇന്ന്

കുറ്റ ബോധം തോന്നുന്നു. തോന്നിയിട്ട് കാര്യമില്ല, ചെയ്തത് മുഴുവൻ വിവരക്കേടായിരുന്നു. പറഞ്ഞ് തരാൻ ആരും തന്നെ ഉണ്ടായിരുന്നില്ല എന്നതാണ് സത്യം.

ശബരിമലയിൽ നിന്ന് കേട്ട ആ വാചകം ഒന്ന് കൂടി ആവർ ത്തിക്കുകയാണ്. കാരണം ഇന്നെനിക്ക് ഒരു അയ്യനുണ്ട്.

"അയ്യന്റെ അയ്യൻ"

കോടീശ്വരൻ ഒന്നും അല്ല.

വെറും പാവപ്പെട്ട ഒരു സാധാരണക്കാരൻ.

പക്ഷെ ഞാൻ അദ്ദേഹത്തെ വിശേഷിപ്പിക്കാൻ ആഗ്രഹി ക്കുന്നത് ഇങ്ങനെയാണ്...

അഖിലാണ്ഡത്തിലെ ബ്രഹ്മാണ്ഡ കോടീശ്വരൻ

മുപ്പത്തി മുക്കോടി ദൈവങ്ങൾക്കും അധിപൻ, എന്റെ ഗുരു ശ്രീ തസ്മൈ ഗുരുജി

യാതൊരു ക്ളേശങ്ങളും ഇല്ലാതെ സാക്ഷാൽ ശ്രീ അയ്യപ്പ നെ കൺമുന്നിൽ കൺകുളിർക്കെ കാണിച്ച് തന്ന ഒരു പാവം ഗുരു

ഓം തസ്മൈ ശ്രീ ഗുരവേ നമഃ

തസ്മൈ ഗുരുജിയും രത്നാകരനും എന്നആദ്യ ബുക്ക് അനുദിനം പുതിയ തലത്തിലേക്ക് മാറി കൊണ്ടിരിക്കുകയാ ണ്. പുതിയ, പുതിയ മാനങ്ങളും, അനുഭവങ്ങളും സ്രിഷ്ടിക്ക പ്പെടുകയാണ്. ബുക്ക് തനിയെ സംസാരിക്കുകയാണ്. എഴു തിയ ആളിനെ പോലും വിസ്മരിച്ച് കൊണ്ട് പുതിയ മാനങ്ങളി ലേക്ക് മാനവരാശിയുടെ പുതിയ മാനവതലങ്ങളിലേക്ക് സഞ്ച രിച്ച് കൊണ്ടിരിക്കുകയാണ്. പ്രപഞ്ചത്തിന്റെ അക്ഷരങ്ങളായി പ്രപഞ്ചത്തിന്റെ മാത്രം ശബ്ദമായി മാറിയ ഗുരുദേവന്റെ വാ ക്കുകൾ തസ്മൈ ഗുരുജിയിലൂടെ പുതിയ മാറ്റത്തിന്റെ പാത യിലേക്ക് പുതിയ തുടക്കമായി ഗുരുപരമ്പരകൾക്കും ഗുരുക്ക ന്മാർക്കും. ഗുരുദേവനും, തസ്മൈഗുരുജിക്കും വേണ്ടി ഈ മാ റ്റത്തെ ലോക കല്യാണവിരുന്നിലേക്ക് നമുക്കേവർക്കും നമ്മിലൂ ടെ ഈ മാറ്റത്തിനെ സാക്ഷാൽക്കരിക്കാം 'പ്രപഞ്ചത്തിനായി പുതിയ നാളേയ്ക്ക് വേണ്ടി ഇന്നേ... ഈ നിമിഷം.... നമുക്കേ

വർക്കും കൈകോർക്കാം.

നിസ്വാർത്ഥ വായനയിലൂടെ നിഷ്ക്കളങ്ക മനസ്സുകളുടെ ആഗ്രഹങ്ങൾ സാക്ഷാത്ക്കരിക്കപ്പെടുകയാണ്. സ്ഥിതീകരിക്കപ്പെട്ട പ്രപഞ്ച സത്യം.

ആകർഷണ നിയമം (Law of Attraction) തരുന്ന പൊള്ളയായ വാഗ്ദാനങ്ങളല്ല മറിച്ച് “സ്ഥിതീകരിക്കപ്പെട്ട പ്രപഞ്ച സത്യം”. (It is the universal Truth...)

തസ്മൈ ഗുരുജിയുടെ റോക്കറ്റ് സയൻസിന് പിന്നിലെ നിഗൂഡ സത്യം

(It is the universal Truth Behind Thasmai Guruji’s Rocket science..)

ഓം തസ്മൈ ശ്രീ ഗുരവേ നമഃ

ഭൗതിക ജീവിതം എന്നത് ഒരു
മായാ ലോകമാണ് ഒന്നിനേയും
ശരിയായ രീതിയിൽ കാണാനും
സാധിക്കുന്നില്ല.
അത് പോലെ തന്നെ ശരിയായ
ഒന്നിനേയും കാണുന്നതുമില്ല

തസ്മൈ ചാനലും തസ്മൈ വീഡിയോസും

ഗുരു തന്റെ ശിഷ്യഗണങ്ങളുടെ നിസ്വാർത്ഥതയും ഗുരു തത്വത്തിന്റെ ആഴവും മനസ്സിലാക്കാൻ വേണ്ടി ആണോ എന്നറിയില്ല ഒരാഴ്ച്ച ക്ളാസ് നിർത്തി വച്ചു. ക്ളാസ് നിർത്തിവച്ച കാലയളവിൽ ആണ് തസ്മൈ ചാനലിലെ ഗുരുവിന്റെ വീഡിയോസ് കാണാൻ നിർബന്ധിതനായത്. ഓരോ വീഡിയോസും അശ്ചര്യത്തോടെയാണ് കണ്ട് കൊണ്ടിരുന്നത്

ഗുരുജിയുടെ ഈ വീഡിയോസിൽ പറയുന്ന ഓരോ കാര്യങ്ങളും ഓരോരുത്തരുടേയും ഉള്ളിൽ എത്രത്തോളം പ്രതിഫലിക്കുന്നു എന്നത് അപ്പോഴാണ് മനസ്സിലായത്.

ഗുരുവിന്റെ വാക്കുകൾക്ക് ചില പ്രത്യേകതകൾ ഉണ്ട്. ആദ്യം പറയുമ്പോൾ ഒന്നും മനസ്സിലാവില്ല മനസ്സിലാവുന്നില്ല എന്നത് വെറും തോന്നൽ മാത്രമാണ്. ഗുരുവിന്റെ വാക്കുകൾ ആർക്കും മനസ്സിലാവിലാകും. കാരണം ഈ വാക്കുകൾ പതിയുന്നത് നേരെ ഹൃദയത്തിലേക്കാണ് മനന പ്രക്രീയ നടക്കാനുള്ള കാലതാമസം മാത്രം 'ഇടയ്ക്കിടയ്ക്ക് ഗുരു പറയുന്ന ഒന്നുണ്ട്

"പപ്പടം പൊടിഞ്ഞോ"

ആദ്യം നമ്മുടെ ബുദ്ധി കല്ലാണ്, ഗുരുവിന്റെ വാക്കുകൾ കേൾക്കാൻ തുടങ്ങി കഴിയുമ്പോൾ പപ്പടമായി മാറും. ഒരു ദിവസം ക്ഷണം നേരം കൊണ്ട് പപ്പടം പൊടിയുന്നത് ആശ്ച്ചര്യത്തോടെ മനസ്സിലാവും.

ഗുരു എന്ത് തന്നെ ചെയ്താലും അതിന് ഒരു വ്യക്തമായ കാരണം അതിന്റെ പിന്നിൽ ഉണ്ടായിരിക്കും തീർച്ച.

"ഗുരുജി എപ്പോളും പറയുന്ന ഒന്നുണ്ട്" അത് എന്താണന്ന് അറിയണോ? മുകളിൽ പറഞ്ഞിരിക്കുന്ന കാര്യങ്ങൾക്കെല്ലാത്തിന്റെയും ഉത്തരം അതിലുണ്ട്.

ഒരു ആത്മാർത്ഥശിഷ്യന്റെ ഉള്ളിലെ ആത്മസമർപ്പണത്തിന് മുന്നിൽ ആർത്തിരമ്പുന്ന കടൽ തിരമാലകൾക്ക് പോലും ഗതി മാറ്റം സംഭവിക്കുന്നു

ഭൗതിക ജീവിതം എന്നത് ഒരു
മായാ ലോകമാണ് ഒന്നിനേയും
ശരിയായ രീതിയിൽ കാണാനും
സാധിക്കുന്നില്ല.
അത് പോലെ തന്നെ ശരിയായ
ഒന്നിനേയും കാണുന്നതുമില്ല.

ബ്രഹ്മമുഹൂർത്തം

പലപ്പോഴും കേട്ടിട്ടുണ്ട് പക്ഷെ പ്രത്യേകത അറിയില്ല.

16/04/2025 ബുധൻ

സാധാരണ 4 മണിക്കുള്ള അലാറം മുഴങ്ങുന്ന കേട്ടാണ് ഉണരുന്നത്.

ഇന്ന് പതിവില്ലാതെ രണ്ട് മണിക്ക് എഴുന്നേറ്റു. വെറുതേ കിടന്നു. പിന്നെ കിടക്കാൻ തോന്നിയില്ല. എഴുതാൻ പ്രേരിപ്പിക്കുന്നത് പോലെ.

എഴുതാൻ തുടങ്ങി,
ബ്രഹ്മമുഹൂർത്തം,
ബ്രഹ്മം എന്നത് അറിവ്
അറിവ് എന്നതും ബ്രഹ്മം

ബ്രഹ്മത്തെ അറിയാൻ, ബ്രഹ്മത്തെ പ്രാപ്തമാക്കാൻ ഏറ്റവും ഉചിതമായ മുഹൂർത്തം. പ്രപഞ്ചത്തിന്റെ ദിനചര്യകൾക്ക് തുടക്കം കുറിക്കുന്ന മുഹുർത്തം' എത്ര വലിയ അറിവുകളാണ് പ്രപഞ്ചം എനിക്ക് പകർന്ന് നൽകുന്നത്? ആരാണ് ഞാൻ? ഞാൻ ആരാണ് പ്രപഞ്ചമേ? അങ്ങ് ആരാണ്? അങ്ങയെ അറിയാൻ ആഗ്രഹിക്കുന്നു?പഞ്ചഭൂതങ്ങളിലെ പഞ്ചഭൂതങ്ങളെയും, സകലചരാചരങ്ങളേയും, കോടാനുകോടി ദേവി ദേവന്മാരേയും, ഋതുക്കളേയും, ഋതുഭേതങ്ങളേയും, നഗ്നനേത്രങ്ങൾ കൊണ്ട് ദർശിക്കാനാവാത്ത. ചിന്തകൾക്കതീതമായ വസ്തുതകളേയും, സൃഷ്ടിയേയും സൃഷ്ടാവിനേയും, സൃഷ്ടി ജാലത്തേയും, അങ്ങനെ അങ്ങനെ വാക്കുകളിലൂടെ വിവരിക്കാവാത്ത ഒട്ടനവധി വൈവിധ്യങ്ങൾ... സമുദ്രത്തിന്റെ അഗാധതയെ സങ്കൽപ്പിക്കാൻ പോലും കഴിയില്ല. ഒരു വെണ്ടയ്ക്കയുടെ കുരുവിന്റെ ഉള്ളിൽ പോലും അങ്ങയുടെ സാന്നിധ്യം മനസ്സിലാക്കിച്ച് തന്നിട്ടുണ്ട്. ബ്രഹ്മമുഹൂർത്തം എന്ന അങ്ങയുടെമഹത്തായ പ്രതിഭാ

സം നടക്കുന്ന ഈ വേളയിൽ ഈയുള്ളവനേയും ആ മഹനീയ മുഹൂർത്തത്തിന്റെ ഭാഗമാക്കിയതിന്റെ പിന്നിലെ ചേതോവികാരം എന്താണ്? അറിയാൻ എന്തന്നില്ലാത്ത ആകാംഷ പ്രപഞ്ചരഹസ്യങ്ങൾ താങ്ങാനുള്ള ശേഷി എനിക്കുണ്ടോ? ജീവൻ കുടിയിരിക്കുന്നഎന്റെ ശരീരത്തെ എന്തിനാണ് അങ്ങ് മരവിപ്പിക്കുന്നത്? ആ മരവിപ്പിന്റെ അദൃശ്യതയിൽ നടക്കുന്നത് എന്ത് പ്രതിഭാസമാണ്? അങ്ങയുടെ ഭാഗമാക്കാൻ വേണ്ടി സജ്ജമാക്കുകയാണോ? ഞാൻ എന്റെ ഗുരുവിനെ ഓർക്കുകയാണ് എന്റെ കണ്ണുകൾ നിറഞ്ഞു തുളുമ്പുകയാണ്. ധ്യാനത്തിലും പലവട്ടം കണ്ണ് നിറഞ്ഞു തുളുമ്പിയിട്ടുണ്ട്. അങ്ങ് ഇതെല്ലാം മുൻകൂട്ടി അറിഞ്ഞിട്ടും മൗനിയായി. അങ്ങ് എന്റെ ധ്യാനം നിർത്തിവച്ചത് എന്തിനായിരുന്നു? ഞാൻ മനസ്സിലാക്കുന്നു ഗുരുദേവാ... എനിക്ക് കരച്ചിൽ അടക്കാൻ കഴിയുന്നില്ല... എന്ത് മായയാണ് അങ്ങ് എന്നിൽ പ്രവർത്തിപ്പിക്കുന്നത്? ഇത് എന്തിന്റെ തുടക്കമാണ്? എന്റെ ഉള്ളിൽ നിറഞ്ഞിരിക്കുന്ന വാക്കുകളുടെ കടലിരമ്പം ഞാൻ മനസ്സിലാക്കുകയാണ് പ്രഭോ... വാക്കുകളുടെ നിലയ്ക്കാത്ത പ്രഭാവം എനിക്ക് താങ്ങാനാവുന്നില്ല. പ്രപഞ്ചരഹസ്യങ്ങളുടെ നിഗൂഢതയുടെ കലവറ എനിക്ക് വേണ്ടി തുറന്ന് തരികയാണോ? എനിക്ക് മോക്ഷപ്രാപ്തി നൽകിയാലും അകലങ്ങളിൽ എവിടെയോ ഇരുന്ന് അങ്ങെന്റെ മനസ്സിനെ. എന്റെ ചലനത്തെ, എന്റെ ബുദ്ധിയെ എന്റെ ഇന്ദ്രിയങ്ങളെ അങ്ങനെ എല്ലാം പൂർണ്ണമായും നിയന്ത്രിക്കുന്നു.

ഓം തസ്മൈ ശ്രീ ഗുരവേ നമഃ

എഴുതാൻ തുടങ്ങിയപ്പോഴാണ് അക്ഷരങ്ങളുടെ മഹിമ മനസ്സിലായത്. എഴുത്തിന്റെ മഹത്വം മനസ്സിലായത്, എഴുത്തിന് എത്രമാത്രം തീക്ഷണത ഉണ്ടെന്ന് മനസ്സിലായി.

അക്ഷരങ്ങളെ കുറിച്ചും എഴുതണമെന്നുണ്ട്.

വളരെ യാത്രചരികമായി അങ്ങയിൽ നിന്ന് കേൾക്കാനിടയായ ഒരു പേരാണ് രത്നാകരൻ. രത്നാകരന്റെതായ വാസനകൾ അടങ്ങിയതാണ് ആദ്യപുസ്തകം. ഇനി ആ വാസനകൾ ഒട്ടും തന്നെ വരരുതേ എന്ന് പ്രപഞ്ചത്തോട് പ്രാർത്ഥിക്കുന്നു.

അങ്ങയുടെ വാക്കുകളെ, ശിരസാവഹിക്കുകയാണ്. അങ്ങയുടെ ആദർശങ്ങളെ ചിട്ടയോടെ, അക്ഷരശുദ്ധിയോടെ ലോകത്തിന്റ നെറുകയിൽ എത്തിക്കാൻ പ്രപഞ്ചത്തിന്റെയും, അങ്ങയുടേയും അനുഗ്രഹാശിസ്സുകളോടെ.

മനസ്സ്

ഇന്നത്തെ ക്ളാസിലെ മർമ്മപ്രധാനമായ വിഷയം

മനുഷ്യ ശരീരത്തിലെ ഏറ്റവും മർമ്മപ്രധാനമായ രൂപമില്ലാത്ത അവയവം. മനസ്സിന്റെ സഞ്ചാര വേഗതയുടെ വ്യാപ്തി വിവരണാതീതമാണ്.

അവയവം നമ്മുടെ ശരീരത്തിലാണങ്കിലും മനസ്സ് യാത്രയിലാരിക്കും. ഞൊടിയിടയിലാണ് ലക്ഷ്യസ്ഥാനം. ഉണർന്നിരിക്കുന്ന അവസ്ഥയിൽ ഒരുവട്ടമെങ്കിലും ലക്ഷ്യസ്ഥാനത്ത് ശരീരം പോയിരിക്കണം.

മനസ്സ് ഒരുപാട് കാര്യങ്ങൾ നമ്മെ പഠിപ്പിക്കുന്നു.

നമ്മൾ ഒരുപാട് കാര്യങ്ങൾ മനസ്സിനേയും പഠിപ്പിക്കുന്നു.

മനസ്സ്കുപ്പിയിൽ അടച്ച് വച്ചിരിക്കുന്ന രൂപമില്ലാത്ത കുട്ടിച്ചാത്തനാണന്ന് ഫലിത രൂപേണ പറയാം.

എത്ര അടച്ച് വച്ചാലും ചാത്തൻ പുറത്ത് വരും. കാണുന്നതിലൊക്കെ കയറി രൂപം പ്രാപിക്കും. വളരെ പെട്ടന്ന് തന്നെ അതിൽ നിന്നിറങ്ങി പോരുകയും ചെയ്യും. രൂപമാറ്റമാണ് മനസ്സിന്റെ പ്രധാന വിനോദം.

അതല്ലാതെ മനസ്സിന് മറ്റൊന്നും അറിയില്ല. മനസ്സിനെ പഠിപ്പിച്ച് വച്ചിരിക്കുന്നത് അങ്ങനെയാണ്

SMS മെഡിറ്റേഷൻ ചെയ്യുന്ന ആളിന്റെ മനസ്സിന് മെഡിറ്റേഷന് ശേഷം രൂപമാറ്റം സംഭവിക്കുന്നില്ല.

എന്ത് കൊണ്ടന്നാൽ മനസ്സ് സ്ഥിതി ചെയ്യുന്നത് ഗുരുവിന്റെ രൂപത്തിലാണ്.

ഞാൻ പറയുന്നത് തെറ്റാണ് എന്ന് നിങ്ങൾ വിലയിരുത്തുന്നു എങ്കിൽ ആ സമയം നിങ്ങളുടെ ഉള്ളിൽ ഗുരുവില്ല.

ഇനി ഞാൻ പറയുന്നത് ശരിയാണ്. "എന്റെ മെഡിറ്റേഷനിലൂടെ എന്റെ മനസ്സിന് ശാന്തത ഉണ്ട്, മനസ്സിൽ ഒന്നും കെട്ടിക്കിടക്കുന്നില്ല"...

അതൊരു പ്രത്യേക അവസ്ഥയാണ്. ആ അവസ്ഥയെ അനുഭവിച്ചറിയാൻ എനിക്ക് സാധിക്കുന്നുണ്ട്. എങ്കിൽ സംശയമില്ല. അത് "ഗുരുവാണ്."

പ്രത്യേകിച്ച് ഒന്നിനോടും ഒരാകർഷണമില്ലാതെ ശാന്തമായിട്ടിരിക്കാൻ നിങ്ങൾക്കാകുന്നുണ്ടോ? ആ അവസ്ഥ തിരിച്ചറിയാൻ നിങ്ങൾക്ക് എപ്പോൾ സാധിക്കുന്നുവോ ആ സമയം നിങ്ങളുടെ ഉള്ളിൽ "ഗുരുസാന്നിദ്ധ്യമുണ്ട്"

ആകർഷണ നിയമത്തിൽ (Law of attraction) മനുഷ്യ മനസ്സിനെ മൂന്നായി തരം തിരിച്ചിരിക്കുന്നു എന്നത് എനിക്ക് ലഭിച്ച ഇൻഫർമേഷൻ ആണ്. (ആദ്യ ബുക്കിലെ പേജ് 55) പക്ഷേ ഗുരു പറയുന്നു മനസ്സിന് ഏഴ് തലങ്ങൾ ഉണ്ടെന്ന്. അപ്പോൾ "ഇൻഫർമേഷൻ" എന്നത് തെറ്റാണ് എന്ന് തെളിഞ്ഞിരിക്കുന്നു.

ഇൻഫർമേഷൻ പ്രതിപാദിക്കുന്ന മനസ്സിൽ image, vision, ambition, എന്നിവയെ സിദ്ധാന്തങ്ങളാക്കി മുദ്രകളാക്കുന്നു. കൂടാതെ അത് ചെയ്യരുത്, ഉത് ചെയ്യരുത്,... "പാടില്ല " "അരുത് " എന്നിങ്ങനെ ഉള്ള പരാമർശങ്ങളെ കുറിച്ച് മനസ്സിനെ ബോധവൽക്കരിക്കാൻ ശ്രമിച്ചിട്ടുണ്ട്.

മനസ്സ് എന്നത് കൃത്രിമമായി സൃഷ്ടിച്ച ഒന്നല്ലല്ലോ? അപ്പോൾ ശാസ്ത്രീയമായി മനസ്സിനെ കീഴ്പ്പെടുത്താനോ, അനുസരിപ്പിക്കാനോ സാധിക്കുമോ?

ഗുരുജി നമുക്ക് അറിവു പകർന്നു തരുന്നത് വാക്കുകളിലൂടെയാണ്. ഗുരുക്കന്മാരുടെ വാക്കുകളുടെ വ്യാപ്തി വളരെ വലുതാണ്. ഇത്രയും വാക്കുകൾ പറഞ്ഞ് നമ്മെപ്പോലെയുള്ള സാധാരണക്കാരെ ബോധവൽക്കരിക്കുന്നത് അത്ര എളുപ്പമുള്ള കാര്യമല്ല എന്ന് ഗുരുക്കന്മാർക്കും അറിയാമായിരുന്നു. അതിനായി ഗുരുക്കന്മാർ തന്നെ ഈ വാക്കുകളെ ചുരുക്കി ഹ്രസ്വ വാക്കുകളായി ചുരുക്കി പലയിടത്തും പ്രതിപാദിച്ചിട്ടുണ്ട്.

"മനസ്സിന്റെ ഗതിയെ നിയന്ത്രിക്കാൻ ഗുരു തത്വത്തിന് മാത്രമേ സാധിക്കൂ"

ഭൗതികതയിലെ മനസ്സ് എന്നത് പ്രവചനാതീതമാണ്.

ഗുരു തത്വത്തിൽ മനസ്സ് ശൂന്യമാണ്.

ഭൗതികതയിൽ മനസ്സിനെ പറ്റി എഴുതിയപ്പോൾ വാക്കുകൾക്ക് ക്ഷാമമില്ല.

എന്നാൽ ആത്മീയതയിൽ മനസ്സിനെ പറ്റി പറയാൻ ഒന്നും

തന്നെ ഇല്ല. അപ്പോൾ ഒരു പ്രാധാന്യവുമില്ലാത്ത ഒന്നിനെ കുറിച്ചാണോ ഞാൻ ഇത്രയും വിവരിച്ചത്?

മനസ്സിൽ അടങ്ങിരിക്കുന്ന ഘടകങ്ങൾ ആണ് വികാരങ്ങളായ. "ദുഃഖം, സങ്കടം. ദേഷ്യം, സന്തോഷം, അങ്ങനെ അങ്ങനെ."

നമ്മുടെ വാസനകളാണ് മനസ്സിനെ നീയന്ത്രിക്കുന്നത്.

മനസ്സ് ശ്രീരാമന്റെ യാഗാശ്വത്തെ പോലെ നീയന്ത്രണമില്ലാതെ പായുകയാണ്, തളയ്ക്കാൻ ആരുമില്ല എന്ന അഹങ്കാരത്തോടെ.

മനസ്സ് മനുഷ്യനെ ആണോ നീയന്ത്രിക്കുന്നത്? മനുഷ്യൻ മനസ്സിനെ ആണോ നീയന്ത്രിക്കുന്നത്?

മനുഷ്യന്റെ അഹങ്കാരത്തിന് വളം ഇട്ട് കൊടുക്കുന്ന ജോലി ആണോ? മനസ്സിന്റെ?

മനുഷ്യന്റെ ബലഹീനതകളെ പടയാളികളാക്കി മനസ്സ് തന്റെ യജമാനനോട് എപ്പോളും യുദ്ധം ചെയ്യുന്നു.

ശരീരത്തിന് നിഴലുണ്ട്, പക്ഷെ നിഴലുപോലും ഇല്ലാത്ത മനസ്സിനോട് യുദ്ധം ചെയ്തു സ്വയം തോൽവിയടയുന്നു.

വേദനകളെ മാത്രം പ്രണയിക്കുന്ന പ്രണയിതാവാണ് മനസ്സ്

ദുഃഖങ്ങളും, സങ്കടങ്ങളും, വേദനകളും, അപമാനങ്ങളും, ഇത്യാതികളെ കേടുവരാതെ സൂഷിച്ച് വായ്ക്കാൻ പറ്റിയ പത്തായമാണ് മനസ്സ്.

മനസ്സിനെയും, മനസ്സിന്റെ വികാരങ്ങളേയും ക്രയവിക്രയം ചെയ്യപ്പെടുന്ന ലോകം.

കാണാമറയത്ത് സ്ഥിതി ചെയ്ത് ഉണർന്നിരിക്കുന്ന മനുഷ്യന്റെ ശരീരത്തെ പൂർണ്ണമായും നീയന്ത്രിക്കുന്നു

എന്തെങ്കിലും ഒരു പ്രത്യേക ദുഃഖം നിങ്ങളെ അലട്ടുന്നുണ്ട് എങ്കിൽ നിങ്ങളുടെ ഉള്ളിലാണ് മനസ്സ്.

നിങ്ങളെ ഒരു ദുഃഖവും അലട്ടുന്നില്ല എങ്കിൽ മനസ്സ് നിങ്ങളുടെ പുറത്താണ്.

മനസ്സ് വികാരങ്ങളുടെ കലവറയാണ്,

അഹങ്കാരമുള്ള മനസ്സിന് മാത്രമേ മുറിവുണ്ടാകുന്നുള്ളൂ

മുറിവേറ്റ മനസ്സുമായി നടക്കുന്നവർക്ക് പ്രപഞ്ചം കൂടുതൽ കൂടുതൽ മുറിവുകൾ സമ്മാനിക്കുന്നു.

മനസ്സ് ഒരു നീരാളിയാണ് അടുത്ത് കൂടി പോകുന്നത് എന്തിനേയും വളഞ്ഞ് പിടിക്കുന്നു.

വാസനകളുടെ വിസർജന മാണ് മനസ്സ്. വാസനകൾ വി

സർജ്ജിക്കുന്നത് മനസ്സ് സ്വീകരിക്കുന്നു.

മനസ്സ് ലക്ഷ്യമില്ലാത്ത സഞ്ചാരിയാണ്.

ശരീരത്തിന്റ പ്രതിഛായയാണ് നിഴലുകൾ. ശരീരം പോകുന്നിടത്തെല്ലാം നിഴലുകൾ അനുഗമിക്കുന്നു. പ്രതിഛായ പോലുമില്ലാത്ത മനസ്സിനെ ശരീരം അനുഗമിക്കുന്നു.

ഇഷ്ടങ്ങളുടെ അടിമയാണ് മനസ്സ്.

മനസ്സ് മരണത്തിന്റെ വ്യാപാരി ആണ്.

മനുഷ്യന്റെ മനസ്സിനെ മനുഷ്യൻ തന്നെ ക്രയവിക്രയം ചെയ്യുന്നു.

ചവറ്റുകുട്ടയിൽ പോലും സ്ഥാനമില്ലാത്ത ഒന്നാണ് ഓരോത്തരുടേയും വിലപ്പെട്ട ജീവിതത്തെ നയിക്കുന്നത്.

ഒരിക്കലും തൃപ്തിപ്പെടാത്ത ഒന്നാണ് മനസ്സ്.

മനസ്സിനെ തൃപ്തിപ്പെടുത്താൻ ഒരിക്കലും സാധ്യമല്ല.

മനസ്സിന് അടിമപ്പെട്ട് മനസ്സിനെ തൃപ്തിപെടുത്താനായി മനുഷ്യൻ വിഡ്ഢിവേഷം കെട്ടി കോമാളിയെപ്പോലെ ആടുന്നു.

മനസ്സ് മാറിക്കൊണ്ടിരിക്കുന്ന ഇഷ്ടങ്ങളുടെ അടിമയാണ്

മനസ്സ് പായുന്ന കുതിരയെ പോലെ, സ്വഭാവം കഴുതയുടേയും (ഭാരം ചുമക്കുന്നത്. എന്തും ചുമക്കും).

അഹങ്കാരത്തിന്റെ മൂർത്തീഭാവമാണ് മനസ്സ്

അഹങ്കാരികളുടെ മനസ്സിനെ മുറിവേൽപ്പിക്കാൻ എളുപ്പമാണ്.

മനസ്സ് വെള്ളം പോലെയാണ് ഏതവസ്ഥയിലും ഇരിക്കും.

സുഖഭോഗങ്ങളെ മനസ്സിന് ഇഷ്ടമാണ്.

മടിയും മനസ്സും ഉറ്റ ചങ്ങാതികളാണ്.

ഒരാളുടെ മനസ്സ് മറ്റൊരാളുടെ കളിപ്പാവയാണ്.

പ്രണയത്തിലെ നായകനും വില്ലനും മനസ്സാണ്.

മനസ്സ് മരണ ദൂതനാണ്.

മനസ്സിന് ഉണ്ടാകുന്ന രോഗമാണ് മാനസിക രോഗം.

അപ്പോൾ ഇല്ലാത്ത ഒന്നിനാണ് രോഗം.

ഇല്ലാത്ത ഒന്നിനെ കുറിച്ച് പഠിക്കുന്നു... പഠിപ്പിക്കുന്നു.

സർവ്വകലാശാലകളിൽ നിന്ന് ബിരുദവും ബിരുദാനന്ദര ബിരുദവും എടുക്കുന്നു.

ഇല്ലാത്ത ഒന്നിനെ ചികിത്സിക്കുന്ന ഡോക്ടർമാർ.

ജീവിതഭാരം ചുമക്കുന്ന കഴുതയാണ് മനസ്സ്.

ഒരേ സമയം തെറ്റിനെ പ്രേരിപ്പിക്കുകയും, കുറ്റബോധത്തി

നടിമയാക്കുന്നതും മനസ്സാണ്.

ബലഹീനതകൾ ഉള്ള പോരാളിയാണ് മനസ്സ്.

മനസ്സ് നിറം മാറുന്ന ഓന്തിനെപ്പോലെയാണ്.

ഏതൊന്നിനേയും തീവ്രമായി ഓർമ്മിക്കാനും മനസ്സിന് കഴിയുന്നു.

അതേപോലെ മറക്കാനും സാഹചര്യങ്ങൾക്കനുസരിച്ച് കോലം കെട്ടുന്ന വിചിത്ര ജീവിയാണ് മനസ്സ്.

മനസ്സിന് ഇഷ്ടം വാസനകളാണ്.

വേദനിക്കുന്ന മനസ്സ് എന്ന് പറയുന്നത് ശുദ്ധ അസംബന്ധമാണ്.

ചിന്തകളിൽ നിന്നും മുക്തി നേടുക എന്നതാണ് മനസ്സ് ശാന്തമാക്കാൻ ഏറ്റവും എളുപ്പവിദ്യ.

ചിന്തകളെ പന്ത് തട്ടുന്ന പോലെ തട്ടി തെറിപ്പിച്ചു കളയാവുന്നതാണ്.

പാത്രത്തിലെ വെള്ളം പോലെ അനങ്ങാതെ ഇരുത്താൻ പറ്റും.

പരപ്രേരണ ഇല്ലാത്ത അനക്കാനേ പറ്റില്ല.

വിവാഹം കഴിഞ്ഞ സ്ത്രീ പതിവ്രത
ആയി ജീവിക്കണം എന്നാണ്
ഗുരുവാക്യം
പതിവ്രത എന്നാൽ
പതിയെ വ്രതശുദ്ധിയോടെ
പരിപാലിക്കുന്നവൾ എന്നർത്ഥം

ഗുരുവും Zoom ക്ളാസും ധ്യാനവും ധ്യാനാനുഭവങ്ങളും

അനുദിനം ഗുരുവിൽ നിന്ന് നമുക്ക് ലഭിക്കുന്നത് അറിവുകളാണ്. ദിവസത്തിന്റെ തുടക്കം എന്നത് വളരെ പ്രത്യേകതയുള്ള സമയമാണ്. ആ പ്രത്യേക സമയം തന്നെ തിരഞ്ഞെടുത്ത് എല്ലാവരേയും ഒരുമിച്ചിരുത്തി ഗുരു നമുക്ക് ഗുരുവിന്റെ അറിവുകൾ പകർന്ന് തരുന്നു.

പക്ഷെ ഈ അറിവുകൾ നമ്മുടെ ജീവിതത്തിൽ നമ്മൾ എത്രത്തോളം വിനിയോഗിക്കുന്നു, എത്രത്തോളം പ്രയോജനപെടുത്തുന്നു എന്നതിലാണ് കാര്യം. ഗുരുവിന്റെയും ശിഷ്യന്മാരുടെയും വാസസ്ഥലമാണ് ആശ്രമം.

ഇവിടെ ഗുരു വസിക്കുന്നത് ആശ്രമത്തിലാണ്.
നമ്മൾ ശിഷ്യഗണങ്ങൾ
പല വ്യത്യസ്ഥ സാഹചര്യങ്ങളിൽ.
പല വിധ കുടുംബങ്ങളിലായി,
പല വ്യക്തികളായി
പലവിധ പ്രശ്നങ്ങളുമായി
പലയിടങ്ങളിലായി താമസിക്കുകയാണ്.

ഗുരു ക്ളാസ് എടുക്കുന്ന സമയത്ത് നമ്മൾ കാണിക്കുന്ന നിലവാരമില്ലാത്ത പ്രവർത്തികളാണ് ഗുരുവിനെ അസ്വസ്ഥനാക്കുന്നത്. നമ്മുടെ വീട്ടിൽ നമ്മുടെ സൗകര്യത്തിനിരുന്ന് നമ്മൾ ഗുരുവിനെ കാണുന്നു. നമ്മുടെ വീടിന്റെ അകത്തളങ്ങളിലെ വൃത്തിഹീനത, നമ്മുടെ അപക്വമായ വേഷം. പെരുമാറ്റം, അലക്ഷ്യമായ ഇരുപ്പ് ഇതെല്ലാം ഗുരുവിനെ അസ്വസ്ഥനാക്കുന്നുണ്ട്.

നേരിട്ട് ഗുരുവിനെ കാണുമ്പോൾ കാണിക്കുന്ന ഭവ്യത നമ്മൾ സൂം ക്ളാസിൽ കാണിക്കുന്നില്ല. മൊബൈലിൽ കൂടി ആയാലും, നേരിട്ടായാലും ഗുരു ഗുരു തന്നെയാണ്.

ഗുരുവിന്റെ മനസ്സ് കാണാൻ കഴിയാത്തത് കൊണ്ടാണ് നമുക്ക് ഇങ്ങനെ പ്രവർത്തിക്കാൻ തോന്നുന്നത്. ഭൗതികതയുടെ അഴുക്ക് ചാലിൽ കിടക്കുന്നത് കൊണ്ടാണ് നമ്മുടെ തെറ്റുകൾ നമുക്ക് മനസ്സിലാവാത്തത്. വലിയ തെറ്റുകൾ ചെയ്ത്‌തു ശീലിച്ചത് കൊണ്ട് ചെറിയ തെറ്റുകളെ നമ്മൾ തെറ്റുകളായി കാണുന്നില്ല. നമ്മൾ വിചാരിക്കും നമ്മൾ തെറ്റൊന്നും ചെയ്യുന്നില്ലല്ലോ എന്ന്. ഗുരുവിന്റെ മാനസിക തലം നമ്മൾ മനസ്സിലാക്കിയാൽ മാത്രമേ ഇത് മനസ്സിലാവുകയുള്ളൂ.

ഗുരുവിന്റെ മനസ്സിനെ അറിയാൻ കഴിയുന്ന ശിഷ്യനായി മാറാൻ കഴിഞ്ഞാൽ അതാണ് ഗുരുവിന് കൊടുക്കാൻ കഴിയുന്ന സന്തോഷം.

വിശാലമനസ്കതയും, ഇടുങ്ങിയ മനസ്സിനെയും പറ്റി ഗുരു നമുക്ക് മനസ്സിലാക്കി തരുന്നു. എന്നിട്ടും നമുക്ക് അത് മനസ്സിലാവുന്നില്ല.

നമ്മൾ നമ്മുടെ സങ്കടങ്ങളും, ദുഃഖങ്ങളും ഗുരുവിന് നൽകുന്നു. സങ്കടങ്ങളും, ദുഃഖങ്ങളും ആരോടെങ്കിലും പറഞ്ഞാൽ മാത്രമേ അറുതി വരുകയുള്ളൂ എന്ന് നമ്മൾ സ്വയം വിശ്വസിച്ച് വച്ചിരിക്കുകയാണ്.

ശുദ്ധമണ്ടത്തരം മാത്രമാണ്.

ധ്യാനത്തിന്റെയും, തപോബലത്തിന്റെയും ശക്തികൊണ്ടും കൃത്യനിഷ്ഠതയോടെയുള്ള നിസ്വാർത്ഥ ജീവിത ശൈലിയും ഗുരുവിന്റെ മനസ്സിനെ പാകപ്പെടുത്തി പ്രപഞ്ചം ഏറ്റെടുത്തിരിക്കുകയാണ്.

നമുക്കിതറിയില്ല, മനസ്സിലാവുന്നുമില്ല, മനസ്സിലാക്കാൻ ശ്രമിക്കുന്നുമില്ല.

ഗുരുവിന്റെ മനസ്സ് വേദനിക്കുമ്പോൾ ആ വേദന ഏൽക്കുന്നത് പ്രപഞ്ചത്തിനാണ് 'ഗുരു മനസ്സ് വേദനിപ്പിക്കുന്നവർക്ക് ശിക്ഷ നൽകുന്നത് പ്രപഞ്ചമാണ്.

നിഷ്ഠയോടെയും, നിസ്വാർത്ഥതയോടെയും ഒതുങ്ങി കൂടി ജീവിക്കുന്നവരാണ് ഗുരുക്കന്മാർ.

നമ്മുടെ വികലമായ ചിന്തകളെ ഗുരുവിന്റെ മുന്നിൽ അവതരിപ്പിക്കുന്നത് തന്നെ തെറ്റാണ്.

നമ്മൾ എല്ലാവരും ദേശക്കാർ, പല ജാഥി പല മതം, പല ഭാഷ, പല ശൈലി, പലരൂപം, പല വ്യത്യസ്ത സ്വഭാവം, എന്ന് വേണ്ട എല്ലാത്തിലും ഒന്നിന് പുറമേ ഒന്നായി വ്യത്യസ്ഥത പുലർ

ത്തുന്നു. നമ്മുടെ ഓരോരുത്തരുടെയും അഭിപ്രായങ്ങളും, കാഴ്ച്ചപ്പാടുകൾ വരെ വ്യത്യസ്തങ്ങളാണ്.

പക്ഷെ ഇവിടെ ഗുരുതത്വത്തിൽ സൂഷ്മത്തിൽ നടക്കുന്ന ഒരു പ്രത്യേകത ഉണ്ട്. അദൃശ്യതയിൽ നടക്കുന്ന ഒന്ന്. അതാണ് നമ്മളെ എല്ലാവരേയും ഒരേ പോലെ ബന്ധിപ്പിക്കുന്ന ഘടകം. നമ്മുടെ എല്ലാവരുടേയും പ്രശ്നങ്ങൾ പലതാണ്. പക്ഷെ എല്ലാത്തിനും പരിഹാരം ഒന്നേയുള്ളു. സ്ഥായിയായ പരിഹാരം. അത് ഗുരുതത്വത്തിൽ ജീവിക്കുക എന്നത് മാത്രമാണ്.

നമ്മൾ ചെയ്യുന്ന ഓരോ ധ്യാനവും വളരെ മൂല്യം ഉള്ളതാണ്. ദിനചര്യ പോലെ ചെയ്യേണ്ട ഒന്നല്ല, ധ്യാനം എന്നതിന് ഒരു പ്രത്യേക മാനം ഉണ്ട്, ഒരു പ്രത്യേക തലം ഉണ്ട്. ധ്യാനത്തിൽ നമ്മൾ കാണുന്ന ദർശനങ്ങൾ, കാഴ്ച്ചകൾ, അനുഭവങ്ങൾ എന്നിവയ്ക്ക് വളരെ പ്രത്യേകതയുണ്ട്. ധ്യാനത്തിലൂടെ ഓരോരുത്തർക്കും ലഭിക്കുന്ന അനുഭവങ്ങൾ വ്യത്യസ്ഥമാണ്. അത് നിങ്ങളുടെ ജീവിതവുമായി ബന്ധപ്പെട്ടു കിടക്കുന്ന പല കാര്യങ്ങളും ആയിരിക്കും. എല്ലാം ഗുരു പറഞ്ഞ് തരണമെന്നില്ല സ്വയം ചിന്തിച്ച് സ്വയം മനസ്സിലാക്കി എടുക്കാൻ തക്കവണ്ണത്തിൽ ഉള്ള കാഴ്ച്ചകളാണ് നിങ്ങൾക്ക് പ്രപഞ്ചം നൽകുന്നത്. ഓരോ കാഴ്ച്ചകളും വിലപ്പെട്ടതാണ് നിങ്ങളുടെ ജീവിതത്തെ മാറ്റിമറിക്കാവുന്ന പല ഘടകങ്ങളും അതിൽ ഉണ്ടാവും. ധ്യാനം ചെയ്യുന്ന സമയത്ത് ധ്യാനത്തിൽ മാത്രം ശ്രദ്ധ കൊടുത്ത് കാഴ്ച്ചകളെ വ്യക്തമായി ഗ്രഹിച്ചെടുക്കുക. എന്നിട്ട് ധ്യാനം കഴിയുന്ന സമയത്ത് ചിന്തിക്കുക. നിങ്ങളുടെ ആ ചിന്തകളിലൂടെ നിങ്ങളും പ്രപഞ്ചവുമായി

ഒരു ലയനം നടക്കുന്നു. പ്രപഞ്ചം അതിനുള്ള ഉത്തരവും നൽകുന്നതായിരിക്കും.

"പ്രപഞ്ചത്തിന്റെ വരദാനമാണ് ഗുരുക്കന്മാർ"

കാർമിക് അക്കൗണ്ട്കൾ എല്ലാം ക്ളോസ് ചെയ്തു ശുദ്ധിയാക്കിയ തിളങ്ങുന്ന പളുങ്ക് പാത്രം പോലെ പാകപ്പെടുത്തിയ മനസ്സ് ആണ് ഗുരുവിന്റേത്. ഗുരുവിന്റെ ചിന്താതലം വേറെ ആണ്. ആ ചിന്തയിലേക്കാണ് നമ്മളിൽ ഓരോരുത്തരിലും ഉള്ള വൃത്തിഹീനമായ വാസനകൾ പകർന്ന് കൊടുക്കുന്നത്. ആ സമയത്ത് ഗുരുവിന്റെ മനസ്സിനുണ്ടാവുന്ന ബുദ്ധിമുട്ട് സ്വയം ഒന്ന് മനസ്സിരുത്തി ചിന്തിച്ച് നോക്കൂ. ധ്യാനത്തിന്റെ മഹത്വം മനസ്സിലാക്കാതെ ദിനംതോറും ധ്യാനം ചെയ്തു പോകുന്നവർ ഉണ്ട്. ഇത് നി

ങ്ങളുടെ ഗുണം കൊണ്ടല്ല ഈ ധ്യാനം നിങ്ങളിൽ പ്രാപ്തമായത്. മറിച്ച് നിങ്ങളുടെ ഉള്ളിലെ ആത്മാവ് മോക്ഷം അഗ്രഹിക്കുന്നത് കൊണ്ട് ദിനചര്യയായി ചെയ്തു പോകുന്നതായിരിക്കാം.

ഒന്നാലോചിച്ച് നോക്കൂ ഈ ധ്യാനത്തെ കുറിച്ച് ഈ ധ്യാനത്തിന്റെ പ്രത്യേകതയെ കുറിച്ച് അറിവില്ലാത്ത ഒരു പാട് പേർ ഈ ലോകത്തുണ്ട്. വിധി നൽകിയ കഷ്ടതകളിൽ കിടന്ന് നട്ടം തിരിയുന്ന കുറേ പേർ.

ഈ ദുരിതത്തിൽ നിന്ന് മോചനം നേടാൻ അറിയാതെ സ്വയം ശപിച്ച് ജീവിതം തള്ളി നീക്കുന്ന ഒരുപാട് ജന്മങ്ങളുണ്ട്. എന്തെങ്കിലും ഒരു പിടി വള്ളി തരണേ "എന്റെ ദൈവമേ" എന്ന് പ്രാർത്ഥിക്കുന്നവർ ഉണ്ട്. ചിലർ ദുഃഖം താങ്ങാനാവാതെ ആത്മഹത്യ ചെയ്യുന്നവരുണ്ട്. " അതിനെ വിധി എന്ന് പറയാം" പക്ഷെ ആത്മഹത്യ എന്നത് വിധിയുടെ അന്തിമ തീരുമാനം അല്ല. ആ നിർണ്ണായക തീരുമാനം എടുക്കുന്നതിന് തൊട്ട് മുമ്പ് ഈ വാക്കുകൾ അവരിലെത്തിയാൽ 'അവരുടെ ജീവിതം മാറിമറിയുകയാണ്.

വിധിയെ പോലും മാറ്റി മറിക്കാൻ കഴിയുന്ന നിഗൂഢമായ രഹസ്യം നമ്മുടെ കൈവെള്ളയിൽ ഇരിക്കുകയാണ്. നമുക്ക് അതിന്റെ മൂല്യം തിരിച്ചറിയാനാവാതെ പോകുന്നു.

(A Miraculous Rocket science which can change your life...)

ഓരോ മെഡിറ്റേഷനിലൂടെ നമുക്ക് ഓരോ ദിവസവും ഓരോ പുതിയ പുതിയ അറിവുകളും അനുഭവങ്ങളും ലഭിക്കുന്നുണ്ട് (ആദ്യ ബുക്കിലെ പേജ് 33). കാണുന്ന കാഴ്ച്ചകളും. അനുഭവങ്ങളും. അറിവുകളും തിരിച്ചറിയാതെ പോകുന്നു എന്നതാണ് സത്യം.

കാണുന്ന ഒരോന്നും, ഓരോ ദൃശ്യവും വളരെ അമൂല്യമാണ്. പ്രപഞ്ചമാണ് കാട്ടിതരുന്നത്. ഈ കാണുന്നതിനെ നെല്ലും പതിരും വേർതിരിച്ച് അതിന്റെ അന്തസത്തയും, മൂല്യവും മനസ്സിലാക്കിയെടുക്കണം.

ചെയ്യുന്ന ആളിന്റെ ക്വാളിറ്റി അനുസരിച്ച് ആണ് മെഡിറ്റേഷനിൽ അനുഭവം ലഭിക്കുക.

മാനസികമായും, ശാരീരികമായും എത്രത്തോളം ശുദ്ധത വരുത്താൻ പറ്റുമോ അത്രയും നല്ല അനുഭവം നമുക്ക് ലഭിക്കും.

നമ്മൾ സൂം ക്ളാസിൽ ഇരിക്കുന്നത് നമ്മുടേതായ വീട്ടിൽ

നമ്മുടേതായ സ്വകാര്യ സ്ഥലത്താണ്.

സ്വാഭാവികമായും ഒരു ചിന്ത തോന്നാം വീട്ടിൽ നിൽക്കുന്ന വേഷം പോരേ?

നമ്മൾ നാലാളിന്റെ മുന്നിൽ ഇറങ്ങി നടക്കുമ്പോൾ എങ്ങനെ ആണോ അതേ പോലെ തന്നെയെന്ന് സൂം ക്ളാസിലും ഇരിക്കേണ്ടത്.

വീട്ടിൽ നിൽക്കുന്ന വേഷത്തിൽ നമ്മൾ അമ്പലത്തിൽ പോകുമോ?

10 സെന്റിലെ കല്ലിൽ കുടിയിരിക്കുന്ന കാണാത്ത ദൈവത്തിന് നമ്മൾ എത്രത്തോളം പ്രാധാന്യമാണ് നൽകുന്നത്. ബ്രഹ്മാണ്ഡം മുഴുവൻ നിറഞ്ഞ് നിൽക്കുന്ന

ദൈവം കുളിച്ച് റെഡിയായി നമ്മുടെ മുന്നിൽ വന്നു ദിവസവും ദർശനം ഇങ്ങോട്ട് തരികയാണ്. പക്ഷെ നമുക്ക് മനസ്സിലാകുന്നേയില്ല.

ഇല്ലാത്ത ദൈവത്തെ കാണാൻ നമ്മൾ അണിഞ്ഞൊരുങ്ങി പോകുന്നു. യഥാർത്ഥ "ദൈവം എന്നും നമ്മുടെ മുന്നിൽ വരുന്നു". ആ ദൈവത്തോട് കാണിക്കേണ്ട മിനിമം മര്യാദ പോലും നമ്മൾ കാണിക്കുന്നില്ല.

ഗുരുദേവൻ പറഞ്ഞ വാക്കുകളും, ഗുരുദേവന്റെ ആദർശങ്ങളെയും പിൻതുടർന്നുള്ള യാത്രയാണ് ഗുരുജിയുടേത്. ഗുരുജിയുടെ വാക്കുകളിൽ പ്രകടമാവുന്നതും അത് തന്നെയാണ്.

SMS meditation എന്ന ധ്യാന രീതിയെ കുറിച്ചും അതിന്റെ അനുഭവതലങ്ങളും ഗുരുജിയുടെ സ്വന്തം ധ്യാനാനുഭവങ്ങളുടെ തിരിച്ചറിവാണ്.

എന്റെ വാക്കുകളും അങ്ങയുടെ വാക്കുകളും തമ്മിൽ പലയിടങ്ങളിൽ ഒരുപാട് സാമ്യം വരുന്നുണ്ട്.

എഴുതികഴിയുമ്പോഴാണ് എനിക്കത് തിരിച്ചറിയാൻ കഴിയുന്നത്.

എഴുതിയതിന് ശേഷം കാണുന്ന വീഡിയോയിലെ വാക്കുകളും തമ്മിൽ സാമ്യമുണ്ടാകും.

ഇത് എന്ത് അൽഭുത പ്രതിഭാസമാണ്?. അങ്ങ് ഓരോരുത്തരിലും വരുത്തിക്കൊണ്ടിരിക്കുന്നത്?

പ്രപഞ്ചത്തിന്റെ നിഗൂഢ രഹസ്യം. അങ്ങേയ്ക്ക് മാത്രം അറിയാവുന്ന രഹസ്യം'.

അങ്ങയുടെ മാത്രം സ്വന്തമെന്ന് അവകാശപ്പെടാൻ കഴിയു

ന്ന രഹസ്യം അങ്ങയുടെ സ്വന്തം SMS മെഡിറ്റേഷൻ.

അനുകരിക്കുക എന്നത് ഏതൊരാളിന്റെയും ദുർവാസന യാണ്, ദുർസ്വഭാവവുമാണ്.

ഈ മാന്ത്രിക വിദ്യയുടെ രഹസ്യങ്ങൾ തേടി കണ്ടുപിടിച്ച് അനുകരിക്കുക എന്നത് അസാധ്യം. അങ്ങനെ ഒരാൾ ഇന്നീ പ്ര പഞ്ചത്തിലുണ്ടോ എന്നത്? ചോദ്യചിഹ്നം മാത്രം.

ഗുരുജിയുടെ അനുഭവതലങ്ങൾക്ക് എത്രത്തോളം വ്യാപ്തി ഉണ്ടെന്നുള്ളത് നാമമാത്രമായ ദിവസങ്ങൾ പോലും കൃത്യമായി മെഡിറ്റേഷൻ ചെയ്യാത്ത എനിക്ക് തിരിച്ചറിയാൻ കഴിയുന്നുണ്ട്.

അങ്ങയുടെ ഒരേയൊരു ദിവസത്തെ "ഒറ്റ" മെഡിറ്റേഷൻ മാത്രം മതി ഒരു വ്യക്തിയുടെ ജീവിതം മാറ്റി മറിക്കാൻ കഴിയും എന്നത് വസ്തുതയാണ്.

ചരിത്രത്തിൽ സത്യസന്ധമായി അടിവരയിട്ട് രേഖപ്പെടു ത്താൻ പറ്റുന്ന സത്യം. പച്ചയായ യാഥാർത്ഥ്യം

നമ്മുടെ തസ്മൈ ഗുരുജിയെ പറ്റി കൂടുതൽ ഞാൻ എഴു താൻ ആഗ്രഹിക്കുന്നു.

ഗുരുജിയുടെ വാക്കുകൾ നിലയ്ക്കുന്നില്ല, അത് അറിവിന്റെ അഗാധതയിൽ നിന്നുള്ള നിലയ്ക്കാത്ത പ്രവാഹമാണ്. നിങ്ങൾ വായിക്കുക വായിച്ചതിനെ ഉൾക്കൊണ്ട് വിലയിരുത്തി പ്രവർ ത്തിക്കുക. പ്രചരിപ്പിക്കുക അതാണ് നമുക്ക് ഗുരുവിന് കൊടു ക്കാൻ കഴിയുന്ന ഏറ്റവും നല്ല സന്തോഷം.

ക്യൂ നിന്ന് അപ്പോയിമെന്റെടുത്ത് മിനിട്ടുകൾക്ക് ലക്ഷങ്ങൾ വാങ്ങുന്ന ഗുരുക്കന്മാരുടെ കാലമാണിത്. ലക്ഷങ്ങൾ കൊടുത്ത് സംസാരിക്കുന്നവരും ഉണ്ട്. ലക്ഷങ്ങൾ കൊടുത്ത് പോലും അവ സരം കിട്ടാതെ സംസാരിക്കാൻ വേണ്ടി വ്യഗ്രത കാണിക്കുന്നവ രും ഉണ്ട്.

സമൂഹത്തിലെ പല സ്വർത്ഥരായ പ്രച്ഛന്ന വേഷക്കാർക്ക് വേണ്ടി വർഷങ്ങളോളം സേവ ചെയ്ത് ജീവിതവും, സ്ഥാവര ജംഗമ വസ്തുവകൾ വരെ ഹോമിച്ചവരുമുണ്ട്.

ഇവിടെ ഗുരുജി നമുക്കിടയിലൂടെ നമ്മളെ പോലെ തന്നെ സാധാരണ മനുഷ്യനായി സദാസമയം കടന്ന് പോയിക്കൊണ്ടി രിക്കുകയാണ്.

നമ്മുടെ അടുത്ത് വന്ന് നമ്മളെ കൂടെ ഇരുത്തി കുശലാന്വേ ഷണം നടത്തുകയാണ്.

ശ്രദ്ധയോടെ വീക്ഷിച്ചാൽ ഗുരു പറയുന്ന ഒരോ വാക്കിനും

പ്രാധാന്യമുണ്ട്. പക്ഷെ നമുക്കത് തിരിച്ചറിയാൻ കഴിയുന്നില്ല. ഗുരു സംസാരിക്കുന്നതും, പെരുമാറുന്നതും ഗുരുവിന്റെ തലത്തിൽ നിന്ന് തന്നെയാണ്. നമ്മുടേതായ തലത്തിൽ നിൽക്കുന്ന നമുക്കത് മനസിലാകുന്നില്ല.

ഈ മനസ്സിലാകാഴിക എന്നത് കോംപ്ളിക്കേറ്റഡ് മെമ്മറിയാണ്. (ആദ്യബുക്ക് പേജ് 52-53)

SMS ധ്യാനത്തിന്റെ ഉപജ്ഞാതാവായ ശ്രീ തസ്മൈ ഗുരുജി ചിട്ടപ്പെടുത്തിയിരിക്കുന്നതാണ് ഈ ധ്യാന രീതി.

ഈ ധ്യാന രീതിയെ കുറിച്ചും അതിന്റെ അനുഭവതലങ്ങളും "ഗുരുജിയുടെ സ്വന്തം ധ്യാനാനുഭവങ്ങളുടെ തിരിച്ചറിവാണ്".

ഗുരുജിയെ ഞാൻ കാണുന്ന അന്നുമുതൽ ഗുരുജി ക്ളാസിൽ വരുന്ന ഒരു രീതി ഉണ്ട്. എത്ര പേർ ശ്രദ്ധിച്ചിട്ടുണ്ട്? എന്നറിയില്ല? വെളിയിൽ വച്ച് ആയാലും ക്ളാസിൽ ആയാലും ഗുരുജിയുടെ വേഷവും വ്യക്തിത്വവും ഒരേ പോലെ ആണ്. നമ്മൾ എല്ലാവരും മാതൃക ആക്കേണ്ട കാര്യമാണ്. നമ്മുടെ കേംപ്ളിക്കേറ്റഡ് മെമ്മറി അതിന് അനുവദിക്കുന്നില്ല. ക്ളാസിൽ ഇരുന്ന് ഉറക്കം തൂങ്ങുക. വീട്ടുജോലി ചെയ്യുക, വർത്തമാനം പറയുക, അപശകുനം തോന്നുന്ന വേഷം ഇതൊക്കെ കാണുമ്പോൾ ഗുരുവിന് മാനസികമായി അസ്വസ്ഥത വരും. അനുഭവം കിട്ടാത്തതിന്റെ പുറമേയുള്ള വ്യക്തിത്വ പോരായ്മയുടെ കാരണങ്ങൾ മനസ്സിലായി.

നമ്മുടെ മാനസിക ചിന്തകൾക്ക് മെഡിറ്റേഷനുമായി ഒരുപാട് ബന്ധമുണ്ട്.

ഇല്ല എന്നായിരുന്നു ഞാൻ കരുതിയിരുന്നത്.

മോശം ചിന്തകൾ ഉള്ള വ്യക്തി മോശം വ്യക്തി തന്നെയാണ്. നമ്മൾ മാനസിക ഉല്ലാസത്തിനുവേണ്ടി മൊബൈലിൽ കാണുന്ന വീഡിയോസ്, റീൽസ് എല്ലാം മെഡിറ്റേഷന്റെ അനുഭവങ്ങൾക്ക് വിപരീതമായി ബാധിക്കുന്നവയാണ്.

ആത്മീയതയിൽ പ്രധാനമായും വേണ്ടത് പരിശുദ്ധതയും നിഷ്കളങ്കതയുമാണ്

"ഏറ്റവും പരിശുദ്ധമായതിനെ സൂര്യദേവൻ ഇഷ്ടപ്പെടുന്നു".

എന്നിലെ മാലിന്യം നീക്കം ചെയ്തപ്പോഴാണ് എനിക്കത് മനസ്സിലായത്.

ആ മാലിന്യം എങ്ങനെ നീക്കം ചെയ്യാം എന്നത് ഗുരുജി പറഞ്ഞു തരും.

മാലിന്യം നീക്കം ചെയ്യുന്നതിനൊരു പ്രത്യേക പ്രക്രിയയുണ്ട്.

ഭക്ഷണ കാര്യത്തിൽ ശവക്കറി നിർത്തി എന്നത് സത്യമാണ്. പക്ഷെ നമ്മൾ അതീവ ശ്രദ്ധാലു അല്ല എങ്കിൽ പലതിന്റെയും അംശം നമ്മുടെ ഉള്ളിൽ പോകുന്നുണ്ട്. അതിൽ ജാഗ്രത പുലർത്തണം.

നമ്മൾ സമ്പർക്കം പുലർത്തുന്ന ആളുകൾ തരുന്ന വിപരീത ഊർജ്ജത്തിന്റെ പങ്ക് വളരെ വലുതാണ്. ഒറ്റയടിക്ക് നമ്മൾ നിൽക്കുന്ന തലത്തിൽ നിന്ന് താഴേക്ക് കൊണ്ട് വരുന്നു. ഇതെല്ലാം എന്നും ഗുരുജി ക്ളാസിൽ പറഞ്ഞ് തരുന്നുണ്ട്. പക്ഷേ ക്ളാസിൽ വച്ച് കേൾക്കുമ്പോൾ നമുക്ക് അത് മനസ്സിലാകുന്നുമുണ്ട്. ക്ളാസ് നടക്കുന്ന സമയത്ത് നമ്മുടെ മനസ്സ് ശുദ്ധവുമാണ്. ഗുരു പറഞ്ഞ കാര്യങ്ങൾ എല്ലാം നമ്മുടെ ഉള്ളിൽ ഉണ്ട്. പക്ഷെ ക്ളാസ് കഴിഞ്ഞ് ചോദിച്ചാൽ മറന്നും പോകും....

അനുഭവം

എന്തിനേയും നേരിട്ട് കണ്ട് മനസ്സിലാക്കുന്നതിനെയാണ് അനുഭവം എന്ന് പറയുന്നത്. 'അനുഭവങ്ങളെ നമുക്ക് ഉൾക്കൊള്ളാൻ സാധിക്കും.

സഞ്ചാരപ്രിയരായ സഞ്ചാരം നടത്തുന്ന ആളുകൾക്ക്

പൊതുവേ എല്ലാത്തിനേയും കുറിച്ച് ഒരു കാഴ്ച്ചപ്പാട് ഉണ്ടായിരിക്കും.

സഞ്ചാരം നടത്തുന്നവർ എല്ലാം നേരിട്ട് കണ്ട് മനസ്സിലാക്കുന്നു. വായിച്ചറിവിനേക്കാൾ ഒരു പടി മേലെയുള്ള അറിവുകളാണ് അനുഭവത്തിലൂടെ ഉള്ള അറിവുകൾ. ദൂരദേശങ്ങളിലേക്ക് പോകുന്ന

ചരക്ക് ലോറി ഒക്കെ ഓടിക്കുന്ന ഡ്രൈവർമാർക്ക് പൊതുവേ വിദ്യാഭ്യാസം ഒക്കെ കുറവായിരിക്കും. പക്ഷെ ഇവരുടെ അനുഭവ സമ്പത്തിലൂടെ ഉള്ള അറിവുകൾ അവരോട് സംസാരിക്കുമ്പോഴും, ഇടപഴകുമ്പോഴും നമുക്ക് ലഭിക്കുന്നതാണ്. അവരുടെ വാക്കുകളിൽ ഒരു ദൃഢതയും ആത്മവിശ്വാസവും ഒക്കെ ഉണ്ടാവും. എന്ത്കൊണ്ടെന്നാൽ അവർ ചെയ്യുന്ന ജോലിയിലെ സാഹസികതയും, കാണുന്ന വ്യത്യസ്തമായ കാഴ്ച്ചകളും ആണ് ഇതിന് പിന്നിലെ കാരണം.

08/03/2025 Saturday

മൂൺ മെഡിറ്റേഷൻ അനുഭവം.

മെഡിറ്റേഷനുടനീളം ഒരേ കാഴ്ച്ച തന്നെ ആയിരുന്നു.

ചന്ദ്രനിൽ മുഴുവനായും നിറഞ്ഞ് നിൽക്കുന്ന ഒരു ശ്രീനാരായണ ഗുരുദേവന്റെ മുഖം കൈക്കുടന്നയുമായി ഇരിക്കുന്ന സ്ത്രീ രൂപം 'പ്രപഞ്ചത്തിൽ എല്ലാത്തിനേയും ഉൾക്കൊള്ളാനും സംരക്ഷിക്കാനും കഴിയുന്നതാണ് സ്ത്രീ ജന്മം

ആ സ്ത്രീ രൂപം പ്രപഞ്ചമാതാവിന്റെ ആയിരുന്നു.

ഗുരുക്കന്മാരേയും, ഗുരുപരമ്പരകളേയും പ്രപഞ്ചമാതാവ് കൈവെള്ളയിൽ സംരക്ഷിക്കുന്നു എന്നതും മനസ്സിലാക്കുന്നു.

ഗുരുവിനെ കൈ വെള്ളയിൽ കൊണ്ട് നടക്കണം എന്നതും ആയിരിക്കും.

കിട്ടിയ അനുഭവം ഭദ്രമായി സൂക്ഷിച്ചു കൊണ്ട് പോവുക എന്നതും മനസ്സിലാക്കുന്നു.

മെഡിറ്റേഷന്റെ അവസാനം മരവിച്ച് പോവുകയായിരുന്നു.

ഓം തസ്മൈ ശ്രീ ഗുരവേ നമഃ

ഭൗതിക ജീവിതത്തിൽ മനുഷ്യൻ എന്തിനും ഏതിനും സ്വയം ഒരു ന്യായികരണം ഉണ്ട്. ഈ സ്വയം ന്യായീകരണം ആണ് തെറ്റുകളിൽ നിന്ന് തെറ്റുകളിലേക്ക് നയിക്കുന്നത്.

സമൂഹത്തിൽ നിങ്ങൾ ഒരു സ്ഥാനമുള്ള വ്യക്തി ആണെ

ങ്കിൽ നിങ്ങൾ ചെയ്യുന്ന തെറ്റുകളെ നിങ്ങളെ അനുഗമിക്കുന്ന വരും ഇതേ തെറ്റിലൂടെ തന്നെ പിൻതുടരുന്നു.

മാതാപിതാക്കൾ ചെയ്യുന്ന തെറ്റുകൾ തന്നെയാണ് മക്കളും ചെയ്യുന്നത്.

തെറ്റ് എന്താണെന്ന് പോലും അറിയാതെ തെറ്റിലൂടെ ജീവി ക്കുന്നവരുണ്ട്. ചെയ്യുന്നത് തെറ്റാണന്ന് അറിഞ്ഞിട്ട് കൂടി സ്വന്തം തെറ്റിനെ മറച്ചുവച്ച് ജീവിക്കുന്നവരുണ്ട്.

തെറ്റിലൂടെ ജീവിച്ച് ചെയ്ത തെറ്റുകൾക്ക് പ്രായശ്ചിത്തം പോലും ചെയ്യാതെ മരിച്ചു പോകുന്ന കോടിക്കണക്കിന് മനഷ്യ രുണ്ട്.

കാര്യങ്ങളുടെ നിജസ്ഥിതി ഇവർക്കൊന്നും അറിയില്ല.

ദൈവനിന്ദ നടത്തുന്നവരുമുണ്ട്, ദൈവത്തെ പൂജിക്കുന്ന വരുമുണ്ട്. ഫലത്തിൽ രണ്ടും ഒന്നുതന്നെയാണ്.

ഇനി അഥവാ നിങ്ങൾ ആരാധിക്കുന്ന ദൈവം നിങ്ങളുടെ ദൈവം തന്നെ ആണെന്ന് എന്താണ് ഉറപ്പ്? ഞാനാണ് നിങ്ങളു ടെ ദൈവം എന്ന് ഒരു ദൈവവും നേരിട്ട് വന്ന് നിങ്ങളോട് പറ യില്ല.

ദൈവം ഇല്ല എന്ന് ഞാൻ പറയുന്നില്ല,

ദൈവവിശ്വാസം തെറ്റാണെന്നും ഞാൻ പറയുന്നില്ല,

ദൈവത്തെ കാണണമെങ്കിൽ ചില പ്രത്യേകതകൾ നമ്മ ളിൽ വരുത്തണം എന്നാൽ മാത്രമേ ദൈവം പ്രസാദിക്കുകയു ള്ളൂ.

പ്രാർത്ഥിച്ചാൽ ദൈവം കേൾക്കുമോ? അതറിയില്ല.

പ്രാർത്ഥിക്കാൻ അറിയാമോ? അതുമറിയില്ല.

എങ്ങനെ പ്രാർത്ഥിക്കും? അതുമറിയില്ല.

കുറേ കടിച്ചാൽ പൊട്ടാത്ത മന്ത്രം കാണാപാഠം പഠിച്ച് ചൊ ല്ലിയാൽ ദൈവം പ്രത്യക്ഷപ്പെടുമോ?

എന്റെ അറിവിൽ ഇല്ല.

ഹോമം എന്ന പേരിൽ നടത്തുന്ന ധൂർത്ത്... എത്ര രൂപയുടെ മുതലാണ് വെറുതേ കത്തിച്ച് ചാമ്പലാക്കി കളയുന്നത്. സാമാ ന്യം ചിന്തിക്കാൻ കഴിവുണ്ടെങ്കിൽ ഒന്ന് ചിന്തിച്ച് നോക്കിയാൽ പോരെ?

വായുവിൽ ഭസ്മം വാരി എറിഞ്ഞത് കൊണ്ടോ? പുഷ്പാർ ച്ചന നടത്തിയത് കൊണ്ടോ?

ആഴിയിൽ നെയ് ഒഴിച്ചത് കൊണ്ടോ?

വിഗ്രഹത്തിൽ പാലഭിഷേകം നടത്തിയത് കൊണ്ടോ? ഒന്നും ദൈവം പ്രസാദിക്കുന്നില്ല. സമയനഷ്ടം, ധനനഷ്ടം.

ഇത് രണ്ടും മാത്രമാണ് ഫലം.

പക്ഷെ ഇതൊക്കെ ചെയ്യുന്നത് നല്ലതൊക്കെ തന്നെയാണ്. ഇതിന്റെ പിന്നിലെ ആരും കാണാത്ത ഒരു വശം ഉണ്ട്. "ഒരു നിഗൂഡ രഹസ്യം" അത് ആർക്കും അറിയില്ല.

ഈ രഹസ്യം അറിയാമെന്ന വ്യാജേനെ ആടയാഭരണങ്ങളുടെയും, വേഷ ഭൂഷാതികളുടേയും ഒക്കെ അകമ്പടിയോടെ വന്ന് ഈ പ്രച്ഛന്ന വേഷക്കാർ പാവങ്ങളേയും, അഭ്യസ്ഥവിദ്യരായ ജനങ്ങളെവരേ കബളിപ്പിക്കുകയാണ്.

ഇത്രയും കാലം ഇതൊന്നുമറിയാതെ ഇ പ്രച്ഛന്ന വേഷക്കാരുടെ അകമ്പടി സേവിച്ചു നടക്കുകയായിരുന്നു.

ഈ യാഥാർത്ഥ്യം എങ്ങനെ മനസ്സിലായി? ഇത് ഒരു രഹസ്യമാണ് ആത്മാർത്ഥമായ ഗുരു ശിഷ്യ ബന്ധത്തിന്റെ പിന്നിലെ "പ്രപഞ്ചരഹസ്യം" ഗുരുവിന്റെ അനുഗ്രഹത്തിലൂടെ മാത്രം സിദ്ധിക്കുന്ന ഒന്നാണിത്.

ഗുരുവിന്റെ അനുഗ്രഹം എങ്ങനെ ലഭിക്കും?

അതും അദൃശ്യമായി നടക്കുന്ന ഒന്നാണ്.

എല്ലാം ഫിസിക്കലായും, മെറ്റീരിയൽസ്റ്റിക്ക് ആയും ലഭിക്കുന്ന ഈ കാലത്ത് അദൃശ്യമായി ലഭിക്കുന്ന ഒന്നിനെ എങ്ങനെയാണ് പറഞ്ഞ് വിശ്വസിപ്പിക്കുക

അതും ഗുരുവിന്റെ അനുഗ്രഹത്തിലൂടെ മാത്രം ലഭിക്കുന്ന ഒന്നാണ്. ഗുരുവിന്റെ അനുഗ്രഹം എങ്ങനെ ലഭിക്കും?

അതും അദൃശ്യമായി നടക്കുന്ന ഒന്നാണ്. അദൃശ്യമായി എന്നത് ആത്മീയ ഭാഷയിൽ സൂഷ്മത്തിലൂടെ നടക്കുന്ന പ്രക്രീയയാണ്.

എല്ലാം ഫിസിക്കലായും, മെറ്റീരിയൽസ്റ്റിക്ക് ആയും ലഭിക്കുന്ന ഈ കാലത്ത് അദൃശ്യമായി ലഭിക്കുന്ന ഒന്നിനെ എങ്ങനെയാണ് പറഞ്ഞ് വിശ്വസിപ്പിക്കുക അതും ഗുരുവിന്റെ അനുഗ്രഹത്തിലൂടെ മാത്രം ലഭിക്കുന്ന ഒന്നാണ്. ഗുരുവിന്റെ അനുഗ്രഹം എങ്ങനെ ലഭിക്കും?

അതും അദൃശ്യമായി നടക്കുന്ന ഒന്നാണ്.

എല്ലാം ഫിസിക്കലായും, മെറ്റീരിയൽസ്റ്റിക്ക് ആയും ലഭിക്കുന്ന ഈ കാലത്ത് അദൃശ്യമായി ലഭിക്കുന്ന ഒന്നിനെ എങ്ങനെയാ

ണ് പറഞ്ഞ് വിശ്വസിപ്പിക്കുക. ഒരു ഗുരു നേരിട്ട് ആർക്കും അനുഗ്രഹം നൽകുന്നില്ല. ഗുരുവിൽ നിന്ന് നേരിട്ട് അനുഗ്രഹം നേരിട്ട് വാങ്ങാൻ ശ്രമിക്കുന്നത് തന്നെ ദുരാഗ്രഹമാണ്. ഏഴാം കടലിന് അക്കരെ ഇരിക്കുന്ന ഒരു പക്ഷെ നേരിട്ട് കണ്ടിട്ട് പോലും ഇല്ലാത്ത ഗുരുവിന്റെ ശിഷ്യന്മാർക്ക് എങ്ങനെ അനുഗ്രഹം പ്രാപ്തമാകുന്നു.

ഈ അനുഗ്രഹം ഒരു ശിഷ്യൻ സ്വയം സമ്പാദിച്ചെടുക്കേണ്ട ഒന്നാണ്.

SMS Meditation ൽ അനുഭവം പ്രാപ്തമാവുന്നത്

പുതിയതായി മെഡിറ്റേഷൻ ചെയ്യുന്നവർ അറിഞ്ഞിരിക്കേണ്ട ചില വസ്തുതകൾ ഉണ്ട്.

നിങ്ങൾ ആരുമായിക്കൊള്ളട്ടേ നിങ്ങൾ ഏതു തരക്കാരോ ഏത് സ്വഭാവവും ഉള്ളവർ ആയിക്കൊള്ളട്ടേ. 10 ദിവസത്തെ ക്ളാസ് കേൾക്കുമ്പോൾ തന്നെ നിങ്ങളിൽ ആന്തരികമായപല മാറ്റങ്ങളും വരുന്നുണ്ട്. നിങ്ങൾ അറിയുന്നില്ല എന്നേയുള്ളു.

മെഡിറ്റേഷനിരിക്കുന്ന ആദ്യ ദിവസം തന്നെ നല്ല അനുഭവം ലഭിക്കും എന്നത് തീർച്ച. നിങ്ങൾ ജീവിതത്തിൽ ഒരുപാട് ദൈവങ്ങളെ ആരാധിച്ചു കാണുമായിരിക്കാം ഒരുപാട് ക്ഷേത്രങ്ങളിലും പോയിരിക്കാം.. നിങ്ങൾക്ക് ഇഷ്ട ദൈവങ്ങളും കാണുമായിരിക്കാം.

നിങ്ങൾ പ്രാർത്ഥിച്ച ദൈവങ്ങൾ നിങ്ങളുടെ പ്രാർത്ഥന കേട്ടു കാണുമോ?

നിങ്ങളുടെ ഇഷ്ട ദൈവങ്ങൾ ആരൊക്കെയാണ്. ?

പ്രാർത്ഥിച്ചിട്ടും ദൈവം എന്താണ് പ്രസാദിക്കാത്തത്?

നിങ്ങൾ മെഡിറ്റേഷൻ ചെയ്യുമ്പോൾ ആരൊക്കെയാണോ നിങ്ങൾക്ക് ദർശനം തരുന്നത് അവരൊക്കെയാണ് നിങ്ങളുടെ ഇഷ്ട ദൈവങ്ങൾ.

ഈ ദൈവങ്ങൾ ആദ്യം തന്നെ നിങ്ങൾക്ക് ദർശനം നൽകുന്നതാണ്. ദൈവം ദർശനം തന്നു എന്നു കരുതി എല്ലാം ആകുന്നില്ല.

ലഭിച്ച ദർശനത്തിന് വളരെ അധികം മൂല്യമുണ്ട്.

പ്രാപ്തമായ ദർശനത്തെ കർമ്മത്തിലൂടെ മൂല്യവൽക്കരിക്കണം.

നിങ്ങളുടെ ഗുരുവിന്റെ സഹായത്താലാണ് ദർശനം ലഭിച്ചത്.

SMS ധ്യാനത്തിലൂടെ ദൈവങ്ങൾ നേരിട്ട് ദർശനം നൽകുന്നു. നമ്മൾ ആരാധിച്ചിരുന്ന ദൈവങ്ങളിൽ നമ്മളോട് ഇഷ്ടമുണ്ടായിരുന്ന ദൈവങ്ങൾ ആരൊക്കെയാണെന്ന് നമുക്കറിയില്ല. നമ്മളെ ഇഷ്ടപെടുന്ന ദൈവങ്ങൾ നമുക്ക് നേരിട്ട് ദർശനം നൽകുന്നു. അതിനായി പുറത്തെവിടേയും അലയണമെന്നില്ല. ദൈവം നിങ്ങളുടെ വീട്ടിൽ എത്തുന്നതായിരിക്കും.

ഇത് 100% സത്യം ആർക്ക് വേണമെങ്കിലും പരീക്ഷിച്ച് നോക്കാവുന്നതാണ്.

ഇനി ഒരു പക്ഷെ നിങ്ങൾ ദൈവ വിശ്വാസമില്ലാത്ത ഒരാളാണന്നിരിക്കട്ടേ നിങ്ങളെയാണ് ദൈവങ്ങൾക്ക് കൂടുതൽ ഇഷ്ടം. എന്ത് കൊണ്ടെന്നാൽ നമ്മൾ എന്തിനേയാണോ കൂടുതൽ അവഗണിക്കുന്നത് അതിന് നമ്മളോട് ഒരു അഭേദ്യബന്ധമുണ്ടായിരിക്കും.

ആളുകൾ അവരവരുടെ കാര്യസാധ്യത്തിന് വേണ്ടിയാണ് ദൈവത്തെ ആരാധിക്കുന്നത്. ഇത് ഏറ്റവും കൂടുതൽ അറിയാവുന്നത് ദൈവത്തിന് തന്നെയാണ്.

ആത്മാർത്ഥമായ ദൈവവിശ്വാസം ഒന്നും ആർക്കും ഇല്ല.

ദൈവത്തെ അനുകൂലിക്കാത്തവരെ ആണ് ദൈവത്തിന് കൂടുതലിഷ്ടം, അവർക്ക് മാത്രമേ ഈ ലോകത്തിന് വേണ്ടി എന്തെങ്കിലും ചെയ്യാനാവുകയുള്ളൂ. പക്ഷെ അവർക്ക് നല്ലതും ചീത്തയുമായ കാര്യങ്ങൾ വിവേചിച്ച് അറിയാൻ സാധിക്കുന്നില്ല എന്നതാണ് വാസ്തവം. ഇവിടെ അവർക്ക് ദൈവത്തിന്റെ ആവശ്യം ഉണ്ട്.

ഞാൻ ഒരു കറ തീർന്ന ദൈവ വിശ്വാസി ആയിരുന്നു. എല്ലാ അമ്പലങ്ങളിലും പോകുമായിരുന്നു. ആയിരക്കണക്കിന് രൂപ ക്ഷേത്ര കാര്യങ്ങളിലേക്കായി സംഭാവന നൽകിയിട്ടുമുണ്ട്. ആയിരക്കണക്കിന് രൂപ തിരുപ്പതി ഭഗവാന്റെ ഹുണ്ടികയിൽ നിക്ഷേപിച്ചിട്ടുണ്ട്. പക്ഷെ ഭഗവാൻ ഇതൊന്നും കാണുന്നില്ലായിരുന്നു. ഞാൻ ഭഗവാനെ കാണാൻ പോകുന്ന രീതിയേ ശരിയല്ലായിരുന്നു എന്ന് വേണം പറയാൻ.

കാരണം ദൈവങ്ങൾ ഇഷ്ടപ്പെടുന്ന കുറേ ഗുണങ്ങൾ ഉണ്ട്. ഈ ഗുണങ്ങളെ നമ്മൾ നമ്മുടെ ജീവിതത്തിൽ ആർജ്ജിച്ചെടുക്കണം. ഈ ഗുണങ്ങൾ ഇല്ലാത്തവർ അമ്പലത്തിൽ പോയിട്ടോ, വഴിപാട് കഴിപ്പിച്ചിട്ടോ ഒരു കാര്യവുമില്ല. ദൈവം പ്രസാദിക്കുകയുമില്ല.

എവിടെയൊക്കെയോ ഉള്ളിൽ ചില നന്മയുടെ അംശം കിടന്നതുകൊണ്ടാവാം ഇത് പോലെ ഒക്കെ എഴുതാൻ പ്രപഞ്ചം പ്രേരിപ്പിക്കുന്നത്. ഞാൻ ആരാധിച്ചിരുന്ന ദൈവങ്ങൾ എല്ലാം എനിക്ക് അനുഗ്രഹാശിസ്സുകൾ ചൊരിയുന്നത് ഉൾപുളകത്തോടെ ഞാൻ ദർശിക്കുന്നു.

ദൈവവിശ്വാസത്തിന്റെ പേരിൽ കാണിക്കുന്ന പല അന്ധവിശ്വാസങ്ങളും കോപ്രായങ്ങളും നമ്മുടെ രാജ്യത്തിനേയും, രാജ്യത്തിന്റെ അഖണ്ഡതയേയും, സംസ്ക്കാരത്തിനെ വരെ നാണക്കേട് ഉണ്ടാക്കുന്നവയാണ്.

ദൈവം പോലും ലജ്ജിച്ചു പോകുന്ന പ്രവർത്തികളാണ് ദൈവദാസന്മാർ എന്ന പേരിൽ മനുഷ്യർ കാട്ടി കൂട്ടുന്നത്.

നിങ്ങളുടെ ശരീരത്ത് മാരക രോഗങ്ങൾ ഉണ്ടാകുമ്പോൾ നിങ്ങളെയും കൊണ്ട് നിങ്ങളുടെ ബന്ധുക്കൾ വെപ്രാളത്തോടെ കിടന്ന് നെട്ടോട്ടം ഓടുന്നു.

ശ്രീചിത്രായിലെ കാൻസർ വാർഡിലെ വേദനാജനകമായ കാര്യങ്ങൾ ഓരോരുത്തരും പറയുമ്പോൾ അന്ന് മനസ്സിന് വല്ലാത്ത വേദന തോന്നിയിരുന്നു. "ദൈവമേ എന്തിനീ വേദന മനുഷ്യന് നൽകുന്നുഎന്ത് കൊണ്ട് ഇങ്ങനെ സംഭവിക്കുന്നു?"

"ഇപ്പോൾ എല്ലാം വ്യക്തമാകുന്നു. "

ശ്രീ പത്മനാഭസ്വാമിയുടെ മണ്ണിൽ ജനിച്ച മഹാഗുരു. ആ മഹാത്മാവ്. ശ്രീനാരായണ ഗുരുദേവന്റെ ആദർശങ്ങൾക്ക് എതിരായി പ്രവർത്തിക്കുന്നവർക്ക് ഇതിൽ കൂടുതൽ എന്ത് വരാനാണ്.

ചെയ്ത് പോയ തെറ്റുകളെ കുറിച്ചോർത്ത് "പശ്ചാത്തപിക്കുക അതേ മാർഗമുള്ളൂ. കണ്ണ് നീരോടെ ഉള്ളുരുകി പ്രാർത്ഥിക്കുക ഗുരുദേവൻ കേൾക്കും ഗുരുദേവൻ കേട്ടാൽ പ്രപഞ്ചവും കേൾക്കും.

ഗുരു പറയുന്നു കൊല്ലരുത്. കൊന്ന് തിന്നരുത്, ദ്രോഹം അരുത്, വഞ്ചന അരുത്, അധർമ്മം ചെയ്യരുത്, അധർമ്മമാർഗത്തിൽ സഞ്ചരിക്കരുത് എന്നിങ്ങനെ അധർമ്മത്തിനെതിരെ ഊന്നി ഊന്നി പറഞ്ഞ് തന്നിട്ടുണ്ട്. ഗുരുവിന്റെ വാക്കുകളെ ആരും ചെവിക്കൊള്ളുന്നില്ല. ഗുരു നിന്ദയാണ് എല്ലാവരും ചെയ്യുന്നത്. ലോകക്ഷേമത്തിനായി സമാധിയായ ആ പുണ്യാത്മാവ് സമാധിയിലിരുന്ന് എത്ര മാത്രം വേദനിക്കുന്നുണ്ടാവും. ഗുരുവിന് വേദനിക്കുമ്പോൾ ആ വേദന പ്രതിഫലിക്കുന്നത് പ്രപഞ്ച

ത്തിനാണ്. ഗുരു നിന്ദ പ്രപഞ്ചം ക്ഷമിക്കുമെന്ന് കരുതുന്നുണ്ടോ? ഗുരുനിന്ദയുടെ അത്രയും മഹാപാപമായി പ്രപഞ്ചത്തിൽ മറ്റൊന്നുമില്ല. (ആദ്യ ബുക്കിലെ പേജ് 74, 75, 76).

പറയുന്നത് ചിലപ്പോൾ മനസ്സിലാവണമെന്നില്ല. അതുകൊണ്ടായിരിക്കാം ഗുരുവാക്യം വാക്കുകളായി എഴുതി വച്ചിരിക്കുന്നത്. എഴുതി വച്ചിരിക്കുന്നത് പല ആവർത്തി വായിച്ചാൽ ഒരാവർത്തി മനസ്സിലാവും മനസ്സിലാകുന്നതിനെ ഉൾക്കൊണ്ട് പ്രവർത്തിക്കുന്നതാണ് ക്ഷേമ പ്രവർത്തനം അതാണ് യഥാർത്ഥ ഗുരുക്ഷേമ പ്രവർത്തനം.

ദൈവവിശ്വാസത്തിന്റെ പേരിൽ മനുഷ്യൻ കൊല്ലും, കൊലയുംവരെ നടത്തുന്നു.

ദൈവത്തിന്റെ സ്വന്തം നാട് എന്ന് വിശേഷിപ്പിക്കുന്ന നമ്മുടെ നാടിന്റെ അങ്ങേയറ്റം മുതൽ ഇങ്ങേയറ്റം വരെ പാവം മിണ്ടാപ്രാണികളെ നിഷ്കരുണം തലയ്ക്കടിച്ച് കൊന്ന് തൊലിയുരിച്ച് കെട്ടിത്തൂക്കിയിട്ട് പ്രദർശിപ്പിച്ച് വിൽപന നടത്തുന്നു. നിങ്ങളുടെ വിരലിന്റെ തുമ്പ് അൽപ്പം മുറിയുമ്പോൾ ഉണ്ടാകുന്ന വേദന പോലും നിങ്ങൾക്ക് സഹിക്കാനാകുന്നില്ല ആ പാവം മിണ്ടാപ്രാണിയുടെ ശരീരത്തിൽ നിന്നും ജീവൻ പോയപ്പോൾ അതനുഭവിച്ച വേദന എത്രത്തോളം ഉണ്ടാകും. എങ്ങനെ തോന്നുന്നു ആ മഹാ അപരാധത്തിന്റെ പാപ കക്ഷണങ്ങൾ രുചിയോടെ വായിലിട്ട് ചവച്ചു ഇറക്കി സംതൃപ്തിയോടെ ഏമ്പക്കം വിട്ട് എഴുന്നേൽക്കുമ്പോൾ ഉണ്ടാകുന്ന ആനന്ദം ആ അനന്ദം നിങ്ങൾക്കും നിങ്ങളുടെ സന്തതി പരമ്പരകൾക്കും വരാൻ പോകുന്ന കർമ്മഫലം എന്തെന്ന് ഈ ജന്മത്തിൽ തന്നെ തിരശീലയിലെന്നപോലെ കാണാൻ സാധിക്കും, കാണിച്ച് തന്നിട്ടേ നിങ്ങളെ ഇവിടെ നിന്ന് കൊണ്ട് പോകൂ.

ശ്രീ നാരായണ ഗുരുദേവൻ ദൈവം ആണെന്ന് ഞാനും വിശ്വസിച്ചിരുന്നില്ല.

SMS ധ്യാനത്തിലൂടെ ആ മഹാത്മാവിന്റെ ജീവനോടെയുള്ള വിശ്വരൂപം നേരിൽ കാണാൻ കഴിഞ്ഞപ്പോൾ ആണ് ആ മഹാഗുരു എന്ന സത്യത്തെ തിരിച്ചറിഞ്ഞത്. ആ മഹാത്മാവിന്റെ ജീവൻ തുടിക്കുന്ന ചൈതന്യവുമായി ഈ അധർമ്മ സമൂഹത്തിന്റെ നടുവിൽ ഗത്യന്തരമില്ലാതെ. നിസ്സഹായതയോടെ, ഈ പരമമായ സത്യത്തെ ഉള്ളിലൊതുക്കി ആരോടും പറയാനാവാതെ വീർപ്പുമുട്ടി ജീവിക്കുന്നു.

ഇനിയുള്ള എഴുത്തുകൾ വളരെ കഠിനമായി തോന്നുന്നു. ഗുരുക്കന്മാരെ കുറിച്ച് എഴുതുമ്പോൾ മനസ്സിൽ ഒരു ഭയം തോന്നുന്നു അറിയാത പോലും ഒരു തെറ്റ് എഴുതിപ്പോയാൽ ഉണ്ടാകുന്ന ഭവിഷ്യത്ത് ' ആ ഭവിഷ്യത്തുകളെ കുറിച്ച് ഓർത്തുണ്ടാകുന്ന ഉത്കണ്ഠ നെഞ്ചിനുള്ളിൽ ഒരു പെടപ്പ് ആണ്. ഒരു പരിഭ്രമം ഒരു നീറ്റൽ. ഒരാകുലത. എന്താ പറയ കയ്യും കാലും ഒന്നും ഓടാത്ത അവസ്ഥ. എന്തോ ഒരു വലിയ അപരാധം ചെയ്യുന്ന പോലെ ഒക്കെ ഉള്ള തോന്നൽ

ഒരിക്കൽ ചെയ്തു പോയ തെറ്റുകൾ ആവർത്തിക്കാതിരിക്കാനുള്ള ഓർമ്മ പെടുത്തലുകളാണോ?

ഈ അവസ്ഥയ്ക്ക് പിന്നിലെ കാരണം? അറിയില്ല

പക്ഷെ ഇത്രയും എഴുതിയപ്പോൾ നെഞ്ചിലെ ആ ഭാരം കുറഞ്ഞ പോലെ തോന്നുന്നുണ്ട്.

പുരുഷനെ ദേവനോളം ഉയർത്തുക
എന്നതാണ് സ്ത്രീ ധർമ്മം

ആദ്യമായി ആശ്രമത്തിലേക്ക് പ്രവേശിച്ച അന്ന് പ്രത്യേകിച്ച് ഒന്നും തന്നെ തോന്നിയിരുന്നില്ല.

താമസിച്ച് തുടങ്ങിയപ്പോൾ മാനുഷികമായ ചില പ്രത്യേകതകൾ തോന്നി തുടങ്ങി.

എപ്പോഴോ മനസ്സിൽ ആഗ്രഹിച്ചിട്ട് നടക്കാതെ പോയ ഒരു ഫ്ളാറ്റ് ജീവിതത്തിന്റെ ഓർമ്മകൾ ഞാൻ ആസ്വദിക്കുകയായിരുന്നു.

മൂന്നാം നില റൂം നമ്പർ 301. പോസിറ്റീവ് എനർജി നിറഞ്ഞ മുറി. മുന്നിൽ പച്ചപ്പ് നിറഞ്ഞ ഒരു മരം' പഴമയും, പുതുമയുമൊക്കെയുള്ള കെട്ടിട സമുച്ചയങ്ങൾ.

ബാൽക്കണിയിൽ നിന്ന് ഞാൻ എന്നും സൂര്യദേവനെ നോക്കി നിൽക്കുമായിരുന്നു. ഗുരു പറഞ്ഞിട്ടുണ്ട് തെറ്റാണെന്ന് 'പക്ഷെ ചെയ്തു പോയി. മാപ്പ് അന്ന് കോംപ്ളിക്കേറ്റഡ് മെമ്മറി കൂടുതലായിരുന്നതിനാൽ അങ്ങനെയൊക്കെ തോന്നി. സൂര്യദേവന് അത് അറിയാമായിരുന്നു.

ഞാൻ പറഞ്ഞു എന്ന് കരുതി ഇത് ആരും അനുകരിക്കരുത്. ആവശ്യമില്ലാതെ ആസമയത്തും അനവസരത്തിലും സൂര്യദേവനെ നോക്കി നിൽക്കരുത്. അത് വിപരീത ഫലം ചെയ്യും. പ്രപഞ്ചത്തിലെ മുക്കും മൂലയിലും വരെ സൂര്യദേവന്റെ കടാക്ഷമുണ്ട്.

നമ്മുടെ തലത്തിൽ നിന്നും മനസ്സിലാക്കുന്നതിന്റെ അപ്പുറമാണ് ആ വസ്തുത. എഴുതുമ്പോൾ കൈകളിൽ ആ തരിപ്പ് ഞാൻ തിരിച്ചറിയുന്നു.

ഓം തസ്മൈ ശ്രീ ഗുരവേ നമഃ

സൂരുദേവനെ നോക്കാൻ ഗുരു ഒരു പ്രത്യേക സമയം പറഞ്ഞ് തന്നിട്ടുണ്ട്. ആ സമയം മാത്രം അതിന് വേണ്ടി കൃത്യമായി ഉപയോഗിക്കുക.

പ്രപഞ്ചത്തിലെ സർവ്വചരാചരങ്ങളും നിലനിൽക്കുന്നത് സൂര്യദേവന്റെ ഊർജ്ജകണങ്ങളിൽ നിന്നാണ്. ഈ വസ്തുത എത്ര പേർക്കറിയാം'?

നമ്മൾ ചെയ്യുന്നത് സൂര്യധ്യാനമാണ്.

"സൂര്യധ്യാനം " കണ്ണുകളടച്ച് ഈ വാക്ക് ഒന്ന് മനസ്സിരുത്തി മൂന്ന് പ്രാവശ്യം വായിക്കുക

"സൂര്യധ്യാനം ", "സൂര്യധ്യാനം ", "സൂര്യധ്യാനം "

നിങ്ങളുടെ അന്തരംഗം വിതുമ്പും, ഏങ്ങലായി പുറത്തേക്ക് വരും കണ്ണുകൾ നിറഞ്ഞൊഴുകും പേടിക്കേണ്ട '

സൂര്യദേവനെയാണ് ധ്യാനിക്കുന്നത്. ഞാനും ഇപ്പോൾ കരയുന്നുണ്ട്.

പുറത്തിറങ്ങി ചുറ്റും ഒന്നു നോക്കൂ പുതിയ എന്തോ ഒന്നിനെ കാണാനാകും. ഒരു പുതുമ തോന്നുന്നില്ലേ, ഒരു കുളിർ അനുഭവപെടുന്നില്ലേ? എങ്കിൽ വിശ്വസിച്ചോളൂ നിങ്ങളുടെ കോംപ്ളിക്കേറ്റഡ് മെമ്മറി നിങ്ങളിൽ നിന്ന് പോയി തുടങ്ങുകയാണ്.

ഓം തസ്മൈ ശ്രീ ഗുരവേ നമഃ

സൂര്യദേവന്റെ സവിശേഷത തിരിച്ചറിയാൻ ശ്രമിക്കുക (ആദ്യബുക്ക് പേജ് 45-46)

സൂര്യദേവനെ ധ്യാനിക്കുമ്പോൾ ഏറ്റവും ശുദ്ധമായിരിക്കണം. പരിശുദ്ധമായിരിക്കണം എന്നതാണ് സത്യം.

ഈ സത്യത്തെ ഉൾക്കൊള്ളാൻ ശ്രമിക്കുക. വേഷവിതാനത്തിൽ വരെ മാന്യത പുലർത്തുക.

പൂർണ്ണമായും ഗുരുതത്വത്തിൽ ജീവിക്കുന്ന ഒരാളിനോട് പറയേണ്ട ആവശ്യമേയില്ല. തനിയെ ചെയ്യാൻ പ്രപഞ്ചം പ്രേരിപ്പിക്കുന്നതായിരിക്കും.

പറഞ്ഞ് വന്നത് ആശ്രമം....

അപ്രതീക്ഷിതമായി എനിക്ക് ആശ്രമത്തിൽ വരേണ്ട ആവശ്യമുണ്ടായി.

മുൻപ് രണ്ട് തവണ വന്ന് പോയതാണ്.

ഇത്തവണ വന്ന് കയറിയപ്പോൾ തോന്നിയത്...

ആശ്രമത്തിനുള്ളിൽ തളം കെട്ടി നിൽക്കുന്ന ആ ശാന്തതയെ അനുഭവിച്ചറിയുന്നുണ്ട്. ആശ്രമത്തിലെ ഓരോരുത്തരോടും ഉള്ളിന്റെ ഉള്ളിൽ എന്തോഒരു പ്രത്യേകത.

ഒരാളെ പോലും എനിക്കിപ്പോൾ വെറുക്കാൻ തോന്നുന്നില്ല. ഉള്ളിന്റെ ഉള്ളിലെ സ്നേഹം എന്തെന്ന് ഞാൻ തിരിച്ചറിയുന്നു.

എങ്കിലും ഉള്ളിന്റെ ഉള്ളിൽ ഒരു തെറ്റ് ചെയ്യുന്ന ഒരു തോന്നൽ. മുൻപും തോന്നിയതാണ് പക്ഷെ ഇപ്പോൾ പൂർണ്ണമായി.

എന്താണത്? എന്നല്ലേ?

ആശ്രമത്തിൽ എന്നെ ആകർഷിച്ച ഒരു പ്രധാനഘടകം വൃത്തി തന്നെയാണ്. കാരണം വൃത്തിയുള്ള സ്ഥലത്ത് നിൽക്കുമ്പോൾ ഒരു പ്രത്യേക മനസുഖം തോന്നും.

കാഴ്ചയിൽ ബിൽഡിംഗ് ആണെങ്കിലും ആശ്രമം ആശ്രമം തന്നെയാണ്. "ഗുരു വസിക്കുന്ന ഇടമാണ് "ഗുരുജിയുടെ ഓരോ പ്രവർത്തിയും സൂഷ്മമായി നിരീക്ഷിച്ചു നോക്കിയാൽ ഒന്നുണ്ട്.

എല്ലാ കാര്യത്തിലും ഒരു പെർഫെക്ഷൻ ഉണ്ടാകും.

പറയുന്നത് പറയുന്നത് പോലെ ചെയ്യുന്ന ലോകത്തിലെ ഒരേയൊരു മഹാത്മാവ്

നേരിട്ട് കണ്ട് ബോധ്യപ്പെട്ട സത്യം.

ഒരു ആഗ്രഹം ഇവിടെ എഴുതാൻ തോന്നുന്നു അതിമോഹം ആയത് കൊണ്ട് എഴുതുന്നില്ല. മാപ്പ്

പറഞ്ഞ് വന്നത് തെറ്റിനെ കുറിച്ചാണ് എന്താണന്നല്ലേ?

മനസ് കൊണ്ട് എത്ര പേരുമായി
അടുത്തിടപഴകുന്നുവോ അത്രയും
പേരുടെ കർമ്മഫലങ്ങൾ
നിങ്ങൾക്ക് ലഭിക്കുകയാണ്.

SMS meditation മർമ്മപ്രധാനം

SMS meditation ൽ അനുഭവം പ്രാപ്തമാവുന്നത്.

പുതിയതായി മെഡിറ്റേഷൻ ചെയ്യുന്നവർ അറിഞ്ഞിരിക്കേണ്ട ചില വസ്തുതകൾ ഉണ്ട്.

നിങ്ങൾ ആരുമായിക്കൊള്ളട്ടേ നിങ്ങൾ ഏതു തരക്കാരോ, ഏത് സ്വഭാവവും ആയിക്കൊള്ളട്ടേ. 10 ദിവസത്തെ ക്ലാസ് കേൾക്കുമ്പോൾ തന്നെ നിങ്ങളിൽ ആന്തരികമായപല മാറ്റങ്ങളും വരുന്നുണ്ട് നിങ്ങൾ അറിയുന്നില്ല എന്നേയുള്ളു.

മെഡിറ്റേഷനിരിക്കുന്ന ആദ്യ ദിവസം തന്നെ നല്ല അനുഭവം ലഭിക്കും എന്നത് തീർച്ച. നിങ്ങൾ ജീവിതത്തിൽ ഒരുപാട് ദൈവങ്ങളെ ആരാധിച്ചു കാണുമായിരിക്കാം ഒരു ക്ഷേത്രങ്ങളിലും പോയിരിക്കാം.. നിങ്ങൾക്ക് ഇഷ്ട ദൈവങ്ങളും കാണുമായിരിക്കാം.

നിങ്ങൾ പ്രാർത്ഥിച്ച ദൈവങ്ങൾ നിങ്ങളുടെ പ്രാർത്ഥന കേട്ടു കാണുമോ? നിങ്ങളുടെ ഇഷ്ട ദൈവങ്ങൾ ആരൊക്കെയാണ്. ?

പ്രാർത്ഥിച്ചിട്ടും ദൈവം എന്താണ് പ്രസാദിക്കാത്തത്?

നിങ്ങൾ മെഡിറ്റേഷൻ ചെയ്യുമ്പോൾ ആരൊക്കെയാണോ നിങ്ങൾക്ക് ദർശനം തരുന്നത് അവരൊക്കെയാണ് നിങ്ങളുടെ ഇഷ്ട ദൈവങ്ങൾ.

ഈ ദൈവങ്ങൾ ആദ്യം തന്നെ നിങ്ങൾക്ക് ദർശനം നൽകുന്നതാണ്. ദൈവം ദർശനം തന്നു എന്നു കരുതി എല്ലാം ആകുന്നില്ല.

ലഭിച്ച ദർശനത്തിന് വളരെ അധികം മൂല്യമുണ്ട്.

പ്രാപ്തമായ ദർശനത്തെ കർമ്മത്തിലൂടെ മൂല്യവൽക്കരിക്കണം

നിങ്ങളുടെ ഗുരുവിന്റെ സഹായത്താലാണ് ദർശനം ലഭിച്ചത്.

SMS meditation ലൂടെ ലഭിക്കുന്ന അനുഭവങ്ങൾ, ദർശന

ങ്ങൾ എല്ലാം വളരെ വിലപ്പെട്ടതാണ്.

SMS ധ്യാനം ദിനചര്യയാക്കി ചെയ്യുന്ന ഒന്നല്ല.

സാധാരണ ചെയ്യുന്ന ധ്യാനത്തിൽ അനുഭവം ലഭിക്കുക എന്നത് വർഷങ്ങളുടെ കഠിന പ്രയത്നം ആവശ്യമുണ്ട്

ഇവിടെ ചെന്ന് ഇരുന്ന ഉടൻ അനുഭവവും. ദർശനവും ലഭിക്കുന്നു.

ഒരു പക്ഷെ ഒന്നും തന്നെ ലഭിച്ചില്ല എങ്കിൽ പോലും വിഷമിക്കേണ്ട 45 മിനിറ്റ് ഇരുന്നത് തന്നെ നല്ല നാളെയ്ക്കുള്ള

മുതൽക്കൂട്ട് തന്നെയാണ്.

നിങ്ങളിലെ ചില വാസനകളും. തെറ്റുകളും നിമിത്തമാണ് അനുഭവം കുറയുന്നത്.

ധ്യാനത്തിൽ ലഭിച്ച അനുഭവങ്ങളെ ജീവിതത്തിൽ വേണ്ട രീതിയിൽ പ്രയോജനപെടുത്തുക.

ധ്യാനം ചെയ്യുക അണുവിട തെറ്റാതെ ഗുരു പറയുന്ന മാർഗത്തിൽ ജീവിക്കുക എപ്പോഴും ഗുരു ചിന്തയോടെ ജീവിക്കുക എന്നതാണ് ഗുരുവിന് നൽകാവുന്ന ഏറ്റവും നല്ല സന്തോഷം.

ധ്യാനത്തിൽ ലഭിക്കുന്ന അറിവുകൾ നിങ്ങൾ ഏത് രീതിയിൽ പ്രയോജനപ്പെടുത്തുന്നു എന്നതിലാണ് കാര്യം

ധ്യാനത്തിൽ ലഭിക്കുന്ന അനുഭവങ്ങൾ നിങ്ങളിൽ ഏതു രീതിയിൽ ആണ് പ്രതിഫലിക്കുന്നത് എന്നത് ഏതെങ്കിലും രീതിയിൽ നിങ്ങളിൽ പ്രകടമാവുന്നതാണ്.

വ്യത്യസ്ഥമായ അനുഭവങ്ങളും അറിവുകളുമാണ് ഒരോരുത്തർക്കും ലഭിക്കുന്നത്.

ആത്മസമർപ്പണത്തോട നിങ്ങൾ ഗുരുവിനെ ദർശിക്കുന്നു എങ്കിൽ ഗുരുവിനായി ചെയ്യേണ്ടതെന്താണന്ന് പ്രപഞ്ചം നിങ്ങൾക്ക് കാണിച്ചു തരുന്നതായിരിക്കും. ആ പ്രവർത്തി ആയിരിക്കും ഗുരുവിനായി ചെയ്യേണ്ടതും.

നിങ്ങളുടെ വിദ്യാഭ്യാസമോ നിങ്ങളുടെ കഴിവോ. എന്ത് തന്നെ ആയാലും ഇവിടെ പ്രസക്തിയില്ല. ഇവിടെ വലിപ്പചെറുപ്പവുമില്ല.

നിങ്ങളുടെ സമർപ്പണം ആത്മാർത്ഥമാണ് എങ്കിൽ നിങ്ങൾ ചെയ്യേണ്ടത് പ്രപഞ്ചം തന്നെ ചെയ്യിക്കുന്നതായിരിക്കും.

നിങ്ങൾക്ക് ഓരോരുത്തർക്കും ഓരോരോ നിയോഗങ്ങൾ ഉണ്ട്. ആ നിയോഗം എന്തെന്ന് തിരിച്ചറിഞ്ഞ് ആ നിയോഗം അത്മാർത്ഥതയോടെ ചെയ്യുക ഫലം പ്രപഞ്ചം നൽകുന്നതാ

യിരിക്കും. ആ ചെയ്യുന്ന കർമ്മമാണ് ഗുരുവിന്റെ സന്തോഷം.

ഓരോരുത്തരും അവരവരുടെ കർമ്മത്തെ പരിപോഷിപ്പിച്ചെടുക്കുക.

ചെയ്യുന്ന കർമ്മം ചെറുതോ വലുതോ എന്നതിലല്ല കാര്യം

ആ കർമ്മത്തിൽ സംഭവിക്കുന്ന അപാകതകളിലും അല്ല കാര്യം.

നിങ്ങൾ എത്രത്തോളം ആത്മാർത്ഥത ആ കർമ്മത്തിൽ ചെലുത്തുന്നു എന്നതിലാണ് കാര്യം.

ഞാൻ ഇത് വെറുതേ എഴുതുന്നതല്ല. പലപ്പോഴായി പല സന്ദർഭങ്ങളിൽ ഗുരു പറഞ്ഞിട്ടുള്ള കാര്യങ്ങളാണ്.

ഗുരു അന്ന് പറഞ്ഞ ആ കാര്യം എന്തിന് അന്ന് പറഞ്ഞു എന്നത് എനിക്ക് ഇന്ന് മനസ്സിലാകുന്നു.

നിങ്ങളോടും ഗുരു പലതും പറഞ്ഞിട്ടുണ്ടാവാം. അതെല്ലാം ഒരു പക്ഷെ ഓർമ കാണില്ലായിരിക്കാം. വെറുതെയാണ് നിങ്ങൾക്ക് എല്ലാം ഓർമയുണ്ട്. മനസ്സിരുത്തി നിങ്ങൾ ഗുരുവിനെ ശ്രദ്ധിച്ചു നോക്കൂ ഗുരു പറഞ്ഞതെല്ലാം തനിയെ വന്നുകൊണ്ടേയിരിക്കും.

ഒരിക്കൽ സങ്കടത്തോടെ ഞാൻ ഗുരുവിനോട് പറഞ്ഞു

"ഭയങ്കര ടെൻഷനാണ്"

മെഡിറ്റേഷൻ ചെയ്യുന്ന ആളിന് ഒരിക്കലും ടെൻഷൻ ഉണ്ടാവില്ല ഇതാണ് ഗുരുവിന്റെ മറുപടി. കാരണം ഈ മെഡിറ്റേഷന്റെ ഉപജ്ഞാതാവ് ഗുരുവാണ്.

ഗുരുവിന് അറിയാം. അറിയാത്തത് ആർക്കാണ് നമുക്കാണ് 'നമുക്ക് അറിവ് വരുന്നത് എപ്പോഴാണ്?

ഗുരുവിൽ അടിയുറച്ച് വിശ്വസിക്കാൻ തുടങ്ങുമ്പോൾ ആ അറിവിന്റെ മഹാസാഗരം പതിയെ നമ്മളിലേക്ക് ഒഴുകാൻ തുടങ്ങും.

അന്നെനിക്ക് ടെൻഷൻ ഉണ്ടായിരുന്നു.

ഇന്നെനിക്ക് ടെൻഷനില്ല

എന്ത് കൊണ്ട് ഇല്ല?

ഇന്ന് ഞാൻ ആത്മാർത്ഥതയോടെ പറയുന്നു. ഇന്നെന്റെ ഉള്ളിലിരിക്കുന്നത് ടെൻഷനല്ല..

എന്റെ ഗുരുവാണ്

പിടികിട്ടിയോ?

ഒരിക്കൽ മൂൺ മെഡിറ്റേഷന് മുൻപ് എല്ലാവരും എത്തു

ന്നതിന് മുമ്പേ ഞാൻ പോയി ദണ്ഡനമസ്ക്കാരം ചെയ്യുകയാണ്. യാതൃശ്ചികമായി ഗുരുജി വന്നു പോയി. "ശയനപ്രദക്ഷിണം ആണോ" ഗുരുജി ഫലിത രൂപത്തിൽ ചോദിച്ചു.

ഞാൻ ഉടനെ എണീറ്റ് നിന്നു.

"നിങ്ങളിൽ എത്ര മാത്രം നിസ്വാർത്ഥത ഉണ്ടോ? പ്രപഞ്ചം നിങ്ങളെ ശ്രദ്ധിക്കും. മറിച്ച് നിങ്ങൾ സ്വാർത്ഥനാണങ്കിൽ പ്രപഞ്ചം നിങ്ങളെ ശ്രദ്ധിക്കത്തേയില്ല "

പറഞ്ഞിട്ട് ഗുരുജി അങ്ങനേ പോയി.

ഗുരുജി പറഞ്ഞ വാക്കുകൾ അങ്ങനെയേ ഹൃദയത്തിൽ സൂക്ഷിക്കുന്നു.

നിങ്ങൾ ചെയ്യുന്ന പ്രവർത്തി അത് എന്ത് തന്നെയായാലും തികച്ചും നിസ്വാർത്ഥതയോടെ ചെയ്യുകയാണെങ്കിൽ ഫലം ഉറപ്പ്. വെറും വാക്കല്ല ഗുരുവിന്റെ വാക്കാണ്.

നമ്മുടെ ഗുരുജി വ്യത്യസ്ഥതയെ ആകർഷിക്കുന്നു. വത്യസ്തമായി എന്ത് ചെയ്താലും ഗുരുവിന് ഇഷ്ടമാണ്. ആശ്രമത്തിൽ ഗുരുജിയുടെ ഇഷ്ട ശിഷ്യന്മാരിൽ ഒരാളാണ് "വിഷ്ണു വിജയൻ" സമർപ്പണം എന്ന വാക്കിനെ അദ്ദേഹത്തിൽ നിന്ന് നമ്മൾ കണ്ട് പഠിക്കേണ്ട ഒന്നാണ്. ഗുരുക്കന്മാരുടെ അനുഗ്രഹാശ്ശിസുകളുടെ കൊടുമുടിയിൽ നിൽക്കുന്നു. അദേഹത്തിന്റെ അനുഭവങ്ങളും വ്യത്യസ്തമാണ്. അദ്ദേഹത്തിന്റെ അതി വിശിഷ്ടമായ അനുഭവങ്ങൾ ഭാവി തലമുറയ്ക്ക് വേണ്ടി പ്രയോജന പെടുത്തുന്നു. "എന്നെക്കൊണ്ട് ഇങ്ങനെയൊക്കെ സാധിക്കുമോ? ഞാൻ അതിശയത്തോടെ നോക്കി നിന്നിട്ടുണ്ട്".

ദിനം പ്രതി നല്ല നല്ല അനുഭവങ്ങൾ ലഭിക്കുന്നവരാണ് എല്ലാവരും. പക്ഷെ ഈ അനുഭങ്ങളുടെ പ്രാധാന്യം ആരും മനസ്സിലാക്കുന്നില്ല.

റോക്കറ്റ് സയൻസ് എന്ന ഈ സിസ്റ്റം നമ്മുടെ ഉള്ളിൽ വർക്ക് ചെയ്യുന്നത് നമുക്ക് മനസ്സിലാവുന്നില്ല. മനസ്സിലാകാഞ്ഞിട്ടല്ല. എന്തൊക്കൊയോ ആശങ്കകളാണ്. ആ ആശങ്കകൾ വെടിഞ്ഞാൽ ഓരോരുത്തരും സ്ഫടിക പാത്രം പോലെ തിളങ്ങും. നമുക്ക് എല്ലാവർക്കും പരാതികളാണ്. വിഷമങ്ങളാണ്. നമ്മളിൽ ഓരോരുത്തരുടേയും ലെവലിലേക്ക് ഇറങ്ങി വരാൻ ഗുരുജിക്ക് ആവില്ല.

നമ്മൾ ഗുരുജിയുടെ ആശയങ്ങൾക്കൊപ്പം ഉയരണം. ഗുരുജി ആഗ്രഹിക്കുന്നതും അതാണ്.

മറിച്ചാവുന്നതാണ് ഗുരുജിയെ ചൊടിപ്പിക്കുന്നത്.

ഒന്നാലോചിച്ച് നോക്കൂ ഗുരുജി എത്ര നിസഹയാനാണ്.

നമ്മളെ പഠിപ്പിക്കുന്ന ഈ റോക്കറ്റ് സയൻസിന്റെ അനന്ത സാധ്യതകളെ കുറിച്ച് നമ്മൾ പഠിക്കാൻ തയ്യാറാവണം ഗുരുവും അതാണ് ആഗ്രഹിക്കുന്നത്. ഗുരുവിനും പരിമിതികൾ ഉണ്ട്. നമ്മൾ ശിഷ്യന്മാർ മനസ്സറിഞ്ഞ് ചെയ്യണം. ശകാരിക്കുന്നെങ്കിൽ ശകാരിക്കട്ടന്നേ നമ്മുടെ ഗുരുവല്ലേ അതും ഒരു നേട്ടം തന്നെയാണ്. ആ ശകാരത്തിൽ നിന്ന് വരാൻ പോകുന്ന പരിവർത്തനം എന്താണന്ന് പറയാൻ പറ്റില്ല.

"അണ്ണാൻ കുഞ്ഞിനും തന്നാലായത് "

ഗുരുവിന് വേണ്ടി ചെയ്യാൻ പറ്റുന്നതെന്നും ചെയ്യുക.

ഒരു സൈക്കിൾ പൂർത്തിയാക്കാനേ എനിക്ക് സാധിച്ചുള്ളൂ. അതും ഇരട്ടി ദിവസം എടുത്തു. മെഡിറ്റേഷൻ ചെയ്യണമെന്ന് അതിയായ ആഗ്രഹം ഉണ്ട്. പക്ഷേ ചെയ്യാൻ പറ്റില്ല. ദിവസങ്ങൾ മാത്രം ചെയ്ത എനിക്ക് ഇത്രയൊക്കെ ചെയ്യാമെങ്കിൽ?

ഈ ലോകം നമുക്കുള്ളതാണ് നല്ല ഒരു നാളേയ്ക്ക് വേണ്ടി ഇന്നേ നമുക്ക് അണിചേരാം.

SMS മെഡിറ്റേഷൻ എന്ന അമൂല്യ നിധിയേയും. അതിന്റെ ഉടയോനേയും പ്രപഞ്ചം നമുക്ക് കൈവെള്ളയിൽ വെച്ച് തന്നിരിക്കുകയാണ്. കൈമോശം വരാതെ സൂക്ഷിക്കേണ്ടത് നമ്മൾ ഓരോരുത്തരുടെയും കടമയാണ്. നമ്മൾ ആരും തന്നെ ഇല്ലെങ്കിലും ഈ അൽഭുത പ്രതിഭാസം ഇവിടെ നടക്കുമെന്നത് പ്രപഞ്ചഹിതമാണ്.

ഞാൻ എന്നത് വരുമ്പോൾ ഒന്നും വരുന്നില്ല. ഞാൻ എന്നത് അഹങ്കാര ഭാവം

ഞാൻ, എനിക്ക്. എന്റെ എന്നീ പദ പ്രയോഗങ്ങൾ നടത്തുമ്പോൾ വളരെ ശ്രദ്ധിക്കേണ്ടിയിരിക്കുന്നു. മനസ്സ് ബാഹ്യമായതിനെ ആകർഷിക്കുന്നു.

വിഘടിച്ചു നിൽക്കുന്ന ബന്ധങ്ങൾ

പ്രപഞ്ചം കൂട്ടിച്ചേർക്കുന്ന പരിപാവനമായ ബന്ധമാണ് ഭാര്യാഭർതൃ ബന്ധം.

ഏറ്റവും കൂടുതൽ വിള്ളലുകൾ സംഭവിക്കുന്നതും ഭാര്യാഭർതൃ ബന്ധങ്ങളിൽ തന്നെയാണ്. പ്രപഞ്ചത്തിന്റ വ്യാപ്തി മനസ്സിലാക്കാതെ വാചക കസർത്ത് നടത്തുന്നവരാണ് മനുഷ്യർ. തെറ്റ് ചെയ്യാൻ പ്രേരിപ്പിക്കുന്നതാണ് മനുഷ്യ മനസ്സ്. അത് കൊണ്ടാണ് തെറ്റിലൂടെ ശിക്ഷ അനുഭവിച്ചതിന് ശേഷം മനുഷ്യൻ നന്നാവുന്നത്. ചെയ്യാൻ പോകുന്നത് തെറ്റാണന്ന് മുന്നേ മനസ്സിലാക്കാനുള്ള കഴിവ് മനുഷ്യനുണ്ട്. വാസനകൾ ബുദ്ധിക്ക് വിലങ്ങ് തടിയായി വരുന്നു.

തെറ്റിനെ തെറ്റായി കാണാനും ശരിയെ ഉൾക്കൊണ്ട് ജീവിക്കാനും പ്രചോദനം നൽകുന്നു. പ്രശ്നങ്ങൾ രമ്യമാകുന്നതെന്ത് കൊണ്ടാണ്. പ്രശ്നം പരിഹരിക്കാൻ ചർച്ച ചെയ്യുന്ന സന്ധി സംഭാഷണങ്ങളിൽ പ്രശ്നങ്ങൾ ഉള്ളി തൊലി പോലെ ആയി മാറുന്നു.

പ്രശ്നങ്ങൾ എന്നത് ഒന്നില്ല.

മനോഭാവം ആണ്. മനോഭാവം മാറണം,

മനോഭാവം മാറിയാൽ തീരാത്ത പ്രശ്നങ്ങൾ ഒന്നും തന്നെ ഇല്ല.

ദാമ്പത്യ ജീവിതത്തിലെ പ്രശ്നങ്ങൾക്ക് കാരണവും മനോഭാവം ആണ്.

ദമ്പതികൾക്കിടയിലെ ആശയക്കുഴപ്പങ്ങളുടെ പ്രധാന കാരണം തന്നെ മനോഭാവം ആണ്.

ഞാൻ. എന്റെ, എനിക്ക് എന്നതാണ് മനോഭാവം.

ഇത് ഒരു കൂട്ടമായി മാറുമ്പോൾ ഞങ്ങൾ, ഞങ്ങളുടെ,

ഞങ്ങൾക്ക്

എന്നതായി മാറുന്നു. ഞാൻ എന്നതിന്റെ പ്രഭാവം നാമമാത്രമായ ചില വ്യക്തിബന്ധങ്ങളെ മാത്രമേ ബാധിക്കുന്നുള്ളൂ എങ്കിലും,

ഞങ്ങൾ എന്നത് സമൂഹത്തെ മുഴുവൻ ബാധിക്കുന്നു. ഒരു കൂട്ടം ഞങ്ങളിലെ വിരുദ്ധാശയങ്ങളാണ് സമൂഹത്തിൽ നടക്കുന്നത്. അനീതിക്കായുള്ള സംഘം ചേരൽ, സംഘം ചേർന്ന് നടത്തുന്ന അനീതികൾ, അക്രമങ്ങൾ

ഇതെല്ലാം ഞങ്ങൾ എന്നതിലെ മനോഭാവം ആണ്.

സംഘടിക്കൂ ശക്തരാകൂ എന്ന ആശയം "ഓരോരുത്തരുടേയും ഉള്ളിലെ വാസനാമനോഭാവത്തെ " വെടിഞ്ഞ് ലോകക്ഷേമത്തിന്റെ നന്മയ്ക്കായി നിലകൊള്ളുവാൻ ഗുരുക്കന്മാർ നമ്മെ പഠിപ്പിക്കുന്നു.

മനോഭാവം എന്നത് സ്വാർത്ഥതയാണ്. സ്വാർത്ഥതയ്ക്കായി ചെയ്യുന്ന കാര്യങ്ങൾ എല്ലാം നാശത്തിന്റെ കാരണങ്ങളാണ്.

വിദ്യാഭ്യാസം

വിദ്യകൊണ്ടുള്ള അഭ്യാസമാണ് വിദ്യാഭ്യാസം അഭ്യാസത്തിലുടെ ആർജ്ജിച്ചെടുക്കുന്നത് പരീക്ഷയിലൂടെ നേടുന്ന അംഗീകാരം വിജയം

വിദ്യാഭ്യസത്തിലൂടെ നേടുന്നത് അറിവുകളാണ് എന്ന് വിചാരിച്ചാണ് ഇത്രയും കാലം ജീവിച്ചത്.

വിദ്യാഭ്യാസത്തിലൂടെ ഇത്രയും നാൾ നേടിയെടുത്തത് മുഴുവൻ വിവരണങ്ങൾ (Information) മാത്രം ആയിരുന്നു.

കാലങ്ങളായി കൈമാറിവരുന്ന വിവരണങ്ങൾ.

ഈ വിവരണ സമ്പ്രദായത്തിലൂടെ എല്ലാം ആർജ്ജിച്ചെടുത്ത് എല്ലാം ആയി ഇനി ഒന്നും വേണ്ട സ്വയം പര്യാപ്തനേടി എന്ന് വിശ്വസിച്ച് നടക്കുകയാണ്.

വിദ്യാഭ്യാസമില്ലായ്മ ഏറ്റവും വലിയ പോരാഴികയാണ് എന്നതാണ് പൊതുവേ ധാരണ.

വിദ്യാഭ്യാസം എന്നത് ഒരു അടിസ്ഥാനഘടകം മാത്രം.

പഠിച്ചതും, ആർജ്ജിച്ചെടുത്തതുമെല്ലാം ഭദ്രമായി മടക്കി പെട്ടിയിൽ പൂട്ടി വച്ചതിന് ശേഷമാണ് ജീവിതത്തിലേക്ക് ഇറങ്ങുന്നത്.

കഷ്ടപ്പെട്ട് ആർജ്ജിച്ചെടുത്ത വിവരങ്ങൾ പിന്നെ നെറ്റിയിൽ ഒട്ടിച്ച് കൊണ്ട് നടക്കാവുന്ന വെറും ലേബലുകൾ മാത്രമായി മാ

റുന്നു.

പോകെപോകെ ഇടയ്ക്ക് അഹംഭാവം വരുമ്പോൾ എടുത്തു പ്രയോഗിക്കാനുള്ള ഒരു ആയുധവും കൂടിയാവുന്നു.

നമ്മൾ അഭ്യസിച്ചെടുക്കുന്ന ഏത് വിദ്യയേയും അവരവരുടെ ജീവിതത്തിൽ ഏതെങ്കിലും രീതിയിൽ പ്രയോജനപ്പെടുത്താൻ ആയില്ല എങ്കിൽ അദ്യ ബുക്കിൽ പറയുന്ന പോലെ വിധിക്ക് കീഴടക്കേണ്ടി വരും.

വിദ്യാഭ്യാസം എന്നതിന് എക്കാലവും പ്രസക്തി ഉണ്ട്.

വിദ്യാഭ്യാസത്തെ ശരിയായ രീതിയിൽ വിനിയോഗിക്കാൻ അറിയാത്ത കാലം ആയിരുന്നു എന്റെ കാലഘട്ടം.

അതിന്റേതായ പോരാഴിക ജീവിതത്തിൽ പലയിടങ്ങളിലും പ്രകടമായിരുന്നു.

ഉറക്കം എന്നത് ജീവിതത്തിന്റെ
ആവശ്യമാണ്.
പക്ഷെ എപ്പോൾ
ഉറങ്ങണം?എപ്പോൾ
എഴുന്നേൽക്കണം എന്നതിലാണ്
കാര്യം.
ഉറക്കത്തിന്റെ പ്രാധാന്യം
മനസ്സിലാക്കി ഉറങ്ങുക.

സീക്രട്ട് തരുന്ന നെഗറ്റീവ് ആശയങ്ങൾ

ആകർഷണ നിയമത്തിന്റെ പ്രതിഫലനം വരുന്നത് നിങ്ങളുടെ ചിന്തകളിലൂടെയാണ്.

ചിന്തകളിലെ ദൂഷ്യം ആകർഷണ നിയമത്തിനെതിരാണ്.

തീവ്രമായ ആഗ്രഹത്തിന്റെ പ്രതിഫലനമാണ് ആകർഷണ നിയമം. ആകർഷണ നീയമം എല്ലാവർക്കും പ്രായോഗികമാവുന്നില്ല. എന്ത് കൊണ്ടെന്നാൽ ആകർഷണ നിയമത്തിൽ അഗ്രഹം മാത്രം പോര. നിരന്തര പരിശ്രമവും വേണം.

തീവ്രമായി ആഗ്രഹിക്കുന്നത് നിരന്തര പ്രരിശ്രമം കൊണ്ട് നേടാൻ കഴിയുന്നില്ല എങ്കിൽ ആകർഷണ നിയമം തെറ്റാണ് എന്ന് സമർത്ഥിക്കാൻ കഴിയും.

പ്രാപഞ്ചിക നിയമം അനുസരിച്ച് ഒന്നിനേയും ആഗ്രഹിക്കേണ്ടതില്ല, ആകർഷിക്കേണ്ടതുമില്ല.

പ്രാപഞ്ചിക നിയമം അതായത് പ്രപഞ്ച നീയമം ഒഴുക്ക് എങ്ങനെയാണോ അതിനനുസരിച്ച് നിസ്വാർത്ഥമായി പോവുക എന്നതാണ്.

കിട്ടാനുള്ളതെല്ലാം ഓട്ടോ മാറ്റിക്കായി വന്ന് ചേരുക തന്നെ ചെയ്യും. പ്രാപഞ്ചിക നിയമം അനുസരിച്ച് ജീവിക്കുന്നവരുടെ തലം എന്നത് വേറെയാരിക്കും.

ആകർഷണ നിയമത്തിൽ ആഗ്രഹങ്ങളുടെ പുറകേ പോകുമ്പോൾ ആഗ്രഹങ്ങൾ സാധിക്കുന്നത്? എന്ത് കൊണ്ടാണ്? ചിന്തിച്ചിട്ടുണ്ടോ?

ആകർഷണ നീയമം നിങ്ങളെ സ്വപ്ന ലോകത്തേക്ക് കൊണ്ട് പോയി മടിയന്മാരാക്കുകയാണ്. ആകർഷണ നിയമം നിങ്ങളുടെ ചിന്തകളെ പോലും വിപരീതമാക്കുകയാണ്.

പ്രപഞ്ചത്തിന്റെ അദൃശ്യമായ ഒരിടപെടൽ അവിടെ നടക്കു

ന്നുണ്ട്. മുൻ ജന്മത്തിലെ ആഗ്രഹ ദൂരികരണത്തിന്റെ ശേഷിപ്പ് ആയിരിക്കാം. നിലവിൽ കുടിയിരിക്കുന്ന ആത്മാവിന്റെ കടമയുടെ ബാക്കിപത്രമാവാം.

ആഗ്രഹത്തിന് വിപരീതയമയി ജീവിതത്തിൽ സംഭവിക്കുന്നുണ്ടെങ്കിൽ നിരാശരാവേണ്ട ആവശ്യമേയില്ല. അത് പ്രപഞ്ച ഹിതമാണ്.

എഴുതാൻ അറിയാത്ത ഞാൻ ഇതൊക്കെ എഴുതുന്നത് എന്റെ ഉള്ളിലെ ആത്മാവിനെ കൊണ്ട് പ്രപഞ്ചം എഴുതിക്കുകയാണ്. എനിക്ക് ഇപ്പോൾ അത് തിരിച്ചറിയാൻ സാധിക്കുന്നുണ്ട്.

ചിലർ "മൾട്ടിപ്പിൽ പേഴ്സണാലിറ്റി "കാണിക്കുന്നത് കണ്ടിട്ടില്ലേ? ബാധ ആണന്ന് കരുതി ദുർമന്ത്രവാദികളുടെ അടുത്തേക്ക് ഓടുന്നതിന് മുമ്പ് ഒരു വട്ടം ചിന്തിക്കുക. അതല്ല സൈക്കോസിസത്തിന്റെ അവസ്ഥാന്തരങ്ങളാണന്ന് പറയുന്നവരുമുണ്ട്. ചില നിർണായക ഘട്ടങ്ങളിൽ ജീവിത ബന്ധനമാകുന്ന ബന്ധങ്ങളും, രക്തബന്ധത്തിന്റെയും മുന്നിൽ എന്ത് ചെയ്യണമെന്നറിയാതെ പകച്ച് നിൽക്കുമ്പോഴാണ് ബുദ്ധിശൂന്യരായ ഇവരുടെ ഒക്കെ വാക്കുകൾക്ക് ഇരകളാകേണ്ടി വരുന്നത്.

പ്രപഞ്ചം നയിക്കുന്ന വഴിയിൽ
നടക്കുന്നവന്റെ കാലിൽ ഒരു മുള്ളു
പോലും കൊള്ളുകയില്ല

മക്കളുടെ ഭാവിയെക്കുറിച്ചുള്ള രക്ഷിതാക്കളുടെ ഉൽക്കണ്ഠകൾ

സ്വന്തം വിധിയോ കഴിവില്ലായ്മ കൊണ്ടോ പൊളിഞ്ഞ് പോയ സ്വപ്നങ്ങൾ തങ്ങളുടെ മക്കളിലൂടെ നേടിയെടുക്കണമെന്ന അതിമോഹമാണ് പൊതുവേ എല്ലാ മാതാപിതാക്കളുടെയും.

ഈ ആഗ്രഹ സാക്ഷാത്കാരത്തിന് വേണ്ടി ഞെക്കിപ്പഴുപ്പിച്ചെടുക്കുന്ന രീതിയിലുള്ള കാര്യങ്ങളാ ഇപ്പോഴത്തെ കുട്ടികളെ കൊണ്ട് ചെയ്യിക്കുന്നത്.

കുട്ടികളുടെ ഉള്ളിലെ കഴിവ് എന്താണെന്ന് ആരും മനസ്സിലാക്കുന്നില്ല. ഈ കഴിവുകൾ നല്ലതും ചീത്തയുമായി ഓരോന്നോരോന്നായി വളർച്ചയുടെ ഓരോ ഘട്ടങ്ങളിലും പുറത്ത് കാണാനാവുന്നതാണ്. ചീത്ത ശീലങ്ങളെ അടിച്ചമർത്തുന്ന കൂട്ടത്തിൽ നല്ല കഴിവിനേയും അടിച്ചമർത്തി കളയുന്നുണ്ട്. പ്രപഞ്ചത്തിൽ പ്രതിഫലിക്കാനുള്ള കഴിവുകളാണെങ്കിൽ എപ്പോഴും ഉള്ളിരുന്ന് ഇത് ചെയ്യാനുള്ള ഒരു ത്വര പ്രകടമാക്കേിക്കണ്ടിയിരിക്കും.

കുട്ടികളുടെ ഉള്ളിലുള്ളത് മനസ്സിലാക്കാതെ ഓരോന്നും അടിച്ചേൽപ്പിക്കാൻ ശ്രമിക്കുമ്പോഴാണ് കുട്ടികളിൽ അതൃപ്തി കാണപ്പെടുന്നത്.

ജനിക്കുമ്പോൾ മുതൽ തന്നെ കുട്ടികളിൽ ആശയക്കുഴപ്പം നിറഞ്ഞ കാര്യങ്ങൾ നമ്മളും, സമൂഹവും പഠിപ്പിക്കുന്നു.

അത് കൊണ്ടാണ് കുഞ്ഞിലേ തന്നെ ഒരു വിപരീതത കുട്ടികളിൽ പ്രകടമാകുന്നത്

വളർച്ചയുടെ ഒരു ഘട്ടം കഴിയുമ്പോൾ ആ സമയത്ത് എന്താണോ ബുദ്ധിയിൽ പ്രവർത്തിക്കുന്നത് അതിലേക്ക് കാര്യങ്ങൾ മാറുന്നു.

കുട്ടികൾ വഴി തെറ്റി പോകുന്നതിന് ഒരു പരിധി വരെ കാര

ണക്കാർ മാതാപിതാക്കൾ തന്നെയാണ്.

കാലഘട്ടത്തിനനുസരിച്ച് ചിന്തകളും വരുന്നില്ല. ഇടുങ്ങിയ മനസ്ഥിതിയും ബുദ്ധിക്ക് മേലെ കാര്യങ്ങൾ മനസ്സിലാക്കാൻ പറ്റാതെ വരുന്നതും മാതാപിതാക്കളുടെ പോരായ്മകളായി കാണാവുന്നതാണ്. ഒരു പരിധി കഴിയുമ്പോൾ കുട്ടികൾ അവരവരുടെ സ്വന്തം രീതിയിൽ കാര്യങ്ങൾ കൊണ്ട് പോകുന്നത് കാണുമ്പോഴാണ് മാതാപിതാക്കൾക്ക് തങ്ങളുടെ ബുദ്ധിമോശം മനസ്സിലാകുന്നത്. സ്വന്തം മക്കളുടെ കാര്യത്തിൽ സ്വയം ഏറ്റെടുക്കേണ്ട ചില ഉത്തരവാദിത്വങ്ങൾ ഉണ്ട്. മാതാപിതാക്കൾ ഇതിൽ നിന്ന് ഒഴിഞ്ഞ് മാറി വ്യതിചലിച്ച് പോകുമ്പോഴാണ് കുട്ടികളും അവരവരുടെ വഴിക്കേ പോകുന്നതും.

ഗുരു തത്വത്തിൽ ജീവിക്കുന്നവരും, അവരുടെ കുട്ടികളും ഒരിക്കലും വഴിതെറ്റി പോകുകയില്ല.

ഗുരു ഉപവസിക്കുന്ന ദേഹം കുടിയിരിക്കുന്ന വീട്. ആ ദേഹവുമായി അഭേദ്യ ബന്ധമുള്ളവരുടെ ഇടയിൽ പോലും അസഹിഷ്ണുതയുടെ മതിൽ രൂപം കൊള്ളുകയാണ്. ദേഹത്ത് കുടിയിരിക്കുന്ന ആത്മാക്കൾ തമ്മിലുള്ള ശത്രുതയായിരിക്കുമോ കാരണം? ആശയങ്ങൾ തമ്മിലുള്ള പൊരുത്തകേടുകൾ തീർത്ത മതിൽക്കെട്ട്.

എഴുതുന്നത് ഗുരുവിനെ കുറിച്ചാണ് ഗുരുവിന്റ ആശയങ്ങളാണ്. ഒരു അക്ഷരത്തെറ്റിനു പോലും വരുന്ന വ്യാഖ്യാനങ്ങൾ വളരെ വലുതായിരിക്കും. എന്തെഴുതുമ്പോഴും പലവട്ടം ചിന്തിക്കേണ്ടിയിരിക്കുന്നു.

ഏതൊരു വ്യക്തിക്കും അവനവനെ കുറിച്ച് സ്വയം തിരിച്ചറിയാൻ ഉള്ള ഏക മാർഗ്ഗം, നിങ്ങളുടെ ജീവിതത്തിലെ നിർണ്ണായകമായ ഏത് ഘട്ടങ്ങളിലും സ്വയം തീരുമാനമെടുക്കാൻ ഉള്ള സ്വയം പര്യാപ്തത കൈ വരിക്കുന്നതിലൂടെയാണ്.

മനുഷ്യൻ

പ്രപഞ്ച സൃഷ്ടികളിലെ അതിവിശിഷ്ടമായ ജന്മങ്ങളിലൊന്നാണ്

മനുഷ്യ ജന്മം. ഓരോ ജീവജാലങ്ങൾക്കും തനതായ ഓരോ കഴിവ് നൽകിയപ്പോൾ മനുഷ്യന് മാത്രം ചില പ്രത്യേകതകൾ നൽകി. മനുഷ്യന് വിവേകബുദ്ധിയും, ചിന്താശേഷിയും നൽകി. ഈ കഴിവിനെ വേർതിരിച്ച് വേണ്ട രീതിയിൽ ഉചിതമാ

യി ഉപയോഗിക്കുവാനും പ്രവർത്തിക്കുവാനും മാത്രം മനുഷ്യനെ കൊണ്ട് സാധിക്കുന്നില്ല.

മനസ്സിന് കീഴപ്പെട്ടു നടക്കുന്നവരെ തിരിച്ചറിയാൻ കഴിയും.

മനസ്സിൽ ഇപ്പോൾ എന്താണോ ഉള്ളത് അതിനെ തിരിച്ചറിയുക. ഒരു നിമിഷത്തേക്ക് അതിനെ മാറ്റി നിർത്തുക. ഒന്ന് കണ്ണടച്ച് നോക്കൂ. ഈ നിമിഷം എന്തൊക്കെയാണോ? നിങ്ങളുടെ മനസ്സിലേക്ക് വരുന്നത്? അതിനെല്ലാം നിങ്ങളുടെ മനസ്സ് ബന്ധനസ്ഥമാണ്. ഇപ്പോൾ നിങ്ങൾ കാണുന്നതെല്ലാം നിങ്ങളുടെ ചിന്തകളാണ്.

എന്നാൽ SMS ധ്യാനാവസ്ഥയിൽ നിങ്ങളിരിക്കുമ്പോൾ കാണുന്ന ദൃശ്യങ്ങൾ അത് പ്രപഞ്ചത്തിൽ നിന്ന് കാണുന്നവയാണ്.

ഈ കാഴ്ചകൾ ഗുരുവിന്റെ കണ്ണുകളിലൂടെ മാത്രമേ നിങ്ങൾക്ക് കാണാനാവൂ.

ഒരു നിമിഷം ഒന്ന് കണ്ണടച്ച് നിങ്ങൾ നിങ്ങളെ തന്നെ ഒന്ന് കാണാൻ ശ്രമിക്കൂ.

നിങ്ങൾ ജീവനോടെ ഇരിക്കുന്ന സത്യമാണ്.

എന്നിട്ടുമെന്തേ നിങ്ങളെ നിങ്ങൾക്ക് കാണാനാവാത്തത്?

നിങ്ങൾക്ക് നിങ്ങളെ കാണണമെങ്കിൽ നിങ്ങളുടെ പ്രതിബിംബത്തിലൂടെയേ പറ്റൂ.

SMS ധ്യാനത്തിലൂടെ കണ്ണ് തുറന്നിരുന്നാലും ദൈവത്തെ കാണാനാവും, കണ്ണടച്ചിരുന്നാലും ദൈവത്തെ കാണാനാകും.

നിങ്ങൾക്ക് അറിയില്ലാത്ത നിങ്ങളുടെ വാസനകളെ നിങ്ങൾക്ക് തിരിച്ചറിയാനാകും. നിങ്ങൾ ഈ നിമിഷം വരെ ചെയ്തിട്ടുള്ള എല്ലാ പാപഭാരങ്ങളും ഇവിടെ ഇറക്കി വയ്ക്കാം. നിങ്ങളുടെ തലയ്ക്ക് മീതെ നിൽക്കുന്ന ഏത് വാളും നിങ്ങൾക്ക് നേരെ ചലിക്കില്ല എന്നത് സത്യം.

ഈ ജന്മ കർമ്മഫലവും, മുൻജന്മ കർമ്മഫലത്തിൽ നിന്നും മോചനം.

ലോകത്തിലെ ഓരോരോ കുടുംബങ്ങളിലും ഓരോരോ "രത്നാകരൻ" മാരും ഉണ്ട്. ഈ രത്നാകരനെ സ്വയം തിരിച്ചറിയുക.

മൊബൈൽ ഫോൺ ഉല്ലാസകരമായ കാര്യങ്ങൾക്ക് വേണ്ടി ഉപയോഗിക്കുമ്പോളാണ് നമ്മൾ അതിന് അടിമപ്പെട്ടു പോകുന്നത്.

മൊബൈൽ ഫോൺ വിളിയിലെ കർമ്മ ഫലങ്ങൾ

ഇപ്പോൾ ഏറ്റവും കൂടുതൽ പരദൂഷണം പറയാൻ ഉപയോഗിക്കുന്നത് മൊബൈൽ ഫോൺ മുഖേനയാണ്. മൊബൈൽ ഫോൺ ചെവിയിൽ വച്ച് സംസാരിക്കുമ്പോൾ മറുവശത്തെ ആളിന്റെ സ്വാധീനം മൂലം സംസാരിക്കുന്ന ആൾ പരിസരം മറന്ന് പോകുന്നു. നീണ്ട് പൊയ്ക്കൊണ്ടിരിക്കുന്ന ഈ സംസാരം നിർത്താൻ തോനില്ല. പുറമേയുള്ള തരംഗങ്ങളുടെ ദൂഷ്യവും ഈ സംസാരം നൽകുന്ന കോംപ്ളിക്കേറ്റഡ് മെമ്മറിയും നൽകുന്ന വിപരീതഫലമാണ് പിന്നീട് വരുന്ന മാനസികമായ പല പ്രശ്നങ്ങളിലേക്ക് നമ്മൾ പോലും അറിയാതെ പോയ് പോവുകയാണ്.

പരദൂഷണം

ഗുരു ക്ലാസ്സിൽ പരദൂഷണത്തെ കുറിച്ച് സംസാരിക്കുന്നു. പരദൂഷണത്തെ കുറിച്ച് എഴുതാനും പറയുന്നു.

ജീവിതത്തിൽ അത്ര താൽപര്യമില്ലാത്ത വിഷയം. "എന്നാൽ "എത്രയൊക്കെ താൽപര്യം ഇല്ല എന്ന് പറഞ്ഞാലും ഉള്ളിന്റെ ഉള്ളിൽ ഏതൊരാൾക്കും താൽപര്യമുള്ള വിഷയം ആണ്.

വെറുതേ ആണെങ്കിലും ഒന്ന് കേൾക്കാൻ തോന്നും കേൾക്കാൻ ഇഷ്ടല്ല എന്ന് പറയുമെങ്കിലും കേൾക്കാത്ത മട്ടിൽ അറിയാത്ത ഭാവത്തിലിരുന്ന് കാര്യങ്ങളെ ഗ്രഹിച്ചെടുക്കുന്നു ഇത് പരദൂഷണം കേൾക്കുന്നതിന്റെ ഒരു വേർഷൻ.

പരദൂഷണം പറയുകയും പറയാതെ പറയുകയും ചെയ്യുന്ന മറ്റൊരു വേർഷൻ.

പരദൂഷണത്തിന്റെ ആരംഭം ജിജ്ഞാസയിലാണ് ഇരിക്കുന്നത്.

ജിജ്ഞാസ എന്ന വാക്ക് എപ്പോഴും പറയാൻ ബുദ്ധിമുട്ടുള്ള ഒരു വാക്കാണ്. പക്ഷെ

മനസ്സും ജിജ്ഞാസയും തമ്മിൽ ബന്ധമുണ്ട്. അത് പോലെ തന്നെയാണ് ആകാംഷ, പരദൂഷണത്തിന്റെ ഒരു പ്രധാന കണ്ണിയാണ്. ആകാംഷയും. ജിജ്ഞാസയും കൂടിച്ചേരുമ്പോൾ പരദൂഷണം കേൾക്കാനുള്ള ത്വര ഉണ്ടാവുന്നു. കേൾക്കാനുള്ള ത്വര ഉണ്ടെങ്കിൽ പിന്നെ പറയാൻ ആളുകൾ സുലഭം.

ചെരുപ്പ് അഥവാ പേജ് 37ലെ തെറ്റ്

പുഷ്പപാദുകമായാലും പുറത്ത് വച്ച് നഗ്ന പാദനായി അക

ത്ത് കയറണമെന്നതാണ് ശരി. എവിടെ ആയാലും അതാണ് മാന്യത.

നമ്മൾ സഞ്ചരിക്കുന്ന ലോകം എങ്ങനെയുള്ളതാണെന്ന് നമുക്കറിയാം. നമ്മുടെ ചെരുപ്പിനടിയിലെ മാലിന്യങ്ങൾ വഹിച്ച് കൊണ്ട് വൃത്തിയുള്ള ആശ്രമത്തിൽ പ്രവേശിക്കുന്നത് ശരിയാണോ?

തെറ്റാണ് എന്ന് പറയുകയാണെങ്കിൽ ഉദാഹരണ സഹിതം ഒരുപാട് കാര്യങ്ങൾ പറയാനാകും.

ആശ്രമത്തിനുള്ളിൽ ചെരുപ്പ് ഉപയോഗിക്കുമ്പോൾ ഉള്ളിൽ ഒരു അസ്വസ്ഥത തോന്നിയിട്ടുണ്ട്. വൃത്തിയുള്ള ഒരു സ്ഥലത്ത് എന്തിനാണ് ചെരുപ്പ് ഉപയോഗിക്കുന്നത്?

ബൈബിളിലെ ഒരു വാക്യം പോലെ ഉള്ളിൽ തോന്നിയതാണ് കൃത്യമായി അറിയില്ല.

യഹോവ വീടുപണിയാതെ ഭൂമിയിൽ വീട് പണിയുന്നവൻ വൃഥാ അദ്ധ്വാനിക്കുകയാണ്.

"എന്നത് പോലെ "

വീട് വയ്ക്കുമ്പോൾ അവനവന് വേണ്ടിയാവണം വീട് വയ്ക്കേണ്ടത്. മറ്റുള്ളവരുടെ മനവിരുപ്പത്തിന് വേണ്ടി വീട് പണിയുന്നവനും വൃഥാ അദ്ധ്വാനിക്കുകയാണ്.

ഇരിപ്പിലെ വാസന

കാലിന്റെ മുകളിൽ കാല് കയറ്റി വച്ച് ഇരിക്കുന്ന സ്വഭാവം നമ്മളിൽ എല്ലാവർക്കും ഉണ്ട്.

ഈ കാലഘട്ടത്തിലെ കുട്ടികളിൽ തന്നെ ആ ശീലം ഉണ്ട്. ഈ രീതിയിൽ ഇരിക്കുമ്പോഴാണ് ഇരിപ്പിന് കംഫർട്ട് ലഭിക്കുന്നു എന്ന തെറ്റായ മെസേജ് കൂടി ഈ ഇരിപ്പ് നൽകുന്നു. പെൺകുട്ടികളിൽ കൂടുതലായി ഈ രീതി കണ്ട് വരുന്നുണ്ട്. പെൺകുട്ടികളുടെ സ്വഭാവത്തിന്റെ പവിത്രതയ്ക്ക് വരെ കളങ്കം വരുത്തുന്ന ഒരു ഇരിപ്പ് രീതിയാണിത്

ഇതും എന്റെ കാല്, ഇതും എന്റെ കാല്, എന്റെ ഒരു കാലെടുത്ത് മറ്റേ കാലിന്റെ മുകളിൽ വച്ച് ഇരിക്കുന്നത് കൊണ്ട് എന്താണ് കുഴപ്പം?

ചോദ്യം പുഷ്പ സിനിമയിലെ പുഷ്പയുടേതാണ്.

ഇരിപ്പിലെ ആഢ്യത്യം ഒരു കാലത്ത് ജന്മിത്തം. മാഡമ്പി, ഇങ്ങനെയുള്ള കുത്തക അവകാശത്തെ ചൂണ്ടികാണിക്കുന്ന

ത് ഈ ഇരിപ്പിലൂടെ ആയിരുന്നു.

ഇന്ന് ഈ ഇരിപ്പ് പാണ്ഡിത്യത്തിന്റെ അലങ്കാരമായി മാറി.

പൊതുവേദികളിലുപോലും ഓചിത്യമില്ലാതായി മാറി.

പുരാണത്തിലോ. സിനിമകളിലോ രാജസദസ്സ് രംഗം ഒന്ന് ശ്രദ്ധിക്കൂ.

ഒരു രാജാവ് പോലും കാലിൽ മേൽ കാല് കയറ്റി ഇരിക്കുന്ന ഒരു സീൻ പോലും ഞാൻ കണ്ടിട്ടില്ല.

രാജ്യസദസ്സിലും അങ്ങനെ ആരും ഇരിക്കില്ല.

പറഞ്ഞ് വന്നത് പ്രപഞ്ചത്തിന്റെ ഒരു കണ്ണ് എപ്പോഴും നമ്മളിൽ ഉണ്ട്. പ്രപഞ്ചത്തെ ഏത് സമയവും ബഹുമാനിക്കുക. അപ്പോൾ നമുക്ക് ആരേയും പ്രത്യേകമായി ബഹുമാനിക്കേണ്ടതായി വരുന്നില്ല. ഒറ്റയക്കിരിക്കുമ്പോൾ ശരിയായ രീതിയിൽ ഇരിക്കാൻ ശ്രമിക്കുക. അതിന്റെ ഗുണമെന്നത് എന്തന്നാൽ ഏതെങ്കിലും ഒരു സഭയിൽ ചെന്ന് ഇരിക്കുമ്പോൾ കഷ്ട്ടപ്പെട്ട് സഭാമര്യാദകൾ പാലിച്ച് വിഷമിക്കേണ്ടതായി വരില്ല. ഒരാളിന്റെ ഇരിപ്പിൽ തന്നെ ആ ആളിന്റെ വാസനയും സ്വഭാവവും പ്രകടമാവുന്നു.

"മര്യാദയ്ക്ക് ഇരിക്കുക" എന്നതാണ് ഇവിടെ ഗുരു നമ്മളെ ആദ്യം പഠിപ്പിക്കുന്നത്

പേരിലെ പുഷ്പയിലെ സാദൃശ്യമാണോ? എന്റെ ജീവിതത്തിൽ എവിടെയൊക്കെയോ പുഷ്പ ഉണ്ട്. കഥാപാത്രത്തോടുള്ള ഇഷ്ടം കൊണ്ടാണോ എന്നറിയില്ല പുഷ്പയുടെ ആ ഇരിപ്പിന്റെ രീതി ഞാനും പഠിച്ചു. നായകൻ പഠിപ്പിച്ച് തന്ന "നായകാരാധനാവാസന" മാറ്റാൻ ഇപ്പോൾ പാട് പെടുകയാണ്.

പ്രപഞ്ചത്തിന് വിവരീതമായ പ്രവർത്തിയാണ് സിനിമയിലെ ഇതിവൃത്തമായ ചന്ദന കള്ളക്കടത്ത്.

ഗുരുദേവനോടു കാണിക്കുന്ന അനീതി

നമ്മുടെ നാട്ടിൽ ഈഴവരായവർ സ്വന്തം ജാതിയെ കാണിക്കുന്നതിനായി നെറ്റിയിൽ കുറി തോടുന്നത് പോലെ ശ്രീനാരയണഗുരുദേവന്റെ ചിത്രം വീടിന്റെ ഉമ്മറത്ത് തൂക്കി ഇട്ടിരിക്കുന്നത് കാണാനാകും. ആശിച്ച് മോഹിച്ച് ഇല്ലാത്ത പൈസ ഉണ്ടാക്കി വീട് കെട്ടിപ്പൊക്കി പണി തീർത്ത് താമസിക്കാൻ തുടങ്ങുമ്പോൾ ആദ്യം തന്നെ ചെയ്യുന്നത് വീടിന്റെ ഉള്ളിൽ പൂജാമുറിയിൽ വച്ച് ആരാധിക്കേണ്ട ഗുരുചൈതന്യത്തെ വീടിന് കാവൽ നിർത്തി വാതിൽ ദിവസവും ചൈതന്യത്തിന് മുന്നിൽ കൊട്ടിയടക്കുന്നു.

നമ്മൾ വീട്ടിൽ സുഖമായി ഉറങ്ങുമ്പോൾ ഗുരുദേവൻ വെയിലും, കാറ്റും, മഴയും, എല്ലാം കൊണ്ട് നിസ്സഹായനായി വീടിന് പുറത്ത്. ഒന്ന് ഓർത്ത് നോക്കൂ എത്ര ഗുരുനിന്ദയാണ് നാം കാണിക്കുന്നത്. എത്ര നാൾ സുഖമായി ഇങ്ങനെ ഉറങ്ങാൻ കഴിയും?

എന്റെ ഉറക്കം നഷ്ടപ്പെട്ടതിന്റേ ഒരു കാരണം ഇതായിരുന്നുവോ?

നിർഭാഗ്യം എന്ന് പറയട്ടെ തലയിൽ വെളിച്ചമില്ലാതിരുന്നതിനാൽ ഞാനും ഈ ഹീന പ്രവർത്തി ചെയ്തു.

"ഗുരുദേവാ മാപ്പ് അറിവില്ലാതെ ചെയ്തു പോയി മാപ്പാക്കണം"

എല്ലാവരേയും പോലെ ഞാനും ഒരു വീട് വച്ചു.

എവിടുന്ന് ഈ ചിന്ത വന്നു എന്നറിയില്ല ഞാനും ഒരു ഗുരുദേവന്റെ ചിത്രം വീടിന്റെ പുറത്തെ ഭിത്തിയിൽ തൂക്കി.

ഞാൻ അടക്കമുള്ള മനുഷ്യരുടെ ബുദ്ധിയുടെ തലതിരിവ് ഞാൻ ഇപ്പോൾ ഓർക്കുകയാണ്.

വീടിന്റെ അകത്ത് കയറ്റാൻ പാടില്ലാത്ത എല്ലാം വീടിന്റെ

ഉള്ളിൽ കയറ്റും.

ഞാൻ ആദ്യമായി ആശ്രമത്തിലേക്ക് യാത്ര തിരിക്കുന്ന ദിവസം ഞാൻ വീട്ടിൽ നിന്നിറങ്ങുകയാണ്.

അത് സംഭവിക്കുകയാണ്. ഞാൻ പിന്നീടാണ് അറിഞ്ഞത്.

എന്റെ വീടിന്റെ ഉമ്മറത്ത് പിടിപ്പിച്ചിരുന്ന ശ്രീ നാരയണ ഗുരുദേവന്റെ ചിത്രം തനിയെ താഴെ വീണ് ഉടയുകയാണ്

അത്രയും കാലം ദൂരെ മാറ്റി നിർത്തിയിരിക്കുകയായിരുന്നു ഞാൻ പോകുന്നത് ശരിയായ സ്ഥലത്തേക്ക് ആണന്നറിഞ്ഞ സന്തോഷത്താൽ തകർത്തെറിഞ്ഞതാവാം. വിശ്വചൈതന്യം നല്ലവനാകാൻ പോകുന്ന എന്നെയും കാത്ത് ആശ്രമത്തിൽ ഉണ്ടായിരുന്നു.

വീടും കുടുംബവും

ഒരു വീട് എന്നത് ചിലപ്പോൾ ഒരാളിന്റെ ജീവിതത്തിലെ സ്വപ്നങ്ങളിലൊന്നാണ്.

ആ വീടിന്റെ ഓരോ കട്ടയിലും, ഓരോ മണൽത്തരിയിലും വരെ അതിന് വേണ്ടി കഷ്ടപ്പെട്ടവന്റെ വിയർപ്പിന്റെ ഉപ്പ് രസവും കണ്ണീരിന്റെ നനവും ചേർത്ത് കൂട്ടിയ ചാന്ത് കൂട്ടിയായാരിക്കും നിർമ്മിച്ചിരിക്കുക.

ഒരു കല്ലിന്റെ വില എന്നത് ചില നിർണ്ണായക സമയത്തെ ജീവന്റെ വില ആയിരിക്കും. വീട് കെട്ടുന്നത് മണ്ണിലായിരിക്കാം. തറക്കല്ല് ഇരിക്കുന്നത് ഹൃദയത്തിലാണ്. ആ വീട് ചെറുതോ വലുതോ ഏതുമാവട്ടേ വീടിരിക്കുന്നത് ഹൃദയത്തിന്റെ ഉള്ളിലാണ്.

ഒരു വീടിനെ ശ്രീകോവിൽ പോലെ കണ്ട് ആ വീടിനുള്ളിൽ എന്നും ഐശ്വര്യം നിലനിർത്താനും കാത്തുസൂക്ഷിക്കാനും വീട്ടിലെ അന്തേവാസികൾ എല്ലാവരും ഒരേപോലെ ശ്രമിക്കേണ്ടതാണ്.

"കൂടുമ്പോൾ ഇമ്പമുള്ളതാണ് കുടുംബം എന്ന ലോജിക്കില്ലാത്ത പഴമൊഴി സ്ഥാനത്തും, അസ്ഥാനത്തും പലരും പ്രയോഗിക്കാറുണ്ട്.

"അർത്ഥം അറിയാതെ പറയുന്ന കേട്ടറിവ് മാത്രം. "

ഒരേ മനസ്സോടെ. ഒരേ ചിന്തയോടെ,

ഞാൻ. എനിക്ക്, എന്റെ എന്ന സ്വാർത്ഥ പദത്തെ മാറ്റി നിർത്തിക്കൊണ്ട്.

ഒരേ മനസ്സോടെ. ഒരേ ചിന്തയോടെ, വേർതിരിവിന്റെ. വെറുപ്പിന്റെ കണിക ലവലേശ പോലുമില്ലാതെ നമുക്ക്, നമ്മുടേത് എന്ന മനസ്ഥിതി എവിടെയാണോ ഉള്ളത് അവിടെയാണ് വീട് എന്നതിനും കുടുംബം എന്നതിനും മഹിമ ഉണ്ടാവുന്നത്.

നമ്മൾ മനുഷ്യർ എല്ലാവരും ദൈവത്തിന്റെ സൃഷ്ടി തന്നെ ആണ്.

രൂപവും അതേപോലെ.

പിടിവാശി

പിടിവാശി എന്ന ഓട്ട ബക്കറ്റിൽ
വെള്ളം കോരുന്നതിലൂടെ
വിയർപ്പൊഴുക്കി ഭൂമിയിൽ
കളയാം എന്നേയുള്ളൂ,
അനാവശ്യ വിയർപ്പു തുള്ളികൾ
ജീവിതത്തിലും ഗുണം ചെയ്യില്ല
പ്രപഞ്ചത്തിനും ഗുണം ചെയ്യില്ല.

ചോരക്കുഞ്ഞിന്റെ കരച്ചിലിനുപിന്നിലെ അറിവിന്റെ രഹസ്യം

അച്ഛന്റേയും, അമ്മയുടേയും വാസനകൾ അടങ്ങിയ ഒരു മോൾഡാണ് കുഞ്ഞിന്റെ രൂപത്തിൽ പുറത്തേക്ക് വരുന്നത്.

മനുഷ്യന്റെ ഉള്ളിൽ അറിവുകൾ നിറച്ചാണ് ഭൂമിയിൽ പിറവി എടുപ്പിക്കുന്നത്. നമ്മുടെ ഉള്ളിൽ ജന്മനാ ഒരു ഭാഷ ഉണ്ട്. അത് ദൈവത്തിന്റെ ഭാഷയാണ്. ഈ ഭാഷ നമ്മൾ ഒരിക്കലും പുറത്തെടുക്കാൻ ശ്രമിച്ചിട്ടില്ല. ഈ ഭാഷ സംസാരിക്കാൻ പഠിച്ചാൽ ദൈവത്തെ നമുക്ക് കാണാൻ കഴിയും, കേൾക്കാൻ കഴിയും

ദൈവത്തോട് സംസാരിക്കാനും കഴിയും.

നമ്മൾ പോലും അറിയാതെ നമ്മുടെ ഉള്ളിൽ 7 പ്രവർത്തനങ്ങൾ നടക്കുന്നുണ്ട്'. അതിലൊന്നാണ്,

പ്രാണന്റെ പ്രവർത്തനം. സുസ്ഥിരമായ ഒന്നാണ് പ്രാണന്റെ ഗതി. പ്രാണഗതിയിൽ മാറ്റം വരുന്നില്ല. എപ്പോഴും കൃത്യമായിരിക്കും. പ്രാണനെ നീയന്ത്രിക്കുന്നത് അത്മാവ്. പ്രാണൻ നൽകിയപ്പോൾ തന്നെ അറിവും നിറയ്ക്കുകയാണ്. ആ അറിവിന്റെ വ്യാപ്തി താങ്ങാനാവാതെയാണ് കുഞ്ഞ് കരയുന്നത്. പിറന്ന് വീണ കുഞ്ഞിന്റെ ഓരോ കരച്ചിലിന്റെ പിന്നിലും ആ കുഞ്ഞിന്റെ ഭാവിയെ പ്രതിനിധാനം ചെയ്യുന്നു. സമൂഹത്തിൽ ഏറ്റവും ഉന്നതിയിൽ നിൽക്കുന്നവർ എല്ലാം വാവിട്ട് കരഞ്ഞവർ ആകാം. കുഞ്ഞ് കരയുമ്പോൾ വിശപ്പിന്റെ വിളി ആയി തെറ്റിദ്ധരിച്ച് പാലൂട്ടി ആ അറിവിനെ അവിടെ തടയിടുകയാണ് അമ്മമാർ ചെയ്യുന്നത്. ഒരു കുഞ്ഞിനെ എങ്ങനെ സംരക്ഷിക്കണമെന്ന് പ്രപഞ്ചത്തിനറിയാം. അച്ഛനും അമ്മയും കേവലം ഒരു ഉപാധി മാത്രമാണ്. കുഞ്ഞ് പുറത്ത് വരുമ്പോഴെ പ്രപഞ്ചത്തിന്റെ ഇടപെടൽ അവിടെ നടക്കുന്നുണ്ട്. ഗർഭസ്ഥ ശിശുവിനെ വെള്ളത്തിലിട്ടാൽ

കുഞ്ഞ് പൊങ്ങി തന്നെ കിടക്കും.

മാതാപിതാക്കളുടെ സ്വാർത്ഥത നിറഞ്ഞ ഇടുങ്ങിയ ചിന്തയിലൂടെയാണ് കുട്ടികളുടെ

വളർച്ചയിലെ ഓരോ ഭാവ മാറ്റത്തിന്റെയും കാരണം.

അച്ഛനും അമ്മയും കേവലം ഉപാധി മാത്രമാണ്. പ്രപഞ്ചത്തിന്റ ആവശ്യമാണ് ഓരോ സ്രിഷ്ട്ടിയും. പ്രപഞ്ചത്തിന് വിപരിതമായ പ്രവർത്തികൾ നടക്കുമ്പോൾ പ്രപഞ്ചം തന്നെ ചില തീരുമാനങ്ങൾ എടുക്കുകയാണ്. വളരെ സന്തോഷത്തോടെ സ്വന്തം രൂപം തന്നെ നൽകിയാണ് ദൈവം മനുഷ്യനെ സൃഷ്ടിച്ചത്. പ്രപഞ്ച നന്മയ്ക്ക് വേണ്ടിയാണ് മനുഷ്യനെ സൃഷ്ടിച്ചത്. പക്ഷെ ദൈവത്തിന്റെ രൂപത്തിൽ മനുഷ്യൻ ചെയ്യുന്ന ദൈവത്തിന് നിരക്കാത്ത പ്രവർത്തികൾ കണ്ട് ദൈവത്തിന് തന്നെ മനം മടുത്തിരിക്കുകയാണ്.

മനുഷ്യ നിർമിതമായ ഏതൊന്നിനും സ്ഥായിയായ ഒരു നിലനിൽപ്പുമില്ല. ദൈവത്തിന്റെ ഉള്ളിൽ ഉന്മൂലനത്തിന്റെ ഒരു പുനർചിന്തനം സംഭവിക്കുകയാണെങ്കിൽ 'തീരാവുന്നതേയുള്ളൂ എല്ലാം. (ആദ്യ ബുക്കിലെ പേജ് 72 മാറ്റം..)

•••———•○•●○○●•○•———•••

ഭൗതികതയിൽ നിങ്ങളെ
നയിക്കുന്നത് മറ്റുള്ളവരാണ്.

•••———•○•●○○●•○•———•••

ഒരു മെഡിറ്റേഷൻ അനുഭവം

വീട്ടിൽ ഇരുന്ന് മെഡിറ്റേഷൻ ചെയ്യുകയാണ്. ഭൗതികതയിൽ നമ്മൾ കാണുന്നിടത്തെല്ലാം ദൈവത്തെ കണ്ട് ശീലിച്ചിട്ടുള്ളതും ചിത്രീകരിച്ചിട്ടുള്ളതും മനുഷ്യരൂപത്തിലാണ് '

എന്ത് കൊണ്ടാണ്? എന്ന ഒരു ചിന്ത മനസിൽ ഉണ്ടായിരുന്നു.

ദൈവത്തിന്റെ രൂപം തന്നെയാണ് മനുഷ്യന് നൽകിയിരിക്കുന്നതും.

ഒരു മെഡിറ്റേഷൻ അനുഭവം,

ധ്യാനത്തിനിടയിൽ മനുഷ്യരൂപം കാണുന്നു. രൂപം മനുഷ്യന്റേതാണ്. വളരെ പ്രത്യേകത നിറഞ്ഞ ദിവ്യമായ ഭാവം. ആഘർണം തോന്നുന്ന മേനി, പുരുഷനാണ്. പുരുഷത്വം കാഴ്ച്ചയിൽ പ്രകടമാണ്.

ആടയാഭരണങ്ങൾ ഒന്നും ഇല്ലാതെ ഉള്ള ആ രൂപം അങ്ങ് എന്നെ കാണിച്ചത് എന്തിനാണ് സൂര്യദേവാ.

പുരികമധ്യത്തിലെ കണ്ണ്

മനുഷ്യന്റെ ജീവനാഡി എന്ന് വിശേഷിപ്പിക്കാവുന്ന നാലിഞ്ച് രണ്ടിഞ്ച് വലിപ്പമുള്ള ഉപകരണത്തിലെ ചെറിയ അപേക്ഷാവൃത്തത്തിനുള്ളിൽ തേടുമ്പോൾ ലഭിക്കുന്നത് നിങ്ങൾക്ക് അറിയാത്ത പല സംശയങ്ങളുടെയും നിവാരണങ്ങളാണ്.

പുതിയ തലമുറയ്ക്ക് ഈ വാക്കുകൾ മനസ്സിലാവണമെന്നില്ല എന്തിനും ഏതിനും ഗൂഗിളിൽ സേർച്ച് ചെയ്തു ഉത്തരം കണ്ടെത്തുന്നതിനെയാണ്.

ശിവഭഗവാന്റെ തൃക്കണ്ണ് തുറക്കുന്നത് സംഹാരത്തിന് വേണ്ടി ആണെന്ന് പുരാണങ്ങൾ പറയുന്നു.

ശിവഭഗവാന്റെ പോലെ തന്നെ നമുക്കും തൃക്കണ്ണ് ഉണ്ട്. നമ്മുടെ തൃക്കണ്ണ് സംഹാരത്തിന് വേണ്ടിയുള്ളതല്ല. മറിച്ച് അറിവിനെ നേരിട്ട് കണ്ട് മനസ്സിലാക്കാനും, അനുഭവിച്ചറിയാനും പ്രപഞ്ചം നൽകിയിട്ടുള്ളതാണ്.

നമ്മുടെ എല്ലാവരുടേയും പുരിക മദ്ധ്യത്തിലാണ് ഈ തൃക്കണ്ണ് സ്ഥിതിചെയ്യുന്നത്. നമുക്കിത് കാണാൻ സാധിക്കില്ല. അതായത് മൂന്നാമതൊരു കണ്ണുണ്ട് എന്നതിനെ കുറിച്ചാണ് പ്രതിപാദിക്കുന്നത്.

ഈ മൂന്നാമത്തെ കണ്ണ് ഉള്ളതിനെ എങ്ങനെ അറിയാൻ കഴിയും?

അഥവാ ഉണ്ടെങ്കിൽ തന്നെ എന്താണ് അതിന്റെ നേട്ടം? എന്താണ് ഉപയോഗം?

എന്തിനെ പ്രതിനിധാനം ചെയ്യുന്നു? ഇത് എപ്പോൾ കാണാനാകും? എങ്ങനെ കാണാനാകും?

47 വർഷങ്ങൾ ഞാനും ജീവിച്ചു. ഇങ്ങനെ ചില രഹസ്യങ്ങൾ ഉണ്ടന്നറിയാതെ.

നമ്മുടെ പുരിക മദ്ധ്യത്തിൽ മൂന്നാമത് ഒരു കണ്ണ് ഉണ്ട്. പക്ഷെ ആ കണ്ണ് നമുക്ക് കാണണമെന്നുണ്ടെങ്കിൽ അത് ധ്യാ

നത്തിലൂടെ മാത്രമേ സാധിക്കൂ. ധ്യാനം ചെയ്യണമെന്നുണ്ടെങ്കിൽ ഒരു ഗുരു വേണം. ഗുരുവിന്റെ സഹായം കൂടിയേ തീരൂ.

ഏതെങ്കിലും ഒരു ഗുരുവിനെ കൊണ്ട് ഇത് സാധ്യമാവണ മെന്നില്ല.

ഒരേയൊരു ഗുരുവിൽ നിന്ന് മാത്രമേ ലോകത്ത് ഇത് സാ ധ്യമാകുകയുള്ളൂ.

'ഒരു മഹാസത്യമാണ് ഗുരു.

എഴുത്തിലൂടെയുള്ള മെഡിറ്റേഷൻ അനുഭവം

ഗുരുവിനെപ്പറ്റി എഴുതാൻ തുടങ്ങുമ്പോൾ പ്രപഞ്ചത്തെ ഞാൻ അറിയുന്നു.

അറിയുന്തോറും വളർന്ന് കൊണ്ടിരിക്കുന്ന അറിവ്. അറി വിന്റെ പരബ്രഹ്മം.

പരബ്രഹ്മമായ അറിവ് പരബ്രഹ്മത്തിലേക്കുള്ള പാത സൃ ഷ്ടിക്കപ്പെടുകയാണ്.

വാക്കുകളിലൂടെ നിർവചിക്കാനാവാത്ത മഹാശക്തിയുടെ സ്വരൂപം. പ്രപഞ്ചശക്തികളുടെ വിശ്വരൂപം.

ആയിരം സൂര്യ ചന്ദ്രന്മാർ ഒന്നിച്ചുദിച്ച് നിൽക്കുമ്പോൾ ഉണ്ടാ കുന്ന പ്രഭാവം.

അറിയുന്തോറും വളർന്ന് കൊണ്ടിരിക്കുന്ന...

ഈ നിമിഷം നിശ്ച്ചലമാക്കുന്ന പോലെ...

വാക്കുകൾക്കതീതമാണ്. എന്നിലേക്ക് എന്റെ ശരീരമാസ കാലം പടരുന്ന ആ എനർജിയെ ഞാൻ ഇപ്പോൾ തിരിച്ചറിയു ന്നു. ഉള്ളിൽ നിന്നും വരുന്ന വിങ്ങൽ ഏങ്ങലായി പുറത്തേക്ക് വരുന്നത് ഞാൻ അനുഭവിക്കുന്നു. ഞാൻ ഒരു നിമിഷം... ഞാന റിയാതെ കണ്ണുകൾ അടഞ്ഞു... കാണുന്നത് ഗുരുവിനെയാണ്. മുന്നോട്ട് നോക്കുമ്പോൾ കാണുന്നത് വലത് കയ്യിൽ വെണ്ണയുമാ യി നീന്തി നടക്കുന്ന അമ്പാടിക്കണ്ണനെയാണ് '. എന്നെ ആശ്ച ര്യപ്പെടുത്തിയത് മേലേയ്ക്ക് ഉയർത്തി കെട്ടിവച്ചിരിക്കുന്ന മുടി ക്കെട്ടിന്റെ വലിപ്പമാണ്. എന്നെ നോക്കി ചിരിക്കുകയാണ് എനി ക്ക് നേരെ വെണ്ണ നീട്ടുകയാണ്.

എന്റെ കണ്ണുകൾ നിറയുന്നുണ്ട് നിറഞ്ഞൊഴുകുകയാണ്. അതൊരു പുഴയാണോ? ഒഴുകുന്ന പുഴ? ഉള്ളിലെ സങ്കടങ്ങളുടെ ഒഴുക്കാണ് സങ്കടപ്പുഴയാണത്. ഒരു പക്ഷെ നിങ്ങളും ഇപ്പോൾ കരയുന്നുണ്ടാവാം. എങ്കിൽ നിങ്ങളുടെ സങ്കടങ്ങൾക്ക് ഇവിടെ

അറുതി വരുകയാണ്. സങ്കടപുഴയിൽ നിന്ന് ഉൽഭവിച്ച് ആനന്ദ പുഴയായി മാറുകയാണ്.

എന്റെ ദൈവത്തെ ഞാൻ പ്രണമിക്കുകയാണ്.

ഓം തസ്മൈ ശ്രീ ഗുരവേ നമഃ

മൂന്നാമത്തെ കണ്ണിനെ കുറിച്ച് എഴുതികൊണ്ടിരിക്കവേ ഓട്ടോമാറ്റിക്ക് ആയി മെഡിറ്റേഷൻ അനുഭവം ലഭിക്കുകയായിരുന്നു. ഞാൻ എഴുത്ത് നിർത്തിവച്ച് കണ്ണടച്ച് അങ്ങനെ തന്നെ ഇരുന്നു. അത്യതികം വികാര നിർഭരമായ നിമിഷങ്ങളിലൂടെ കടന്ന് പോയ സമയം.

റോക്കറ്റ് സയൻസിലെ വിസ്മയം

05/05/2025

തിങ്കൾ, രാവിലെ 7 മണി കഴിഞ്ഞുള്ള സമയമാണ്.

പിന്നീടെപ്പോഴോ അനിലച്ചേച്ചി ഫോൺ വിളിച്ചപ്പോൾ ഞാൻ ഈ കാര്യം സൂചിപ്പിച്ചു ചേച്ചിക്ക് അതിശയം.

പറഞ്ഞ് വന്നത് മൂന്നാമത്തെ കണ്ണ് അത് സാക്ഷാൽ ഗുരുവിന്റെ കണ്ണാണ്.

മെഡിറ്റേഷൻ ചെയ്യാൻ തുടങ്ങുമ്പോൾ ഗുരുവിൽ നിന്ന് ലഭിക്കുന്ന ആദ്യ അനുഗ്രഹം. മൊബൈലിൽ സിം ആക്ടിവേഷൻ ആകുന്നത് പോലെ ഉള്ള പ്രോസസ്സ്.

ഈ കണ്ണ് കണ്ടതിന് ശേഷം ഈ കണ്ണിലുടെ ആണ് നമ്മൾ ബ്രഹ്മാണ്ഡത്തിലേക്ക് പോകുന്നത്. ബ്രഹ്മാണ്ഡത്തിലെ വിസ്മരിപ്പിക്കുന്ന, അതിശയകരമായ, കാഴ്ച്ചകളും അനുഭവങ്ങളും കാട്ടി തരുന്ന യഥാർത്ഥ ദൃശ്യവിസമയം. ആർക്കും കടന്ന് ചെല്ലാൻ പറ്റാത്ത സൂര്യലോകത്തിലെ നേർക്കാഴ്ച്ചകൾ...

ലോകത്തുള്ള പല ടെക്നിക്കുകളും കണ്ടിട്ടുണ്ട്. ബാബ അറ്റോമിക് റിസേർച്ച് സെന്ററിൽ വരെ ഞാൻ പോയിട്ടുണ്ട്.

ടെക്നിക്കുകളുടെ ആശാൻ എന്ന ഒരു വിശേഷണം ആളുകൾ എനിക്ക് നൽകിയിട്ടുണ്ട്.

പക്ഷെ ഇതെന്ത് ടെക്നിക്ക് ആണെന്ന് ഒരു പിടിയും കിട്ടുന്നില്ല?

എൻജിനിയറിംഗ് ആണോ? അതെ എന്നും പറയാം

സയൻസ് ആണോ? അതെ എന്നും പറയാം അല്ലന്നും പറയാം

ഭക്തി ആണോ? അല്ല

അമ്പലവുമില്ല, ഭക്തിയുമില്ല.

മന്ത്രമാണോ? അല്ല

മാജിക്ക് ആണോ?അല്ല

യാതൊരു തരത്തിലുള്ള സാങ്കേതിക സഹായവും കൂടാതെ ഏതൊരു വ്യക്തിയേയും., കൊച്ച് കുഞ്ഞിനേ പോലും നേരെ പ്ര പഞ്ചവുമായി കണക്റ്റ് ചെയ്യുകയാണ്. 'എഴുതുമ്പോൾ പോലും എനിക്കത് അനുഭവിക്കുന്നുണ്ട്.

ഒന്നോർക്കുക ഏകലവ്യന്മാർക്ക് ഈ വിദ്യ സാധ്യമല്ല. ഇത് ഇത് പഠിക്കുക എന്നത് അതിന്റേതായ പ്രോസസ്സ് ഉണ്ട്.

മറ്റുള്ളവരുടെ ചട്ടങ്ങളിൽ
ജീവിക്കുന്നവരുടെ
ജീവിതം ആശയക്കുഴപ്പം
നിറഞ്ഞതായിരിക്കും.
മറ്റുള്ളവരുടെ ചട്ടുകങ്ങളായി
പ്രവർത്തിക്കാതിരിക്കുക
മാറ്റുവിൻ ചട്ടങ്ങളെ
മാറ്റുവിൻ ചട്ടുകങ്ങളെ
മാറ്റി മറിച്ചിടാം അലിഖിത
സംഹിതകളെ
സ്വയം മാറിടാം വസ്തുതകളായ്

പാപവും, നന്മയും, തിന്മയും

നിങ്ങൾ ഈ ഭൂമിയിൽ എത്ര കാലം ജീവിക്കുന്നു എന്നതിന് പ്രസക്തിയില്ല. മനുഷ്യൻ ജനിക്കുന്നു, മരിക്കുന്നു. ഈ മൂന്ന് പ്രവണത മുറതെറ്റാതെ നടക്കുന്നു.

തിന്മയിലൂടെ നൂറ് വർഷം ജീവിക്കുന്നതിനേക്കാൾ എത്രയോ നല്ലതാണ്

ഒരു ദിവസമെങ്കിൽ നന്മ ചെയ്യാൻ കിട്ടുന്ന അവസരം പരമാവധി വിനിയോഗിക്കുക. നന്മയുടെ പാതയിലൂടെ സഞ്ചരിക്കുക. നന്മ ശീലമാക്കുക നല്ല മനുഷ്യനായി ജീവിക്കുക മാതൃകയാവുക. പ്രപഞ്ചത്തിൽ ജീവിക്കുന്ന അത്രയും കാലയളവിൽ ചെയ്യാവുന്ന അത്രയും നന്മ ചെയ്യുക. നാമമാത്രമായ നിങ്ങളുടെ ജീവിതം കൊണ്ട് പ്രപഞ്ചത്തിന് നൽകാവുന്നത് ഒന്നേയുള്ളൂ അത് നന്മയാണ്. പ്രപഞ്ചനന്മ. പ്രാപഞ്ചിക നിയമമനുസരിച്ച് ജീവിക്കുന്ന ഒരാൾക്ക് മറ്റേത് നിയമവും ബാധകമാകുന്നില്ല.

നിങ്ങളുടെ ജീവന് എത്ര മാത്രം വിലയുണ്ടോ അതിനേക്കാൾ വിലയുണ്ട് പ്രപഞ്ചത്തിലെ ഓരോ ജീവജാലങ്ങൾക്കും. ഒരു മനുഷ്യന്റെ കർമ്മഫലമാണ് പാപമായി മാറുന്നത്. കർമ്മഫലത്തിലെ ദോഷം പാപം ചെയ്യാൻ പ്രേരിപ്പിക്കുന്നു.

പാപിയായ ഒരു മനുഷ്യൻ ചെയ്യുന്ന ക്രൂരതയാണ് മറ്റുള്ളവർ കർമ്മഫലമായി അനുഭവിക്കുന്നത്.

പാപത്തിലൂടെയുള്ള സൃഷ്ടിയും പാപമായി മാറുകയാണ്. പാപത്തിലൂടെ നേടുന്ന സന്തോഷം പിന്നീട് കുറ്റബോധമായി മാറുകയാണ്.

ജീവിതത്തിന്റെ നേർക്കാഴ്ച്ച നമുക്കു മുന്നിൽ ഓരോന്നും വരച്ച് കാട്ടുകയാണ്.

ധ്യാനത്തിലെ പോരായ്മ

മെഡിറ്റേഷനിൽ അനുഭവം കിട്ടാത്തവർക്കും. ധ്യാനത്തിനിടയിൽ അസ്വസ്ഥതകൾ സംഭവിക്കുന്നതിന്റെയും കാരണം മനസ്സിലാക്കാതെയും, നമ്മൾ സ്വയം മനസ്സിലാക്കാതെയും ഗുരുവിനോട് ചോദ്യം ചോദിക്കുമ്പോൾ സ്വാഭാവികമായും ഗുരുവിന് അസ്വസ്ഥതകൾ തോന്നിയേക്കാം. എന്ത് കൊണ്ടെന്നാൽ?

കാരണം എന്തെന്ന് സ്വയം മനസ്സിലാക്കുക എന്നതാണ് ഗുരു ഉദ്ദേശിക്കുന്നത്. ഭാവിയിൽ ആയിരക്കണക്കിന് ആളുകൾ വന്നുകഴിയുമ്പോൾ ഇത് പോലെ ഓരോരുത്തർക്കും ഉള്ള ഉത്തരം നൽകി വരുമ്പോൾ എന്താകും സ്ഥിതി.

നമ്മൾ ഒരോരുത്തരും സ്വയം പര്യാപ്തത നേടുക എന്നതാണ് ഗുരു ആഗ്രഹിക്കുന്നത്.

ഈ ഗുരുതത്വത്തിൽ വന്ന് ചേരുന്ന ഓരോരുത്തരും വെറുതേ വന്ന് പോകുന്നതല്ല.

ഓരോരുത്തർക്കും ഓരോരൊ നിയോഗമുണ്ട്.

അണ്ണാൻ കുഞ്ഞും തന്നാലായത് എന്നത് ഒന്ന് കേട്ടിട്ടില്ലേ.

ഗുരുവിൽ നിന്ന് എത്ര ദൂരെ നിൽക്കാൻ പറ്റുന്നോ അത്രയും ദൂരെ നിൽക്കുക,

ഹൃദയം കൊണ്ട് എത്ര അടുത്ത് നിൽക്കാൻ കഴിയുന്നുവോ അത്രയും അടുക്കുക.

ഒരു നല്ല ഗുരുവിനപ്പുറം ഒരാരാധനാ മൂർത്തിയും ഈ പ്രപഞ്ചത്തിലില്ല.

ഗുരുവിനെ മനസ്സിൽ പ്രതിഷ്ഠിക്കുക.

"ഗുരു കിണറ്റിൽ ചാടാൻ പറഞ്ഞാൽ
അമാന്തിക്കരുത് ചാടിയേക്കണം"

കാരണം നിങ്ങളുടെ ജീവിതം മാറ്റി മറിക്കുന്ന എന്തോ ഒന്ന് കിണറ്റിൽ ഉണ്ടെന്നാണ് അർത്ഥം.

ഗുരു വെറുതേ പോലും ഒന്നും പറയില്ല. ഓരോ വാക്കിലും എന്തെങ്കിലും നമുക്ക് വേണ്ടത് ഉണ്ടാകും. കുശലാന്വേഷണത്തിൽ പോലും നമുക്ക് നല്ലത് വരുന്നത് ഉണ്ടാകും. ബ്രഹ്മജ്ഞാനം എന്തെന്ന് നമുക്കറിയില്ല. നമ്മുടെ തലം ഒരുപാട് താഴെയാണ് അത് കൊണ്ടാണ് നമ്മുടെ വായിൽ നിന്ന് വിവരക്കേട് വരുന്നത്. അത്പോലത്തെ ചോദ്യങ്ങളും വരും.

ഗുരുവിനെ ദൂരെ നിന്ന് വീക്ഷിച്ച് അടുത്തറിയാൻ ശ്രമിക്കുക. അതാണ് യഥാർത്ഥ ഗുരുതത്വം.

ഗുരുവിന്റെ അടുത്ത് നിന്ന് സംസാരിക്കുമ്പോൾ മറ്റുള്ളവരുടെ മുന്നിൽ നമുക്ക് ഒരു ഗമ ഒക്കെ തോന്നിയേക്കാം. വെറുതേയാണ്. ഏറ്റവും അപകടം പിടിച്ച കാര്യം.

ഗുരുവിന് വേണ്ടി ചെയ്യുന്ന ഒന്നും വെറുതേയാവില്ല.

എന്ന് കരുതി ഗുരുവിന് പാരിതോഷികം കൊടുക്കുന്നതിലും അർത്ഥമില്ല. എന്നാൽ ഗുരുവിന് സന്തോഷമുള്ളത് എന്തും നൽകാം?

പക്ഷെ അതെന്താണന്ന് നമുക്കറിയില്ലല്ലോ?

അത് അറിയാവുന്ന ആളാണ് യഥാർത്ഥ ശിഷ്യൻ.

നമ്മുടെ ജീവിതത്തിൽ നമ്മൾ എന്ത് കാര്യം ചെയ്യുമ്പോഴും ഗുരുവിന് സന്തോഷമുള്ള കാര്യം ചെയ്യുക. കാരണം ഒരാൾക്കും ദോഷം വരുന്ന ഒരു കാര്യവും ഗുരു ചെയ്യില്ല. പ്രപഞ്ചത്തിലെ ഒരു ജീവജാലങ്ങൾക്കും ദോഷമായി ഭവിക്കുന്നതൊന്നും ഗുരു ചെയ്യില്ല.

"പറയുന്നതേ പ്രവർത്തിക്കൂ, പ്രവർത്തിക്കുന്നതേ പറയൂ "

ഇതാണ് ശരിക്കും ഗുരു.

ഇങ്ങനെ ഒരു ഗുരുവിനെ കിട്ടിയാൽ പിന്നെ ഒന്നും നോക്കരുത്. നോക്കേണ്ട ആവശ്യമേയില്ല. പിന്നെ ജീവിതം പ്രപഞ്ചത്തിന് വിട്ടുകൊടുത്തേക്കുക.

ഇത് വരേ ചെയ്ത തെറ്റുകൾ തിരുത്തി പ്രായശ്ചിത്തം ചെയ്യാൻ തയ്യാറായാൽ പ്രപഞ്ചം ക്ഷമിക്കുന്നതായിരിക്കും.

ആത്മീയത എന്നത് ഒരു മോശം കാര്യമല്ല. ആത്മീയതയെ ശരിയായ രീതിയിൽ മനസ്സിലാക്കുകയും. പഠിക്കുകയും ചെയ്യുകയാണങ്കിൽ ആത്മീയത നല്ലത് തന്നെയാണ്. ഭൗതിക ജീവിതത്തിൽ സത്യത്തിന്റെ മുഖം സ്വർണ്ണപ്പാത്രം കൊണ്ട് മൂടപ്പെട്ട അവസ്ഥയിലാണ്.

ആത്മീയതയെ ശരിയായ രീതിയിൽ പഠിക്കണമെങ്കിൽ ശരിയായ ഒരു ഗുരു വേണം. കാപട്യം മാത്രം നിറഞ്ഞ പ്രച്ഛന്ന വേഷക്കാരുടെ തട്ടിപ്പിന്റെ ലോകമാണ്.

നിർഭാഗ്യം എന്ന് പറയട്ടേ സിനിമകളിലും, ദൃശ്യമാധ്യമങ്ങളിലും ഗുരുക്കന്മാരെ ചിത്രീകരിച്ചിരിക്കുന്ന രീതിയും അങ്ങനെയാണ്.

സ്വാഭാവികമായും എന്തിനും ഏതിനും ഒരു സംശയം ഉണ്ടാകുന്നതിനെ തെറ്റ് പറയാനാകില്ല.

ഒരു നല്ല ഗുരുവിനെ എങ്ങനെ തിരിച്ചറിയാനാകും. ?

അത് സ്വയം ബോധ്യപ്പെടേണ്ട ഒന്നാണ്.

(ആദ്യബുക്ക് പേജ് 21)

നന്മയും ആയിട്ട് മാത്രമേ കൂടി ചേരുകയുള്ളൂ. പ്രപഞ്ച നീയമമാണ്. നല്ലതിനെ കിട്ടുക,

നമ്മുടെ ഉള്ളിലെ നന്മയുടെ ഭാഗമാണ് ഗുരു.

നമ്മുടെ ജന്മ സവിശേഷതയാണ് ഗുരു

നമ്മുടെ ജന്മസാഫല്യമാണ് ഗുരു.

ഗുരുകുലത്തിൽ ജനിക്കുകയും, വളരുകയും ചെയ്യുന്നതാണ് പുണ്യമായ ജന്മം'.

കോടാനുകോടി ജനങ്ങളിൽ ഒരാൾക്ക് സിദ്ധിക്കുന്ന ഒന്നാണ് ബ്രഹ്മജ്ഞാനം.

ബ്രഹ്മജ്ഞാനം ലഭിക്കുക എന്നത് അത്ര എളുപ്പമുള്ള കാര്യമല്ല. പ്രപഞ്ചത്തിന്റെ നിരന്തരമായ മരണതുല്യമായ പരീക്ഷണങ്ങളേയും, കഷ്ടങ്ങളെയും അതിജീവിച്ച് കഴിയുമ്പോൾ പ്രപഞ്ചം സ്വയം കനിഞ്ഞ് നൽകുന്ന അംഗീകാരമാണ് ബ്രഹ്മജ്ഞാനം.

ബ്രഹ്മജ്ഞാനം നേടിയെടുത്ത ഗുരു.

90 വർഷങ്ങൾക്ക് ശേഷം ജ്ഞാനത്തിലൂടെ പിറവിയെടുത്ത ശ്രീ നാരായണ ഗുരുദേവന്റെ ജീവിച്ചിരിക്കുന്ന യഥാർത്ഥ ശിഷ്യൻ ആണ് തസ്മൈ ഗുരുജി.

ഓം തസ്മൈ ശ്രീ ഗുരവേ നമഃ

ഗുരു അറിയാതെ ഗുരുവിനെ സഹായിക്കാം. നിങ്ങൾ ഈ പ്രപഞ്ചത്തിൽ ചെയ്യുന്ന ഓരോ നല്ല കാര്യങ്ങളും ഗുരുവിന് വേണ്ടിയുള്ളതാണ്. പക്ഷെ ആ നല്ല കാര്യം ഗുരുവിന് പ്രീയപ്പെട്ടത് ആയിരിക്കണം എന്ന് മാത്രം.

ഗുരുവിന്റെ മുഖത്തുണ്ടാകുന്ന നേരിയ ഭാവമാറ്റം പോലും

അതിനുത്തരവാദികളായ ശിഷ്യഗണങ്ങളെ ബാധിക്കും. ഈ എഴുതുന്ന എനിക്ക് പോലും ബാധകമാണ്.

നിങ്ങൾ ജന്മം മുഴുവൻ തപസ്സ് ചെയ്താൽ പോലും കാണാൻ പറ്റാത്ത ദൈവങ്ങളെ ഓരോന്നോരോന്നായി നിങ്ങളുടെ വീടിന്റെ മുകളിൽ, നിങ്ങൾ ഇരിക്കുന്നത് എവിടെയാണോ അവിടെ കൊണ്ട് വന്നു നിർത്തി കാണിക്കുന്നില്ലേ,

ഞാൻ ഇത് എഴുതുന്നത് ആശ്രമത്തിൽ നിന്ന് തിരികെ പോകുന്നതിനിടയിലാണ്. ട്രയിനിൽ വച്ചാണ് സീറ്റ് കിട്ടിയില്ല കിട്ടുന്നിടത്തൊക്കെ ഇരുന്നാണ് യാത്ര. കൂടെ ഒരു പയ്യൻ എന്റെ മകനേക്കാൾ പ്രായം ഉണ്ട്. കൂടെ അവന്റെ അമ്മയും ഉണ്ട്. സീറ്റിനടിയിലൂടെ രണ്ട് കറുത്ത കുഞ്ഞ് ജീവി നുരച്ച് പോവുകയാണ്. നിഷ്ക്കരുണം അവൻ അതിനെ ചവിട്ടി അരച്ച് കൊന്നു. ഉടനെ അമ്മ ചൂണ്ടി കാണിക്കുകയാണ് മറ്റതിനേയും കൊല്ലൂ എന്ന് 'ഞാൻ തടയാൻ ശ്രമിക്കുന്നതിന് മുന്നേ അവൻ അത് ചെയ്ത് കഴിഞ്ഞു. ഞാൻ അവനോടു ചോദിച്ചു നിനക്ക് എന്ത് കിട്ടി? നീ എന്തിനാണ് അതുങ്ങളെ കൊന്നത്. അവൻ ചിരിക്കുന്നു. ഞാൻ ചോദിച്ചു നിന്നെ ആരെങ്കിലും ഇതേ പോലെ ചവിട്ടി അരച്ചാൽ നിനക്ക് എന്ത് തോന്നും. എനിക്ക് വല്ലാത്ത അസഹിഷ്ണുത തോന്നി. ഞാൻ എഴുന്നേറ്റു വേറൊരു ഭാഗത്തേക്ക് മാറി നിന്നു. കുറേസമയത്തേക്ക് ചിന്ത ആ 'ജീവികളെ കുറിച്ചായിരുന്നു. ഒരു പക്ഷെ അതുങ്ങളുടെ വിധി ആയിരിക്കാം. എന്നാലും എന്റെ മുന്നിൽ വച്ച് എന്തിനായിരിക്കും?

അറിയില്ല.

ഈ ബുക്ക് എന്നെങ്കിലും ഒരിക്കൽ ആ അമ്മയും മകനും വായിക്കാൻ ഇടവരുകയാണെങ്കിൽ അവർ ചെയ്ത തെറ്റ് മനസ്സിലാക്കി പ്രായശ്ചിത്തം ചെയ്യാൻ ഇടവരട്ടേ എന്ന് പ്രപഞ്ചത്തോട് പ്രാർത്ഥിക്കുന്നു.

ദൈവം

03/05/2025 ശനി

ആശ്രമത്തിൽ നിന്ന് തിരികേ വീട്ടിലേക്ക്. തലേന്ന് ഗുരുവിനോട് വിട ചോദിച്ചു. അനുമതിയും നൽകി. വെള്ളയിൽ നീല വരകള്ളികളുള്ള ഒരൊറ്റമുണ്ട്, വെള്ള ബനിയൻ 'ലോകത്തിലേക്ക് ഏറ്റവും സാധാരണക്കാരനിൽ സാധാരണക്കാരനായി മുഖത്തെ താടിരോമത്തിൽ തടവി ദൈവം ഇങ്ങനെ മുന്നിൽ നിൽക്കുകയാണ്. അവിടെ ഭവ്യതയുടെ വേലിക്കെട്ടിന്റെ ആവശ്യകതയില്ല. പക്ഷെ നമുക്കറിയാം മുന്നിൽ നിൽക്കുന്നതാരാണെന്ന്. കുറച്ച് നേരം സംസാരിച്ചു വിടവാങ്ങി തിരികേ റൂമിലേക്ക്. ഉറക്കം കഴിഞ്ഞ് പുലർച്ചെ 2 മണിക്ക് എഴുന്നേൽക്കുന്നു. പിന്നെ ഉറക്കം വന്നില്ല. എന്തൊക്കെയോ പ്രപഞ്ചം പറയുന്ന പോലെ ഉള്ളിലെവിടെയോ ഒരു വിങ്ങൽ. നേരെ എഴുതാതിരുന്നു.

കർമ്മഫലം

എന്താണ് കർമ്മഫലം?

പ്രപഞ്ചരഹസ്യം വീണ്ടും ഇവിടെ വെളിപ്പെടുകയാണ്.

കർമ്മഫലം എന്തെന്ന് കണ്ട് പിടിച്ച ആ മഹാത്മാവ് തന്നെ എന്റെ കർമ്മഫലം മുഴുവൻ മാറ്റിയിരിക്കുകയാണ്. അതെ ഞാൻ കർമ്മ ഫലത്തിന്റെ തീച്ചൂളയിൽ നിന്ന് മോക്ഷം നേടിയിരിക്കുകയാണ് 'പച്ചയായ ഒരു യാഥാർത്ഥ്യം ഞാൻ നിങ്ങൾക്ക് മുന്നിൽ വെളിപ്പെടുത്തുകയാണ്. എഴുതുമ്പോൾ കണ്ണുകളിൽ നിന്ന് ഒഴുകി വരുന്ന അശ്രുകണങ്ങൾ പതിക്കുന്നത് ഹൃദയത്തിലേക്കാണ്. ഹൃദയത്തിൽ നിന്ന് ആ മഹാത്മാവിന്റെ കാൽപ്പാദത്തിലേക്കും.'

സമയം 3. 06 Am ദിവസം ശനി.

എന്റെ ദൈവം നേരെ മുകളിലുണ്ട്. Room No: 301 എന്ത്

കൊണ്ടാന്ന് ഈ റൂമിന് ഇത്രയും പോസിറ്റീവ് എനർജി എന്നെനിക്ക് മനസ്സിലാകുന്നുണ്ട്. ഞാൻ എന്നിലെ കർമ്മഫലങ്ങളിൽ നിന്നും മോക്ഷ പ്രാപ്തി നേടിയിരിക്കുന്നു.

ഗുരുദേവാ! സൂഷ്മത്തിൽ നടക്കുന്ന അങ്ങയുടെ ഇടപെടലിന്റെ വ്യാപ്തി ഞാൻ ഇവിടെ തിരിച്ചറിയുകയാണ്. ഇത് വായിക്കുമ്പോൾ നിങ്ങളിലെ ഗുരുഭക്തി ആത്മാർത്ഥമാണെങ്കിൽ 'നിങ്ങളുടെ അന്തരംഗത്തിൽ നിന്ന് നിങ്ങളറിയാതെ ഒരു ഏങ്ങൽ പുറത്ത് വരും, എങ്കിൽ സംശയമില്ല നിങ്ങളുടെ കർമ്മഫലങ്ങളും ഇല്ലാതാകുകയാണ്. ഇത് ഗുരു ശിഷ്യ ബന്ധത്തിന്റെ ആഴത്തിന് പിന്നിലെ പ്രപഞ്ചത്തിന്റെ ഗ്യാരണ്ടി ആണ്. പ്രപഞ്ചസത്യം എന്ന വിദൂരമായതിനെ എനിക്ക് തിരിച്ചറിയാൻ സാധിക്കുന്നു.

എന്നിൽ പ്രാപ്തമാകുന്നത് നിങ്ങൾക്കും കഴിയും.

ഈ നിമിഷം മുതൽ മാറാൻ, നിങ്ങൾ മാറാൻ ഒരുക്കമാണെങ്കിൽ മനസ്സ് കൊണ്ട് നിങ്ങളിലെ മാറ്റം ഉറപ്പ് വരുത്തിയ ശേഷം ആത്മാർത്ഥമായിരിക്കണം. ഒന്നുകൂടി ഈ വാക്കുകളെ മനസ്സിരുത്തി വായിച്ചിട്ട്, പ്രപഞ്ചത്തോട് നന്ദിപറയൂ മാറ്റത്തിന്റെ തണുപ്പ് നിങ്ങളുടെ ഉള്ളിൽ അനുഭവപ്പെടുന്നതാണ്.

ഇത് വെറുതേ എഴുതുന്ന വാക്കുകളല്ല, ഈ വാക്കുകളിലൂടെ പ്രപഞ്ചത്തിൽ പുതിയ ഒരു പരിവർത്തനം നടക്കുകയാണ്. ഈ വാക്കുകൾ നിങ്ങളിലേക്ക് എത്തിയെങ്കിൽ. എത്തപ്പെടുന്നുവെങ്കിൽ നിങ്ങളുടെ ജീവിതം ധന്യമായി ഈ വാക്കുകളെ മുറുകെ പിടിച്ചു ജീവിക്കുക. ഈ വാക്കുകൾ നിങ്ങളിലൂടെ എത്രത്തോളം പുറത്തേക്ക് വ്യാപിക്കുന്നുവോ, പ്രചരിക്കുന്നുവോ അത്രയും നിങ്ങൾ ശ്രേഷ്ഠമാകുകയാണ്. പ്രപഞ്ചത്തിന്റെ ധന്യമായമുഹൂർത്തിലിരുന്നു കുറിക്കപെടുന്ന പ്രപഞ്ച രഹസ്യം ആ മഹത്തായ രഹസ്യം നിങ്ങളെ തേടി നിങ്ങളിലേക്ക് എത്തുകയാണ്. നിങ്ങൾ ലോക കല്യാണത്തിന് വിരുന്നൊരുക്കുകയാണ്. പ്രപഞ്ചത്തിന്റെ വലിയൊരു മാറ്റത്തിന്റെ ഭാഗമാകുകയാണ്. പ്രപഞ്ചമേ... എന്നന്തരംഗം തേങ്ങുകയാണ്. ഒരു പക്ഷെ എനിക്കിപ്പോൾ മോക്ഷം ലഭിച്ച് പ്രപഞ്ചത്തിലേക്ക് ലയിക്കുകയാണെങ്കിൽപ്പോലും ഈ വാക്കുകൾ നിങ്ങളിലേക്ക് എത്തിയിരിക്കും

ഓം തസ്മൈ ശ്രീ ഗുരവേ നമഃ

നോക്കൂ... ഞാനിപ്പോഴും ജീവനോടെയുണ്ട്. ഇപ്പോഴും ഒരു കുഴപ്പവുമില്ല. ചെയ്തുതീർക്കാൻ ഒരുപാടു കാര്യങ്ങളുണ്ട്. നിങ്ങളും വേണം. കൂടില്ലേ...?

ധ്യാനത്തിന്റെ പ്രചോദനം

പഴകി ദ്രവിച്ച പഴമയുടെ ഓലക്കെട്ടുകളും, ചിതലെടുത്ത് പോയ കുറേ ജീർണ്ണിച്ച വാക്കുകളുടെ അന്ധതയും പേറി സത്യവും, മിഥ്യയും തിരിച്ചറിയാനാവാതെ കാലങ്ങളുടെ ജൈത്രയാത്ര ഇപ്പോഴും തുടരുകയാണ്.

മനുഷ്യ മനസ്സുകളെ കീഴ്പ്പെടുത്തിയ വിധിയെഴുതി താളം തെറ്റിച്ച എല്ലാവിധ സിദ്ധാന്തങ്ങളേയും ഉന്മൂലനം ചെയ്യാൻ നേരമായിരിക്കുന്നു.

ജനമനസ്സുകളിൽ കാലങ്ങളായി ആശയക്കുഴപ്പം സൃഷ്ടിച്ച് എഴുതിവച്ച സംഹിതകളും, അവയുടെ അലകൾ പ്രപഞ്ചത്തിൽ സൃഷ്ടിച്ച വിപരീത മാറ്റൊലികളും അഗ്നിശുദ്ധി വരുത്തി 'നല്ലൊരു നാളേയ്ക്കായി പുതുമയുള്ള മാനങ്ങൾ തീർത്ത പുതിയ മാറ്റങ്ങളുടെ പ്രതിധ്വനികൾ പ്രപഞ്ച വിഹായസിലേക്ക് സന്തോഷത്തിന്റെയും, സമാധാനത്തിന്റെയും വെള്ളരിപ്രാവുകളായി പറന്ന്, പറന്ന്, പടർന്ന് പറക്കട്ടേ.

സൂര്യ തേജസ്സിലെ ഊർജ്ജം നേരിട്ട് സ്വീകരിക്കുന്ന ധ്യാനം. കോംപ്ളിക്കേറ്റഡ് മെമ്മറി പൂർണ്ണമായും ഇല്ലാതാകുന്നു.

ചന്ദ്രഭാവത്തിലെ മാസ്മരികത നിറഞ്ഞ രോഗ പ്രതിരോധ ശേഷിയും, അതിലൂടെ നടക്കുന്ന അവിശ്വസനീമായ ബാഹ്യ ആന്തരികമായ ദ്രുതചികിൽസ. (Instant astral treatment)

നക്ഷത്രങ്ങൾ നേരിട്ട് മുന്നിട്ടിറങ്ങി മാറ്റി മറിക്കുന്ന ജാതകഫലവും. പ്രപഞ്ചമാതാവിന്റെ അനുഗ്രഹവും പ്രാപ്തമാകുന്നു.

സൂര്യനും, ചന്ദ്രനും, നക്ഷത്രങ്ങളും. ചേർന്ന് പ്രപഞ്ച മാതാവിന്റെ മക്കൾക്ക് വിരുന്നൊരുക്കുകയാണ്. പ്രപഞ്ചത്തിലെ സർവ്വചരാചരങ്ങളും ഈ വിരുന്നിലെ പങ്കാളികളാണ്. നിർഭാഗ്യവശാൽ മനുഷ്യർ മാത്രം, ബുദ്ധിവികാസമില്ലാതെ പാണ്ഡിത്യത്തിലൂന്നിയ അറിവില്ലായ്മയിലൂടെ വിമുഖത കാണിച്ച് അകന്ന് നിൽക്കുകയാണ്.

ശ്രീനാരായണ ഗുരുദേവന്റെ ആശയങ്ങളെ കോർത്തിണക്കിയ ഈ പുസ്തകംവിജയകുമാർ എന്ന നാമകർമ്മം ചെയ്ത ശരീര ധാരിയുടെ തൂലികമുനയിൽ നിന്നുതിരുന്ന പ്രപഞ്ച സത്യങ്ങളും സാക്ഷാൽ ശ്രീനാരായണ ഗുരുദേവന്റെ മഹത്തായ ആശയങ്ങളെ കോർത്തിണക്കിയ ഒരു വിശിഷ്ടടോപഹാരവുമാണ്.

വാക്കുകളിൽ അടങ്ങിയിരിക്കുന്ന മൂല്യവും അതിലെ അന്തസത്തയും തിരിച്ചറിഞ്ഞ് പ്രവർത്തിക്കുവാൻ പ്രേരണയുണ്ടാവുക എന്നത് പ്രപഞ്ചത്തിന്റെ അനുഗ്രഹത്തിലേക്കുള്ള വഴി തെളിക്കുകയാണ്.

ആ ശ്രമം

നന്നാവാൻ വേണ്ടി ശ്രമിക്കുന്ന
ശ്രമമാണ് ആശ്രമം,
ആശ്രമത്തിലൂടെ നന്നാവാത്തവൻ
ജീവിതത്തിലൊരിക്കലും
നന്നാവുകയില്ല.

സീക്രട്ട് തരുന്ന മറ്റൊരു തെറ്റ്

സക്സസായ ഏതൊരു വ്യക്തിയുടെയും വാക്കുകളും, ദിനചര്യകളും കേവലം അവരുടേത് മാത്രമാണ്.

ഈ വാക്കുകളും ദിനചര്യകളും വിൽപ്പന നടത്തി ധനസമ്പാദനം നടത്താൻ കഴിയും. പക്ഷെ അവരെ മാതൃകയാക്കാൻ കഴിയില്ല.

ഇവിടെയാണ് ആകർഷണ നിയമം അടിയറവ് പറയുന്നത്

അതേ സമയം ഒരു ഗുരുവിന്റെ വാക്കുകളെ പിൻതുടരുകയാണെങ്കിൽ ജീവിതത്തിന് ഒരു അടിസ്ഥാനം വരികയാണ് പ്രപഞ്ച നിയമവുമായി നമ്മൾ കണക്റ്റാവുകയാണ്.

ദൈവം എന്ന സത്യത്തെ
യാഥാർത്ഥ്യത്തിൽ ഇരുന്ന്
ഉൾക്കൊള്ളുക

ബാഹ്യസംവിധാനങ്ങളുടെ അഭാവത്തിൽ നടക്കുന്ന ടെക്നോളജി

സാറ്റലൈറ്റ് ഉപഗ്രഹങ്ങൾ വിക്ഷേപിച്ച് അതിലൂടെ പ്രവഹിക്കുന്ന തരംഗങ്ങളുടെ സഹായത്താലാണ് വാർത്താവിനിമയ സംവിധാനങ്ങൾ പ്രവർത്തിക്കുന്നത്. ഈ സംവിധാനങ്ങൾക്കായുള്ള മുടക്ക് മുതൽ എന്നത് നമുക്ക് സങ്കൽപ്പിക്കാവുന്നതിനപ്പുറം ആണ്.

നാം നിരന്തരം സംസാരിക്കാൻ ഉപയോഗിക്കുന്ന മൊബൈൽ ഫോൺ പ്രവർത്തിക്കുന്നതും ഇതേ രീതിയിലാണ്.

എന്ത് ശാസ്ത്രം തന്നെയാലും ഏതെങ്കിലും തരത്തിൽ പരസ്പരം ബന്ധിപ്പിക്കുന്ന എന്തെങ്കിലും ഒരു ഉപാധിയുടെ സഹായം കൂടിയേ തീരൂ.

ഇവിടെയാണ് നാം ശ്രദ്ധിക്കേണ്ടത്. എന്തിനായിരിക്കും ഞാൻ പറഞ്ഞത്?

കോമൺസെൻസ് എന്നത് ഒന്ന് ഉപയോഗിച്ച് ഒന്ന് ചിന്തിച്ച് നോക്കൂ എത്ര വലിയ അൽഭുതങ്ങളാണിവിടെ സംഭവിക്കുന്നത്.

ഇന്ന് വാട്സ്സപ്പ്. ഫേസ്ബുക്ക്, ഇൻസ്റ്റാ ഇതിലൊക്കെ സജീവമായിരിക്കുന്നത് അത് ഒരു എന്റർടെയിന്മെന്റ് സുഖം അതിലുണ്ട്. മനസ്സിനെ ആശയകുഴപ്പത്തിലാക്കുന്ന ഒരു തരം എന്റർടെയിമെന്റ് സുഖംആണത്. പക്ഷെ സംതൃപ്തി എന്നത് ഉണ്ടാകുന്നില്ല. ഒരിക്കലും ഉണ്ടാവുകയുമില്ല. പ്രകൃതിദത്തമായ ഒന്നും തന്നെ ഇതിൽ അടങ്ങിയിട്ടുമില്ല. എല്ലാം മായയാൽ സൃഷ്ടിച്ചെടുത്ത ഓരോരോ വ്യത്യസ്തമായ വിനോദ ഉപാധി. ഒരു പരിധിയിൽ കൂടുതൽ ഇത് കൊണ്ട് നടക്കാൻ പറ്റില്ല. നമ്മുടെ ഇന്ദ്രിയങ്ങളുമായി ഒരിക്കലും യോജിക്കാനാവാത്ത സംവിധാനങ്ങൾ അടങ്ങിയ സംഹിതകളാണ് അതിൽ അടങ്ങിയിരിക്കുന്നത് മു

ഴുവനും. കൂടാതെ നമ്മുടെ കോംപ്ളിക്കേറ്റഡ് മെമ്മറിയെ കൂട്ടുകയും ചെയ്യുന്നു.

നമ്മുടെ ഉള്ളിൽ കോംപ്ളിക്കേറ്റഡ് മെമ്മറി നിറഞ്ഞിരിക്കുന്നത് കൊണ്ടാണ് നാം ഈ ഉപകരണത്തിന് അടിമയായി പോകുന്നത്. എന്ത് കൊണ്ടാണ് ഇത് എഴുതുന്നത് കഴിഞ്ഞ ബുക്കിന്റെ ബാക്കിയാണ് ഇതിലെ മുഴുവൻ വാചകങ്ങളും.

നമ്മുടെ ഉള്ളിലെ കോംപളിക്കേറ്റഡ് മെമ്മറി പരിപൂർണ്ണമായും തുടച്ച് നീക്കപ്പെടുകയാണ്. അതോടൊപ്പം ആത്മീയത ബുദ്ധിക്ക് ആവരണമാകുകയാണ്. പിന്നീട് ആത്മീയ വിരുദ്ധമായ ഒന്നും തന്നെ ഈ ആവരണം ഭേദിച്ച് അകത്ത് കടക്കുകയില്ല.

ഞാൻ അനുഭവിച്ചറിഞ്ഞ് ബോധ്യപ്പെട്ട സത്യമാണിത്.

ആത്മീയതയുടെ പടികൾ കയറാൻ തുടങ്ങുമ്പോൾ തന്നെ ഭൗതീകതയിലെ വാസനകൾ പടിയിറങ്ങി തുടങ്ങും.

ഈശ്വര ചൈതന്യം കുടി
കൊള്ളുന്നത് മനസിലാണ്.
പുറമേയുള്ള ബിംബവും
പ്രതിഷ്ഠയും കേവലം
വസ്തുക്കൾ മാത്രം.

‘8’ന്റെ ന്യൂമറോളജി

ഒരിക്കൽ ഗുരുജി ക്ളാസിൽ പറയുകയാണ് പാറകല്ലിന് വരെ ജീവനുണ്ടെന്ന്

ദൈവം സർവ്വവ്യാപിയാണ്. തൂണിലും തുരുമ്പിലും വരെ ദൈവം ഇരിക്കുന്നു എന്ന് പറയുന്നത് പോലെ,

പ്രപഞ്ചത്തിലെ എല്ലാറ്റിലും ജീവനിരിക്കുന്നു.

സംഖ്യാശാസ്ത്രവുമായി ബന്ധപെടുന്ന ഒരു കഥ ഓർമ്മ വരികയാണ്

ന്യൂമറോളജിയിൽ 8, 17, 26 തീയതികളിൽ ജനിക്കുന്നവരുടെ ജീവിതത്തിൽ ശനി എന്ന ഗ്രഹത്തിന്റെ സാന്നിദ്ധ്യം ഉണ്ടാകും എന്ന് പറയുന്നു.

കഥ പറയാം.

ഒരു രാജാവ് നാട്ടിലെ ഒരു ശിൽപ്പിയെ വിളിച്ച് രണ്ട് പാറക്കല്ലുകൾ നൽകി പറയുകയാണ് ഒരു നല്ല മൂർത്തിയെ കൊത്തിയെടുക്കണം.

ശിൽപി ജോലി തുടങ്ങി

കൊത്താൻ തുടങ്ങിയപ്പോൾ തന്നെ ആദ്യത്ത കല്ല് വേദന സഹിക്കാൻ വയ്യാതെ നിലവിളിക്കാൻ തുടങ്ങി.

ശില്പി ജോലി മതിയാക്കി ആ കല്ല് മാറ്റി വച്ചു.

ശേഷം രണ്ടാമത്തെ കല്ല് എടുത്ത് ജോലി തുടങ്ങി.

കൊത്തി കൊണ്ട് ഇരിക്കുന്നതിനിടെ ശിൽപി കല്ലിനോട് ചോദിച്ചു എന്റെ ഉളി മുനകൊള്ളുമ്പോൾ നിനക്ക് വേദനിക്കുന്നില്ലേ?

കല്ല് പറഞ്ഞു എനിക്ക് വേദനിക്കുന്നുണ്ട് പക്ഷെ എന്റെ വേദന താങ്കളുടെ ജോലിക്ക് തടസമാകണ്ടല്ലോ എന്ന് കരുതി ഞാൻ സഹിക്കുകയാണ് എന്ന്.

ശിൽപ്പിയുടെ ജോലി അവസാനിച്ചു. രാജാവിന്റെ മുന്നിൽ കാഴ്ച്ച വെച്ചു നല്ല മനോഹരമായ ഒരു ഗണപതി വിഗ്രഹം.

രാജാവിന് സന്തോഷമായി. കൊട്ടാരത്തിന് മുന്നിലെ കോവിലിൽ പൂജയ്ക്കായി വിഗ്രഹം പ്രതിക്ഷ്ഠ നടത്താൻ ഉത്തരവായി.

ശിൽപ്പി ചോദിച്ചു പ്രഭോ ആദ്യത്തെ കല്ല് എന്താണ് ചെയ്യേണ്ടത്?

അദ്യത്തെ കല്ല് ഗണപതിയുടെ മുന്നിൽ തേങ്ങ ഉടയ്ക്കുന്നതിനായി സ്ഥാപിക്കാൻ രാജാവ് ഉത്തരവിട്ടു.

8 എന്ന അക്കം ശനിയെ പ്രതിനിധാനം ചെയ്യുന്നു.

8, 17, 28 തീയതികളിൽ ജനിച്ചവർ ജീവിതത്തിൽ കഷ്ടതകളെ നേരിടാനുള്ളവരാണ്.

ഈ കഷ്ടതകളെ നേരിടുക എന്നത് അസഹനീയമാണ്.

എന്നാൽ ഈ കഷ്ടതകളെ എത്രത്തോളം അതിജീവിക്കുന്നുവോ അത്രയും സമൂഹത്തിൽ ഉയർച്ചയിലേക്ക് വരുന്നതാണ്.

കഷ്ടതകളെ കഷ്ടതകളായി കാണുന്നവർക്ക് അദ്യത്തെ കല്ലിന്റെ അനുഭവം ആയിരിക്കും.

SMS മെഡിറ്റേഷൻ ചെയ്യുന്നവർക്ക് ഈ കഷ്ടതകളൊന്നും ബാധിക്കുകയുമില്ല. അനുഭവിക്കുകയുമില്ല.

ദൈവം ഇന്നലെകളിലും, ഇന്നും,
നാളെയും , എന്നും ഒരേ പോലെ
നിലകൊള്ളുന്നു.
ദർശനം എന്നതാണ് സത്യം.

മരണം

"രംഗബോധമില്ലാത്ത കോമാളി
ഭൗതികതയിലെ വിശേഷണമാണ്"

എനിക്കിപ്പോൾ മരണഭയം എന്നതില്ല. ഈ നിമിഷം ഈ ഇരുപ്പിൽ മരിച്ചു പോയാലും സന്തോഷം. ഇത്രയും കാലം ജീവിച്ചത് തന്നെ വേസ്റ്റ് ആയിരുന്നു.

തലച്ചോറിനെ മാത്രം ആശ്രയിച്ച് ജീവിച്ചു എന്നതാണ് വാസ്തവം നമ്മുടെ ജീവിതത്തിലെ എല്ലാ കാര്യങ്ങളും തലച്ചോറാണ് തീരുമാനിച്ചിരുന്നത്. യഥാർത്ഥ തലച്ചോറ് പേജ് 164ൽ ആണുള്ളത്.

ഇനിയുള്ള കാലമെങ്കിലും കഴിയാവുന്നതും ശരിയായ രീതിയിൽ ജീവിക്കണമെന്നതാണ്...

ഞാൻ ഇത് എഴുതിയപ്പോൾ നെഞ്ചിൽ വെറുതേ ഒന്ന് കൈ വെച്ച് നോക്കി. അവിടെ ഒരു ഭാവ വ്യത്യാസവുമില്ല.

നിങ്ങൾ ഒന്ന് വെച്ച് നോക്കൂ മിടിക്കുന്നുണ്ടങ്കിൽ നിങ്ങൾക്ക് മരണ ഭയമുണ്ട്. ഇല്ല എന്നാണ് ഉത്തരമെങ്കിൽ തീർച്ചയായും അവിടെ തസ്മൈ ഗുരുജി ഇരുപ്പുണ്ട്.

മരണം എന്ന പ്രോസസ് എങ്ങനെ നടക്കുന്നു എന്നത് നേരിട്ടറിഞ്ഞതാണ്. ഭൗതികതയിലിരുന്ന് വായിക്കുന്നവർക്ക് ഒരു പക്ഷെ വിശ്വാസം വരില്ലായിരിക്കാം.

ഒരു പരേതന്റെ ആത്മകുറിപ്പായിട്ട് തോന്നിയേക്കാം. തോന്നിയതിൽ അതിശയമൊന്നും തന്നെയില്ല.

"മരണം... യെമദേവൻ കാലപാശവുമായി പോത്തിന്റെ മുകളിലേറി ജീവിതമോഹികളെ തേടി എത്തുകയാണ് "

മരണം എന്നത് എപ്പോഴും എല്ലാവർക്കും ഒരു പേടി സ്വപ്നമാണ്. ജീവിച്ചിരിക്കുമ്പോൾ ഏറ്റവും പേടിക്കുന്നത് മരണത്തെയാണ്.

ഒരുപാട് നല്ലവനായി ജീവിച്ച് കഴിഞ്ഞാൽ ദൈവം വേഗം വിളിക്കും എന്ന മരണത്തെ കുറിച്ചുള്ള ഒരു തെറ്റായ ചിന്ത പ്രചരിപ്പിച്ച് വച്ചിരിക്കുകയാണ്.

അപ്രതീക്ഷിതമായി ഒരാൾ മരിക്കുമ്പോൾ പറയുന്ന മരണ ന്യായീകരണം. സ്വർഗത്തേയും നരകത്തേയും കുറിച്ച് വാചാലരാണ് ഭൗതീകവാദികൾ.

ആരെങ്കിലും മരിച്ചു എന്ന് കേൾക്കുമ്പോൾ പെട്ടെന്ന് ഒരു ശൂന്യത വരും.

നമ്മുടെ ഉള്ളിൽ എന്തോ ഒരു ശൂന്യത അനുഭവപെടുന്നു.

മരിച്ചതിന് ശേഷം എന്ത് സംഭവിക്കുന്നു? ഇത് ഒരു ചോദ്യമാണ്? ചിലപ്പോൾ അതൊരു ബുക്കിന്റെ രൂപത്തിൽ വന്നേക്കാം.

അങ്ങനെ ഒരു ബുക്കിറക്കിയാൽ വാങ്ങാൻ ആളുണ്ടാവുമോ? ഉണ്ടാവില്ല.

പക്ഷെ പരേതനായി കഴിയുമ്പോൾ തീർച്ചയായും വരും ബുക്ക് വായിക്കാൻ. ഈ എഴുതിയിരിക്കുന്നതൊക്കെ ശരിയാണോന്നറിയണ്ടേ?

വായിക്കുന്തോറും പറഞ്ഞ് കൊണ്ടേയിരിക്കും...

"അമ്പട വീരാ"

ഈ തസ്മൈ ഗുരുജി എന്തൊക്കെയാണ് ഇവനെ പഠിപ്പിച്ച് വച്ചിരിക്കുന്നത്.

പിറവിയെടുക്കുന്നഓരോ മനുഷ്യന്റെ ഉള്ളിലും ഭഗവാന്റെ നിറചൈതന്യമാണുള്ളത്.

പക്ഷെ പർവ്വജന്മ വാസനകളും, ഈ ജന്മവാസനകളുടേയും ഫലമായി ഈ ചൈതന്യം നിലനിർത്തിക്കൊണ്ട് പോകാൻ മനുഷ്യനെ കൊണ്ട് സാധിക്കുന്നില്ല.

മനുഷ്യൻ എന്തൊക്കെ നെറികേടാണ് കാണിക്കുന്നത്. സ്വന്തം ശരീരത്തിന്റെ ഘടനയോ പ്രത്യേകതയോ മനസ്സിലാക്കാതെ എല്ലാം തിരഞ്ഞ് പുറമേ അലഞ്ഞ് നടക്കുകയാണ്.

മരണം എന്ന് കേൾക്കുമ്പോൾ ആ സമയം ക്ഷണനേരം നമ്മുടെ ഉള്ളിൽ ഒരു പശ്ചാത്താപം എന്ന വികാരം രൂപപ്പെടുകയാണ്. അതാണ് അപ്പോഴുണ്ടാകുന്ന ശൂന്യതയ്ക്ക് കാരണം.

ചെയ്ത് പോയതൊക്കെ ക്ഷണനേരം കൊണ്ട് മനസാക്ഷി ഓർമ്മപ്പെടുത്താൻ തുടങ്ങുകയാണ്.

മനസാക്ഷി എന്നത് കള്ളവും ചതിവും ഇല്ലാത്ത ഒരു തിരക്കഥാകൃത്ത് ആണ്.

മനസ്സിന്റെ സാക്ഷി മനസ്സ് ചെയ്യുന്നതെല്ലാം സാക്ഷി സാക്ഷ്യപ്പെടുത്തുന്നു. അനുനിമിഷം നമ്മൾ ചെയ്യുന്ന ഒരോ പ്രവർത്തിയും മനസാക്ഷി കൃത്യമായി രേഖപ്പെടുത്തി വയ്ക്കുന്നുണ്ട്.

നമ്മുടെ ഉള്ളിൽ ഏറ്റവും കൂടുതൽ വേദനിക്കുന്ന രൂപമില്ലാത്ത അവയവമാണ് മനസാക്ഷി.

മനസ്സിനെ നമുക്ക് എത്രവേണമെങ്കിലും വഞ്ചിക്കാം.

നമ്മുടെ ചിന്തകൾക്ക് പോലും മനസാക്ഷിയിൽ ആശയക്കുഴപ്പം സൃഷ്ടിക്കാൻ കഴിയും.

നമ്മുടെ വസ്തുത വിരുദ്ധമായ പ്രവർത്തി.

വാക്കുകളിലെ സത്യസന്ധതയില്ലായ്മ.

ഭൗതിക ചിന്തകളിലെ വൈരുദ്ധ്യാത്മകത.

എല്ലാം മനസാക്ഷി രേഖപ്പെടുത്തുന്നു. ഏറ്റവും വലിയ തെറ്റാണു മനസാക്ഷിയോട് ചെയ്യുന്ന ദ്രോഹം.

മനസാക്ഷിയും പ്രപഞ്ചവും തമ്മിൽ അഭേദ്യമായ ബന്ധമുണ്ട്. നമ്മൾ മരിക്കാൻ കിടക്കുന്ന നേരം തിരക്കഥ സിനിമയാകുന്നു. ആ സിനിമ കാണാൻ കൂടെ ആരും ഉണ്ടാവില്ല. നമ്മൾ മാത്രം.

ശരീരത്തിലെ ഓരോ അണുവിൽ നിന്നും ജീവന്റെ അംശം വിട്ട് പോകുന്നത് നമുക്ക് അനുഭവപെടുന്നതാണ്.

ഈ സമയത്ത് തിരശീലയിലെന്ന പോലെനമ്മൾ മനസാക്ഷിയെ വഞ്ചിച്ച് ചെയ്തിട്ടുള്ള ഓരോ കള്ളത്തരങ്ങളും, ഓരോ അധർമ്മങ്ങളും തിരശീലയിലെന്ന പോലെ കാണിക്കുന്നതായിരിക്കും. സിനിമ അവസാനിക്കുന്നതോടെ ശുഭം.

ഇപ്പോൾ നിങ്ങളുടേയും മരണ ഭയം മാറിക്കാണും എന്നെനിക്കറിയാം. കാരണം? ആരുടേയാ ശിഷ്യൻ.

ഭൗതിക ജീവിതത്തിൽ ഒന്ന് മരിക്കണം എങ്കിൽ കൂടി ലക്ഷക്കണക്കിന് രൂപ ചിലവുണ്ട്. ഐസിയൂവിൽ ഒന്ന് കേറി ഇറങ്ങുമ്പോൾ തന്നെ പുറത്ത് കൂട്ടിരിക്കുന്നവന്റെ പകുതി ജീവൻ പോകും, മരണത്തിന്റെ ചിലവോർത്താൽ മരിക്കാൻ പോലും തോന്നൂല്ല. മരണശേഷവും എന്തൊരു ചിലവാണ്, പതിനാറിന്റെ വൻമുറി ആഘോഷം കൂടാൻ പറ്റാത്തതിന്റെ പരേതാത്മാവിന്റെ മനോവിഷമം എന്താണന്ന് അറിയണമെങ്കിൽ അടുത്ത ചാൻസ് കിട്ടിയ ആളു ചെല്ലണം. ഇനിയുള്ള കാലമെങ്കിലും എന്തെങ്കിലും നല്ല കാര്യങ്ങളൊക്കെ ചെയ്ത് പത്ത് പൈസ ചിലവില്ലാതെ ആർക്കും ഒരു ബാധ്യതയും ഇല്ലാതെ വേണം എനിക്ക് പോകാൻ.'

വിദ്യാഭ്യാസം

ഒരു കുട്ടിയുടെ മനസ്സിൽ ഉടലെടുക്കുന്ന ചില ആഗ്രഹങ്ങൾ പിൻക്കാലത്ത് നാഴികക്കല്ലുകളായി മാറുകയാണ്. ആന്തരിക മായ അഭിനിവേശവും, നിഷ്ക്കളങ്കതയും മൂലം പ്രപഞ്ചം

കൈത്താങ്ങായി പ്രവർത്തിക്കുന്നത് കൊണ്ടാവാം.

വിദ്യ കൊണ്ടുള്ള അഭ്യാസം. "വിദ്യാഭ്യാസം"

വിദ്യാഭ്യാസരംഗത്തെ പുരോഗതിയിൽ ശാസ്ത്രം ഇന്ന് അന്യ ഗ്രഹവാസത്തിനൊരുങ്ങുകയാണ്. വിദ്യാഭ്യാസപരമായി

ശാസ്ത്രസാങ്കേതിക രംഗം ഇത്രയൊക്കെ പുരോഗമിച്ചിട്ടും ഭൂമിയിലെ മനുഷ്യരുടെ മൈൻഡ് ഇപ്പോഴും യുഗങ്ങൾക്ക് പിന്നി ലായി കിടക്കുകയാണ്. (Narrow minded people)

ഭൗതിക ജീവിതത്തിൽ

വിദ്യാഭ്യാസമില്ലായ്മ എന്തോ വലിയ കുറവായി നാം കാണു ന്നു. ആത്മീയതയിൽ വന്നപ്പോഴാണ് മനസ്സിലായത് വിദ്യാഭ്യാസം എന്നത് പരസ്പരം തല്ലുപിടിക്കാനുള്ളതാണന്ന് മനസ്സിലായത്.

കാലഘട്ടത്തിനനുസരിച്ച് വിദ്യാഭ്യാസം എന്നത്അനിവാ ര്യം തന്നെയാണ് ' എന്നാൽ ഭൗതിക വിദ്യാഭ്യാസത്തിന്റെ കൂടെ ആത്മിയ വിദ്യാഭ്യാസവും കൂടി ഉണ്ടായാൽ മാത്രമേ ജീവിത ലക്ഷ്യത്തിന് പ്രാധാന്യമുണ്ടാകുന്നുള്ളു.

ഒരു പൗരന് വേണ്ടതായ ഒന്നും തന്നെ ഇന്നത്തെ വിദ്യാഭ്യാ സം നൽകുന്നില്ല. ഇന്നത്തെ എന്നല്ല എന്നത്തേയും.

എൻജിനീയറിംഗ്, ഡ്രോയിംഗും. മാത്ത്സും ഒഴിച്ച് ബാക്കി ഉള്ള ഒന്നും എന്റെ ജീവിതത്തിൽ ആവശ്യമായി വന്നിട്ടില്ല. മല യാള ഭാഷ എഴുതാൻ പഠിച്ചത് കൊണ്ട് ഇത് എഴുതുന്നു.

പക്ഷെ ഇപ്പോൾ ഒന്ന് മനസ്സിലാകുന്നു. ഏതെങ്കിലും ഒരു കാര്യം പഠിപ്പിച്ചാൽ അതിൽ നിപുണനായി പോകും. അപ്പോൾ എല്ലാം കൂടി പഠിപ്പിച്ചാൽ ഒന്നും പഠിക്കുകയുമില്ല, ഒന്നും ഓർ ക്കുകയുമില്ല. നല്ല തന്ത്രം.

ഒരു പൗരന് വേണ്ടതായ ഒന്നും തന്നെ ഇന്നത്തെ വിദ്യാഭ്യാസം നൽകുന്നില്ല. ഇന്നത്തെ എന്നല്ല എന്നത്തേയും. എന്നതല്ലേ? അതിനർത്ഥം

ഒരു കാര്യം വീണ്ടും മനസ്സിലാവുകയാണ്. ജീവിതത്തിൽ സ്വന്തമായി ചെയ്യേണ്ടതെല്ലാം സ്വയം ചെയ്യുകയും, നമുക്ക് ആവശ്യമില്ലാത്തത് കാണാപാഠം പഠിക്കേണ്ടിവരുകയും ചെയ്യുന്ന സമ്പ്രദായം' വിദ്യാഭ്യാസമുള്ളവർക്ക് മാത്രമേ അറിവുള്ളൂ എന്നതാണ് വിദ്യാഭ്യാസ ചക്രവർത്തിമാരുടെ വാദം.

എന്നാൽ അറിവ് എന്നത് ജനിച്ചപ്പോഴേ നമുക്ക് പ്രപഞ്ചം ഫ്രീയായി നിറച്ച് തന്നതാണ്.

ഗുരുകുല വിദ്യാഭ്യാസം കൊണ്ടാണ് ഒരു കാലത്ത് ഈ അറിവുകളെ പരിപോഷിപ്പിച്ചെടുത്തിരുന്നത്. ഇന്നത്തെ കാലത്ത് ഗുരുകുല വിദ്യാഭ്യാസം എവിടെ നിന്ന് കിട്ടാനാണ്?

ഒരു മനുഷ്യന്റെ ഉള്ളിലെ കഴിവുകളെ പുറത്തെടുത്ത് ഉപയോഗിക്കുന്നതിന് വിദ്യാഭ്യാസത്തിന്റെ പങ്കെന്താണന്ന് എത്ര ആലോചിച്ചിട്ടും പിടി കിട്ടുന്നില്ല.

സമൂഹത്തിൽ വിദ്യാഭ്യാസമില്ലാത്ത. അല്ലങ്കിൽ കുറഞ്ഞ വിദ്യാഭ്യാസമുള്ള ആളുകളുടെ വിജയത്തിന് പിന്നിലുള്ള പ്രപഞ്ചത്തിന്റെ ഇടപെടലുകൾ വിലയിരുത്തേണ്ടിയിരിക്കുന്നു.

ഒരു കാലത്ത് വിദ്യാഭ്യാസമില്ലായ്മയുടെ കുറവ് ഓർത്ത് ഞാൻ ദുഖിച്ചിട്ടുണ്ട്. പ്രപഞ്ചത്തിന്റെ അദൃശ്യമായ ഇടപെടലിനെ ഞാൻ സ്വയം ആസ്വദിക്കുകയാണ്.

വിദ്യാഭ്യാസം കുറഞ്ഞ് പോയി എന്ന കാരണത്താൽ മാറ്റി നിർത്തപെട്ട പലരും ഇന്ന് ലോക നെറുകയിൽ നിൽക്കുകയാണ്

സത്യത്തിന്റെ മുഖം സ്വർണ്ണപ്പാത്രം കൊണ്ട് മൂടപെട്ടിരിക്കുന്നു.

ഭൗതിക ജീവിതത്തിൽ വിദ്യാഭ്യാസത്തെ സ്വാർത്ഥ താൽപര്യങ്ങൾക്കായി മാത്രം മനുഷ്യൻ ഉപയോഗിക്കുന്നു. വിദ്യാഭ്യാസത്തിലൂടെ ലഭിക്കുന്ന അറിവുകളെ പരിപോഷിപ്പിച്ചെടുത്ത് ലോക നന്മയ്ക്കായി വിനിയോഗിക്കാൻ ആരും തയാറാവുന്നില്ല. എല്ലാം എന്റെ, എനിക്ക് എന്ന പദത്തിലേക്ക് ഒതുങ്ങുകയാണ്.

ഇന്നത്തെ ഈ ലോകം ടെക്നോളജിയുടെ ലോകമാണ്, ടെക്നോളജിയുടെ സഹായത്താൽ മാത്രമേ ജീവിക്കാൻ കഴിയൂ എന്ന നിലയിലേക്ക് കാര്യങ്ങൾ എത്തി നിൽക്കുകയാണ്.

ദൈവം മനുഷ്യന് മറ്റൊരു ജീവജാലത്തിനും നൽകാത്ത

സവിശേഷത നൽകി.

മനുഷ്യൻ ബുദ്ധി ഉപയോഗിച്ച് സ്വയ രക്ഷയ്ക്കുള്ള ആയുധം നിർമ്മിക്കുകയായിരുന്നു. ആ ആയുധം ലോകത്തെ നശിപ്പിക്കാനുള്ള ആണവായുദ്ധത്തിൽ എത്തി നിൽക്കുമ്പോഴും സൂഷ്മ ജീവിയായ വൈറസുകളെ ഉപയോഗിച്ചുള്ള ഉൽമൂലന ചിന്തയാൽ മനുഷ്യന്റെ ചിന്ത എത്രയോ ശുഷ്ക്കിച്ച് പോയിരിക്കുകയാണ്.

വിഷ്ണുപുരാണം

വിഷ്ണുപുരാണം ഞാൻ കണ്ടിട്ടില്ല. കണ്ടതായി ഓർക്കുന്നുമില്ല. പക്ഷെ വിഷ്ണുപുരാണത്തിൽ മനുഷ്യൻ ജീവിതം ആസ്വദിക്കുന്നത് കണ്ട് ദേവി അശ്ചര്യപ്പെടുകയാണ്. മനുഷ്യ ജന്മമെന്ന ഇത്രയും നല്ല ഒരു സ്രിഷ്ടി നടത്തിയ അങ്ങ് എത്ര മഹാനാണ്. പക്ഷെ സന്തോഷത്തോടെയുള്ളദേവിയുടെ വാക്കുകൾ കേട്ട് ഭഗവാന്റെ മുഖം മങ്ങുകയാണ്. അപ്പുറത്ത് നടക്കുന്ന മറ്റൊരു കാഴ്ച്ച വേദനാജനകമായിരുന്നു. സ്വാർത്ഥതയ്ക്ക് വേണ്ടി തമ്മിൽ തല്ലി മരിക്കുന്ന ഒരു കൂട്ടം മനുഷ്യരെയാണ്.

ഭൗതികത്തിൽ ഭമിപ്പിക്കുന്നത്
മായാക്കാഴ്ച്ചകളാണ്.
ആത്മസുഖം എന്നതും മായയാണ്.
താൽക്കാലിക സന്തോഷവും
മായയാണ്
തെറ്റ് ശരിയാണെന്ന്
വിചാരിക്കുന്നതും മായയാണ്
തെറ്റിനെ
ശരിയാക്കുന്നതും മായയാണ്

പാണ്ഡിത്യം

പാണ്ഡിത്യം നിറഞ്ഞ ലോകം. പാണ്ഡിത്യം നിറഞ്ഞ അറിവുകൾ.

പാണ്ഡിത്യമുള്ള അറിവുകളെ പാണ്ഡിത്യമില്ലാത്തവൻ സിദ്ധിച്ച അറിവിൽ നിന്നുള്ള അവലോകനം.

ഇത് എഴുതാൻ പ്രേരിപ്പിച്ചത് പാണ്ഡിത്യമാണ്. പാണ്ഡിത്യമെന്നത് അറിവിലുടെ ലഭിക്കുന്ന ഒന്നാണ്.

പക്ഷെ പണ്ഡിത്യത്തിലൂടെ നമുക്ക് ലഭിക്കുന്നതോ അഹങ്കാരം.

പുറമേ തേടി പോകുമ്പോൾ കിട്ടുന്നതാണ് പാണ്ഡിത്യം.

അറിവ് എന്നത് ജനിക്കുമ്പോൾ തന്നെ പ്രപഞ്ചം നൽകുന്നു. അറിവിനെ പരിപോഷിപ്പിച്ചെടുക്കാൻ ചിലഘട്ടങ്ങളിൽ പാണ്ഡിത്യം ഉപകരിക്കുന്നുമുണ്ട്

ഭൗതികതയിൽ പാണ്ഡിത്യത്തിലൂടെയുള്ള അറിവിനെ പ്രോത്സാഹിപ്പിക്കുന്നു.

ജന്മസിദ്ധമായി ലഭിച്ചതിനെ പുറത്തെടുക്കാൻ ശ്രമിക്കുന്നേയില്ല.

പാണ്ഡിത്യത്തിൽ ഊന്നൽ നൽകിയ ഭൗതിക ജീവിതമായത് കൊണ്ടാണ് ഒരോ ജീവിതത്തിലും ഏറ്റക്കുറച്ചിലുകൾ ഉണ്ടാകുന്നത്. പാണ്ഡിത്യമുള്ളവർക്ക് മാത്രമേ അറിവുള്ളൂ എന്ന് ധാരണയാണ് ഈ ഏറ്റക്കുറച്ചിലുകൾക്ക് പിന്നിലെ പ്രധാന കാരണം

പാണ്ഡിത്യമില്ലാത്തതിന്റെ കുറ്റബോധത്തോടെ ആണ് ജീവിച്ചത്.

ഇപ്പോളാണ് ശരിക്കുള്ള പാണ്ഡിത്യം എന്തെന്ന് മനസ്സിലായത്.

പുറമേ തേടി അലയുമ്പോൾ നേടുന്നതാണ് പാണ്ഡിത്യം.

പാണ്ഡിത്യത്തിലൂടെ വിവരങ്ങളും, വിവരണങ്ങളുമാണ് ലഭിക്കുന്നത്.

ആന്തരികമായി നേടുന്നതാണ് അറിവ്
അറിവിലൂടെ വിജ്ഞാനം (ആദ്യബുക്ക് പേജ്.. 90)

പ്രപഞ്ചത്തിൽ മനുഷ്യ സ്രിഷ്ടിയാൽ
നിർമ്മിച്ചിട്ടുള്ളതും , കണ്ട്
പിടിച്ചിട്ടുള്ളതും ഒന്നും തന്നെ
പുതിയവയുമല്ല, പുതിയതുമല്ല,
ഏതൊന്നിനെ എടുത്ത്
നോക്കിയാലും അതിൽ ഒരു
അനുകരണം ഉണ്ടാകും. പുതുതായി
ഒന്നും തന്നെ മനുഷ്യന് ഇതേവരെ
കണ്ട് പിടിക്കാൻ സാധിച്ചിട്ടില്ല.
എന്നത് തന്നെയാണ് വാസ്തവം.
പ്രപഞ്ചം നൽകിയ അറിവും,
കഴിവും ഉപയോഗിച്ച്
പ്രപഞ്ചത്തിൽ ഉള്ളതിനെ തന്നെ
അനുകരിക്കുന്നു സ്വന്തം നെറ്റിയിലെ
തിലകക്കുറിയാക്കുന്നു.

എഴുത്തിലെ വഴിത്തിരിവ്

വളരെ അവിചാരിതമായി നടന്ന ഒരു സംഭവം.

എന്റെ ഭാഗത്ത് നിന്നുണ്ടായ നോട്ട പിഴവ് കൊണ്ട് സംഭവിച്ച ആശ്രമവുമായി ബന്ധപ്പെട്ട ഒരു ജോലിയുടെ ഭാഗമായി. അത് ശരിയാക്കുവാനായി അപ്രതീക്ഷിതമായി ആശ്രമത്തിൽ പോകേണ്ടി വന്നു.

ഗുരുവിന്റെ കൂടെ ഒരു മൂൺ മെഡിറ്റേഷൻ ചെയ്യാൻ ഭാഗ്യം ലഭിച്ചു.

മെഡിറ്റേഷനിടയിൽ 45 മിനിട്ട് നേരം എനിക്ക് ഉണ്ടായ അനുഭവത്തിന്റെ പൊരുൾ എന്തെന്ന് മനസ്സിലാകുന്നില്ലായിരുന്നു. വളരെ ഗഹനമായ ആലോചനയിൽ നിന്നുമാണ് എനിക്കതിന്റെ പൊരുൾ പ്രപഞ്ചം മനസ്സിലാക്കിത്തന്നത്.

ഞാൻ മെഡിറ്റേഷനിടയിൽ കാണുന്നത് യേശുദേവനെയാണ്. ക്രിസ്തുദേവനും അനുയായികളും കൂടിയുള്ള തിരുവത്താഴം ആണ് കാണുന്നത്. കണ്ണ് തുറന്ന് ഇരുന്ന് നിശ്ചലമായ അന്ധകാരത്തിനിടയിലെ കാഴ്ച്ചയിൽ നടക്കുന്ന ചടങ്ങ്.

അന്യമതസ്ഥനായ എന്നെ എന്തിനാണ് യേശുദേവനെ കാണിക്കുന്നത്? എനിക്ക് അതിശയം. കാരണം അന്വേഷിച്ച് ചിന്തിച്ച് നടക്കുകയാണ്. ഏറെ ദിവസങ്ങൾക്ക് ശേഷം എന്റെ ഉള്ളിലെ ഗുരുവിൽ നിന്ന് തന്നെ ഉത്തരം ലഭിക്കുകയാണ്.

"ഒരു ജാതി ഒരു മതം ഒരു ദൈവം മനുഷ്യന് "

SMS മെഡിറ്റേഷനിൽ മതത്തിന് പ്രാധാന്യമില്ല എന്നതാണ് ആദ്യ ഉത്തരം.

"ഇത് മതസൗഹാർദ്ധ പരമായി ചെയ്യുന്ന ഒരു മെഡിറ്റേഷനാണ്."

"ഇത് മതങ്ങളുടെ അതിർവരമ്പുകൾ തകർക്കുന്ന ഒരു മെഡിറ്റേഷനാണ്."

യേശുദേവൻ ജീവിച്ചിരുന്നു എന്നത് സത്യം ആക്കി തന്നു.

ഏപ്രിൽ 20 ഈസ്റ്റർ ദിനത്തിലാണ് തസ്മൈ ഗുരുജിയും രത്നാകരനും എന്ന ആദ്യ ബുക്കിന്റെ പ്രകാശനം. അന്നേ ദിവസം ഞാൻ അത് വിസ്മരിച്ചു, മാപ്പ് ' യേശുദേവൻ എന്നേയും ഇഷ്ട പ്പെടുന്നു. എന്നെ ഓർമ്മപ്പെടുത്തിയതാണ്

പിന്നീടാണ് ഇ കാഴ്ചാനുഭവത്തിന് പിന്നിലെ രഹസ്യം വെളി പ്പെടുന്നത്. ആ ഒരു സാഹചര്യം ഇവിടെ വെളിപ്പെടുത്തുയാണ്.

ഗുരുദേവ സമാധിയുടെ പിന്നിലെ അധികമാർക്കും അറിയാ ത്ത ചില വസ്തുതകൾ ആയിരുന്നു അത്. വിവരിക്കുകയാണ്

ഗുരുദേവൻ സമാധിയിലേക്കുള്ള യാത്രയ്ക്കായി ശരീരത്തെ പാകപ്പെടുത്തുകയാണ്. ശരീരത്തിലെ ജലാംശം മുഴുവൻ നീക്കം ചെയ്യുക എന്നതാണ് പ്രധാനം. അതിനായി ഗുരു ജലപാനം പോ ലുമില്ലാതെ ധ്യാനവും വിശ്രമവും മാത്രമായി നിലകൊള്ളുകയാ ണ്.

എന്ത് കൊണ്ടെന്നാൽ സമാധിയിരിക്കുന്ന ശരീരത്തിൽ ജലാംശം ഉണ്ടെങ്കിൽ ദേഹം സമാധിയിലിരുന്നു അഴുകും

ഗുരുവിന് ഇത് അറിയാം പക്ഷെ കൂടെയുള്ള ശിഷ്യന്മാരിൽ ചിലർക്ക് ഇതറിയില്ല.

കാലമിത്രയും പിന്നിട്ടവഴികളിൽ കൂടെയുണ്ടായിരുന്നവരിൽ ഭൂരിഭാഗവും നല്ല ശിഷ്യഗണങ്ങളായിരുന്നു.

പരീക്ഷണങ്ങളുടെ ഓരോ പ്രതിബന്ധങ്ങളെയും തരണം ചെയ്താണ് ഗുരുവിന്റെ ജീവിതം അനുദിനംകടന്ന് വന്ന് കൊ ണ്ടിരുന്നത്.

പൂർണ്ണമായ നിസ്വാർത്ഥ സേവനത്തിന്റെ മൂർത്തിഭാവമായ ഗുരുവിനെ പ്രപഞ്ചം എല്ലാ പരീക്ഷണങ്ങളിൽ നിന്നും മുക്തമാ ക്കി കൊണ്ട് വരികയായിരുന്നു.

ഗുരുവിന്റെ നല്ലവരായ ശിഷ്യഗണങ്ങൾക്കിടയിലും ചില സ്വാർത്ഥ ചിന്താഗതിക്കാരായ ശിഷ്യന്മാരും ഉണ്ടായിരുന്നു.

പരീക്ഷണങ്ങളിലൂടെ ഗുരു ഒരോന്നിനേയും കൃത്യമായി വേണ്ട സമയത്ത് വേണ്ട രീതിയിൽ അവർ പോലും അറിയാതെ മാറ്റി നിർത്തുമായിരുന്നു.

അവസാന നാളുകളിൽ കൂട്ടത്തിലുള്ള എല്ലാ നല്ലവരായ ശി ഷ്യഗണങ്ങൾക്കും അവരുടെ നന്മ തിരിച്ചറിഞ്ഞ് അവർക്കായി ഓരോരോ നിയോഗം ഗുരു ഏൽപ്പിക്കുകയായിരുന്നു.

ഗുരുവിനോട് ചേർന്ന് നിൽക്കാനുള്ള ഓരോരുത്തരുടേയും, നിസ്വാർത്ഥമായ മനസ്സിന്റെ ഇഛ തിരിച്ചറിഞ്ഞ് ഓരോരുത്തരേ

യും മനസ്സ് കൊണ്ട്

ഗുരു നിറഞ്ഞ മനസ്സോടെ അനുഗ്രഹിച്ചയക്കുകയായിരുന്നു.

അവസാനംമുറുമുറുപ്പും, അസഹിഷ്ണുതയും കൈമുതലായുള്ള പാഷാണത്തി കൃമികളായുള്ള ചില ശിഷ്യഗണങ്ങൾ മാത്രമായി.

ഗുരു ഇവരെ തിരിച്ചറിഞ്ഞാണ് കൂടെ കൂട്ടിയിരിക്കുന്നത്. സമാധിയെ കുറിച്ചൊന്നും ഇവർക്കറിയില്ലല്ലോ? അവർ അവരുടേതായ ചില സ്വർത്ഥ താൽപ്പര്യങ്ങൾക്ക് വേണ്ടിയായിരുന്നു ഗുരുവിന്റെ കൂടെ കൂടിയത്. ത്രികാലജ്ഞാനിയായ മഹാത്മാവിനെ പൊട്ടന്മാർക്ക് തിരിച്ചറിയാൻ കഴിഞ്ഞില്ല.

അവർ അവരുടേതായ ചിന്താഗതികളിലൂടെ ഗുരുവിന്റെ കൂടെ ഉണ്ട് എന്ന് മാത്രം.

അവസാന നാളുകളിൽ ഗുരു തിരഞ്ഞെടുത്ത് കൂടെ കൂട്ടിയത് ഈ 7 ദുഷ്ട കഥാപാത്രങ്ങളേയാണ്.

ഇവർ കൂടെ കൂടെ പറയുന്നുണ്ട് ഈ കിഴവൻ എത്ര നാൾ ഇങ്ങനെ ഉണ്ടാവും ഒന്ന് പോയിക്കിട്ടിയാൽ നന്നായിരുന്നു. എല്ലും തോലുമായ ഗുരുവിന്റെ കഴിവൊക്കെ നഷ്ടമായി എന്നാണ് ഇവർ വിചാരിച്ചിരുന്നത്.

ഈ സമയത്ത് ഇവരെ ഒന്നുകൂടി പരീക്ഷിക്കുകയാണ്. ഒന്നുമില്ലേലും സ്വന്തം ശിഷ്യരല്ലേ. ദയ അവർ അർഹിക്കുന്നില്ല. എന്നിട്ടും ഗുരു ശിഷ്യ സ്നേഹം കാണിക്കുകയാണ്. അവസാന നിമിഷമെങ്കിലും നന്നാകും എന്ന പ്രതീക്ഷ പാവം ആ പുണ്യാത്മാവിന് ഉണ്ടായിരുന്നു. ദുഷ്ടന്മാരായ ശിഷ്യന്മാരോട് ഗുരു മുഖത്ത് ക്ഷീണഭാവം വരുത്തി ദയനീയമായി ഗുരുപറയുകയാണ് എനിക്ക് മൂത്രശങ്ക തോന്നുകയാണ് ഗുരുവിന് ദാഹിക്കുകയാണ്.. കഞ്ഞിയുണ്ടായിരുന്നെങ്കിൽ അൽപ്പം കുടിക്കാമല്ലോ ഗുരു പറയുകയാണ്. അവർ എല്ലാവരും ചേർന്ന് കഞ്ഞിയെടുക്കാൻ പോവുകയാണ്. പക്ഷെ പോയവരാരും യഥാർത്ഥത്തിൽ കഞ്ഞിയെടുക്കാൻ പോയതായിരുന്നില്ല. ഓരോ ഉദ്ദേശശുദ്ധിയോട് കൂടിയാണ് അവർ ഓരോരുത്തരും പോയത്

അതിൽ ഒരാൾ കഞ്ഞിയെടുക്കാൻ തുടങ്ങിയപ്പോൾ മറ്റുള്ളവർ തട്ടിക്കളയുകയാണുണ്ടായത്. താഴെ വീണ വറ്റും മിച്ചമുണ്ടായിരുന്ന വെള്ളവും എടുത്ത് കൊണ്ട് പോയി അതും തട്ടികളയാൻ ശ്രമിച്ചു. ഗുരുവിന്റെ മുന്നിലെത്തി ശിഷ്യൻ പറഞ്ഞു കഞ്ഞിയില്ല ഗുരൂ. കഞ്ഞി തീർന്നു. ആ ശിഷ്യനെങ്കിലും സത്യം

പറഞ്ഞിരുന്നു എങ്കിൽ

ആ ശിഷ്യനെ മനസ്സുകൊണ്ടെങ്കിലും ഗുരു അനുഗ്രഹിച്ചേനേ.

അതിന് ശേഷം ഗുരു അധിക നാൾ ഇരുന്നില്ല. സമാധിക്ക് സമയമായി ഗുരു യാത്രയാവുകയാണ്.

വളരെ ദുഃഖത്തോടെയാണ് ഗുരുവിന്റെ യാത്ര.

ഗുരുക്കന്മാർക്ക് കിട്ടുന്ന ചില ശിഷ്യന്മാരെ നന്നാക്കി എടുക്കുക എന്നത് പ്രയാസകരമാണ്.

അവസാന നിമിഷമെങ്കിലും നന്നാകും എന്ന് കരുതിയ ശിഷ്യന്മാർ യേശുദേവന്റെ കൂടെയും ഉണ്ടായിരുന്നു.

യേശുക്രിസ്തുവിൽ ഗുരുവുണ്ടോ?

അതോ ഗുരുവിൽ യേശുക്രിസ്തു ആണോ?

രണ്ടിലും ഒരേ ചൈതന്യമാണോ എന്നത് വരും കാലങ്ങളിൽ പ്രപഞ്ചം മനസ്സിലാക്കി തരും എന്ന് വിശ്വസിക്കുന്നു

രണ്ടിടത്തും 7 ശിഷ്യന്മാരാണ് ഉള്ളത്.

ഇതിൽ നിന്ന് ഒന്ന് വെളിപ്പെടുകയാണ്. യേശുദേവന്റെയും ഗുരുദേവന്റേയും അവസാന നാളുകളിൽ കൂടെ ഉണ്ടായിരുന്നത് അധർമ്മത്തിന്റെ ഭാഗമായ 7 ശിഷ്യന്മാരാണ്

അവസാന നാളുകളിൽ പോലും രണ്ട് പുണ്യാത്മാക്കളും അവസാന നാളുകളിൽ സ്വന്തം ശിഷ്യന്മാരിൽ നിന്ന് അനുഭവിക്കേണ്ടി വന്നിട്ടുള്ളത് വേദനകളാണ്.

ത്യാഗം

എന്താണ് ത്യാഗം?

പ്രപഞ്ചത്തിലെ ഗുരുപരമ്പരകളിലെ അനേകം ഗുരുക്കന്മാരുടെ ത്യാഗോജ്ജ്വലമായ കഥകൾ നമ്മൾ കേട്ടിട്ടുണ്ട്.

ഞാൻ ഒരു കൃസ്ത്യാനി അല്ല. ബൈബിൾ വായിച്ചിട്ടില്ല.

ദൈവവചനം എന്തെന്ന് അറിയില്ല.

അന്യമതസ്ഥനായ എനിക്ക് മെഡിറ്റേഷനിലൂടെ ദർശനം തന്ന യേശുദേവാ

ലോക ജനതയുടെ നന്മയ്ക്കായി വിഭാവനം ചെയ്ത അങ്ങയുടെ ത്യാഗത്തിന്റെ വിലയും, അർത്ഥവത്തായ മൂല്യവും ഞാൻ ഇന്ന് മനസ്സിലാക്കുന്നു.

ഞാൻ ഒരുപാട് പള്ളികളിലും, ആൾത്താരകളിലും പോയിട്ടുണ്ട്, എല്ലാം വർക്ക് സംബന്ധമായ കാര്യങ്ങൾക്കായിരുന്നു.

എങ്കിലും ആ സന്നിധിയിൽ നിൽക്കുമ്പോൾ എന്തോ ദുഃഖം തളം കെട്ടി നിൽക്കുന്ന പ്രതീതി മനസ്സിൽ കളിയാടുമായിരുന്നു.

ഇന്ന് എനിക്ക് കാര്യങ്ങളെ വ്യക്തമായി തിരിച്ചറിയാൻ കഴിയുന്നു യേശുദേവാ.

കരുണാമയനായ അങ്ങ് എന്തിനാണ് ദേവാ ഈ മഹാപാപികൾക്ക് വേണ്ടി കുരിശു ചുമന്നത്. അങ്ങയെ മുൾക്കിരീടമണിയിച്ച് തെരുവിലൂടെ നടത്തിയപ്പോൾ അങ്ങയുടെ ശിരസിൽ നിന്ന് ഉതിർന്ന രക്ത തുള്ളികൾ.

ഇരുമ്പ് മുള്ളുകൾ തറച്ച ചാട്ടവാറുകൾ പ്രഹരത്താൽ അങ്ങയുടെ ശരീരത്തിലെ മാംസത്തിൽ നിന്ന് അടർന്ന് പോയ ലോലമായ രക്തചർമ്മങ്ങൾ...

ഈ വേദനകളെല്ലാം സഹിച്ചത് എന്തിനായിരുന്നു ദേവാ

എന്നിട്ടും മതിവരാതെ കിരാതരായ കാട്ടാളന്മാർ അങ്ങയെ കുരിശിൽ കിടത്തി ചെയ്ത ക്രൂരത.

കൈവെള്ളയിലും, കാലുകൾ മടക്കി വച്ച് ജീവനുള്ള പച്ച

ശരീരത്തിൽ നിർദാക്ഷിണ്യം ഇരുമ്പിന്റെ ആണി അടിച്ച് കയറ്റു കയാണ്. നെഞ്ചിലൂടെ തുളഞ്ഞ് കയറിയ ലോഹമുനയെ തടി യിലേക്ക് അടിച്ച് തറക്കാൻ പാടു പെടുമ്പോൾ അങ്ങ് അനുഭ വിച്ച വേദന. ജീവനുള്ള പച്ചമാംസത്തിലെ മുറിവിന്റെ വേദന. ആ വേദനയായിരുന്നു ചരിത്രം സാക്ഷിയായ പ്രപഞ്ചത്തിലെ ഏറ്റവും വലിയ ത്യാഗം

ദൈവം കുരുശിലേറ്റപ്പെടുകയാണ്. അങ്ങ് അനുഭവിച്ചത് വചനങ്ങളായി മാറുകയാണ്. ദൈവപുത്രനായ അങ്ങയുടെ നാമം വാഴ്ത്തപ്പെടുകയാണ്.

"പിതാവിനും പുത്രനും, പരിശുദ്ധാത്മാവിനും ആമേൻ"

തെറ്റിദ്ധാരണകളും, സംശയങ്ങളും, ചോദ്യങ്ങളും, അറിവി ല്ലാത്ത പ്രായത്തിൽ തോന്നിയിട്ടുണ്ട് "മാപ്പ് " മാപ്പ് അപേക്ഷിക്കു കയാണ്.

മാപ്പ് നൽകിയാലും

30 വെള്ളിക്കാശിന് പ്രിയശിഷ്യൻ തന്നെ ഒറ്റിക്കൊടുക്കുമെ ന്നും ത്യാഗത്തിന്റെ

ബലിയാടായി മാറുമെന്നും ത്രികാല ജ്ഞാനിയായ അങ്ങേ യ്ക്ക് മുന്നേ അറിയാമായിരുന്നു.

ഞാൻ വേദപുസ്തകം പഠിച്ചിട്ടില്ല. പാണ്ഡിത്യവുമില്ല. ഒന്നും അറിയില്ല.

പക്ഷെ അങ്ങ് അനുഭവിച്ച വേദനയെന്തെന്ന്. ആ വേദന യുടെ ആഴം. കാഠിന്യം, എല്ലാം അതേ വേദനയോടെ തിരിച്ചറി യുന്നു.

പ്രപഞ്ചത്തിന്റെ നന്മയ്ക്കായി. സമൂഹത്തിലെ വലിയൊരു ജനതയ്ക്ക് വേണ്ടി അങ്ങ് സ്വയം ബലിയാടായി മാറുകയായിരു ന്നു. അങ്ങയുടെ ത്യാഗം, അങ്ങ് അനുഭവിച്ച ഓരോ വേദനയും ചരിത്രത്തിൽ ഇടം പിടിച്ച് ചരിത്രത്തിന്റെ ഭാഗമായി മാറി എന്ന ത് പച്ചയായ യാഥാർത്ഥ്യമാണ്.

ലോകത്തിന്റെ നെറുകയിൽ അങ്ങയുടെ തിരുനാമം എന്നും വാഴ്ത്തപ്പെടുകയാണ്, ആമേൻ.

"വിശുദ്ധനായ മെത്രാന്നോ സേ' അങ്ങയുടെ തിരുനാമം വാ ഴ്ത്തപ്പെടട്ടേ " ഇങ്ങനെ ഒരു വാചകം എന്റെ ഉള്ളിൽ നിന്നും വരി കയാണ്. എത്രത്തോളം ശരിയുണ്ട് എന്നെനിക്കറിയില്ല.

യേശുദേവാ അങ്ങയുടെ ഉയർത്തെഴുനേൽപ്പിന്റെ ദിനം ആഘോഷിക്കപ്പെടുകയാണ്.

ഈ ആഘോഷ ദിനത്തിൽ അങ്ങ് അനുഭവിച്ച അതേ വേദന പല ജീവനുകളുടേയും ത്യാഗമായി മാറുകയാണ്

അങ്ങയുടെ ദാസന്മാർ പല ജീവനുകളേയും കൊന്നൊടുക്കുകയാണ്, കൊന്ന് തിന്നുകയാണ്.

സർവ്വചരാചരങ്ങളേയും സ്നേഹിക്കാൻ പഠിപ്പിച്ച അങ്ങേയ്ക്ക് മനുഷ്യപുത്രന്മാർ ചെയ്യുന്ന ഈ ഹീന പ്രവർത്തിയെ ആശീർവദിക്കാനാവുമോ?

കുരിശേലേറ്റപ്പെട്ടപ്പോൾ അങ്ങ് അനുഭവിച്ച അതേ വേദന തന്നെയല്ലേ?, അതേ മരണവെപ്രാളം തന്നെയല്ലേ?

മനുഷ്യന്റെ ഭക്ഷണ സുഖത്തിനായി ഒരു മിണ്ടാപ്രാണിയുടെ കഴുത്തറുത്ത് മാറ്റുമ്പോൾ ഉണ്ടാകുന്ന വേദനയും പിടച്ചിലും. ഭക്ഷണത്തിന് വേണ്ടി ഒരു ജീവിയെ കൊല്ലുമ്പോൾ അതിന് സുഖം ആണ് ലഭിക്കുന്നതെങ്കിൽ ഈ വാക്കുകളുടെ പരിണത ഫലം അനുഭവിക്കാൻ തയ്യാറാണ്.

ജീവനുള്ള ഒന്നിനെ കൊല്ലുമ്പോഴുള്ള വേദനയും പിടച്ചിലും, എന്തെന്ന് അനുഭവിച്ചറിഞ്ഞാൽ മാത്രമേ മനസ്സിലാവൂ.

നരാധമന്മാരായ, ക്രൂര സമൂഹമേ. നിങ്ങൾക്കു മുന്നിൽ സ്വർഗരാജ്യത്തിന്റെ വാതിൽ കൊട്ടിയടക്കപ്പെട്ടിട്ടു കാലങ്ങളായി.

ഭൂമിയിലെ ആറടി മണ്ണിലെ തെമ്മാടിക്കുഴിയെ നിങ്ങൾ പേടിക്കുന്നു.

സ്വർഗരാജ്യമെന്ന് വ്യാമോഹിച്ച് നിങ്ങൾ കയറിച്ചെല്ലുന്ന നരകത്തിൽ നിങ്ങളേയും കാത്ത് നിങ്ങൾ തിന്ന് വിസർജിച്ച് കളഞ്ഞ ജീവനുകളുടെ ആത്മാക്കൾ കാത്തിരിക്കുകയാണ്.

ലജ്ജ തോന്നുന്നില്ലേ സമൂഹമേ.

ഇത്രയും കാലം തിന്നിട്ടും മതിയായില്ലേ? ഇനിയെങ്കിലും ഒന്ന് നിർത്തിക്കൂടെ. സംരക്ഷിക്കാനോ ആവില്ല

ഒരു ജീവനെയെങ്കിലും കൊല്ലാതിരുന്നു കൂടെ. ?

വെളുത്ത കുപ്പായത്തിനുള്ളിലേ നന്മ മരങ്ങളോടും മാലാഖമാരോടും. നിങ്ങളോട് യാചിക്കുകയാണ്,

താണു കേണപേക്ഷികുകയാണ്

ഈ ശവംതീനികളുടെ, ശവം തീറ്റയെ പ്രോത്സാഹിപ്പിക്കാതിരുന്നു കൂടേ., കൊല്ലാതിരുന്നു കൂടെ

കരുണാമയനായ ദൈവവും അതാണാഗ്രഹിക്കുന്നത്.

ശവക്കറി എന്നത് ഉപേക്ഷിച്ചതിനാലും,

കോംപ്ളിക്കേറ്റഡ് മെമ്മറിയുടെ അഭാവവും, ചിന്തകളിലെ

ശുദ്ധീകരണവും വന്നപ്പോൾ കാര്യങ്ങൾ വ്യക്തമായി തിരിച്ചറിയുകയാണ്.

നന്മയുടെ വാക്കുകളെ ഉൾക്കൊള്ളാൻ ശ്രമിക്കുക. ഉൾക്കൊണ്ട് പ്രവർത്തിക്കുക.

മാറ്റം സുനിശ്ചിതമാണ്. പ്രപഞ്ചം സാക്ഷിയായ മാറ്റത്തിന്റെ പ്രാകാശം കുടിയിരിക്കുന്ന ഉറവിടത്തെ സൂര്യകിരണങ്ങളും, ചന്ദ്രഭാവവും, ആഗീരണം ചെയ്യുന്നു. നക്ഷത്രഫലം മാറുന്നു

ഓം തസ്മൈ ശ്രീ ഗുരവേ നമഃ

ഗുരുക്കന്മാരെ കുറിച്ച് ചിന്തിക്കുമ്പോഴും, എഴുതുമ്പോഴും ഉള്ളിന്റെ ഉള്ളിൽ നിന്നൊരു ഏങ്ങൽ പുറത്തേക്ക് വരും. ഒരു പക്ഷെ അത്രയും മാനസിക നെമ്പരങ്ങളിലൂടെയാവാം അവരൊക്കെ ജീവിച്ചിരുന്നത്

ഫോട്ടോയിലൂടെയും, ബിംബത്തിലൂടേയും മാത്രമേ ഗുരുദേവനെ കാണാൻ കഴിഞ്ഞിട്ടുള്ളൂ.

ഒരിടത്തും ഗുരുദേവന്റെ ചിരിച്ച മുഖം കാണാൻ ഇത് വരെ സാധിച്ചിട്ടില്ല.

വിദൂരതയിലേക്ക് കണ്ണും നട്ട് ഇരിക്കുന്ന വിഷാദം കലർന്ന മുഖം.

എപ്പോഴും എന്തൊക്കെയോ ആലോചനയിലാണ് ഗുരുദേവൻ '

ലോകത്തെ കുറിച്ചും. ലോകത്ത് നടക്കുന്ന അധർമ്മങ്ങളും കണ്ടും കേട്ടും ഉള്ള വ്യസനം ആയിരിക്കാം ഈ വീഷണ്ണ ഭാവം.

സ്വാർത്ഥതയ്ക്ക് വേണ്ടി മനുഷ്യർ കാട്ടി കൂട്ടുന്ന നമ്മിൽ, തല്ലും, ബഹളവും ഒക്കെ കണ്ട് മനം നൊന്തിട്ടുമാവാം

യേശുദേവന്റെ ചേതനയറ്റ രൂപം കാണുമ്പോഴും ഇതേ അവസ്ഥ തന്നെയാണ് മനസ്സിൽ തോന്നുന്നതും.

ലോകത്ത് ഒരാൾക്കും നേരിടേണ്ടി വന്നിട്ടില്ലാത്ത ക്രൂരതയുടെ മുഖം വരച്ച് കാട്ടിയ സംഭവ ബഹുലമായ സത്യങ്ങളുടെ നേർക്കാഴ്ച്ച.

ഈ നരകയാതനകളെ സഹിക്കാൻ കരുണാമയനായ ദൈവപുത്രനല്ലാതെ മറ്റാർക്കാണ് കഴിയുക.

യേശുദേവൻ അന്നനുഭിച്ച പീഡനത്തിന്റെ വ്യാപ്തി എത്രത്തോളം ഉണ്ടന്ന് ആരും ചിന്തിച്ച് പോലും കാണില്ല. ഒരു പക്ഷെ വിശ്വാസികൾ പോലും അത്ര ചിന്തിച്ചു കാണില്ലായിരിക്കാം.

ഇരുമ്പ് സമ്പന്ധമായ ജോലികളാണ് ഞാൻ ചെയ്യുന്നത്.

ജോലിക്കിടയിൽ കൈമുറിയലും, കാലുമുറിയലും ഒക്കെ ആയിട്ട് ഒരുപാട് മുറിവും ചതവും ക്ഷതവും ഒക്കെ ഉണ്ടാവാറുണ്ട്. ചില സമയങ്ങളിൽ അറിയാതെ പോലും ചുറ്റിക കൊണ്ടുള്ള ഒരടി വിരലിൽ കൊള്ളുമ്പോഴുള്ള ഒരു വേദനയുണ്ട് കണ്ണിൽ കൂടി പൊന്നീച്ച പറക്കുന്ന സ്ഥലകാല ബോധം നഷ്ടപ്പെട്ട്പോകുന്ന വേദന.

അപ്പോൾ നെഞ്ചകം തുളച്ചുകയറുന്ന ഇരുമ്പാണി ചുറ്റികയ്ക് അടിച്ച്. അടിച്ചു തറക്കുമ്പോൾ ഉണ്ടാകുന്ന വേദന.

സ്വയം ആ വേദനയെ ഒന്ന് സങ്കൽപ്പിച്ച് നോക്കു ആ സമയത്ത് യേശുദേവൻ അനുഭവിച്ച കോടീയ പീഡനത്തിന്റ വ്യാപ്തി എത്രത്തോളം ഉണ്ടാകുമെന്ന് ഒരു പക്ഷേ മനസ്സിലാക്കാൻ കഴിഞ്ഞേക്കും 'ഉള്ളിന്റെ ഉള്ളിൽ നിന്ന് ആ വേദന സങ്കടമായി, ഏങ്ങലായി വിതുമ്പലായി, കരച്ചിലായി, കണ്ണിരായി., പുറത്തേക്ക് വരികയാണ്.

ഇനി മുതൽ യേശുദേവനെ നിങ്ങൾ കാണുമ്പോൾ ഈ വാക്കുകൾ ഓർമ്മ വന്നേക്കാം.

ഭൗതീകതയിൽ നാനാത്വത്തിൽ
ഏകത്വം എന്ന ആശയം
എല്ലാവരേയും ഒരേ പോലെ
കാണുക എന്നതാണ്.
ആത്മീയതയിൽ നാനാത്വത്തിൽ
ഏകത്വം എന്നത് സർവ്വ
ചരാചരങ്ങളെയും ഒരേ
പോലെ കാണുക എന്നതാണ്

ആർത്തവവും അമ്പലവും

അമ്പലങ്ങളിൽ ഇരിക്കുന്ന ദൈവത്തിന് ആർത്തവവുമായി എന്താണ് ബന്ധം.

എന്തിനാണ് ആർത്തവത്തെ ദൈവങ്ങൾ അശുദ്ധിയായി കാണുന്നത്. ഇനി ദൈവം ഉണ്ടാക്കിയതാണോ? അതോ മനുഷ്യൻ സ്വയം സൃഷ്ടിച്ചെടുത്തതാണൊ?

ഈ ആർത്തവ നിയമം. അറിയില്ല?

വിവരമില്ലാത്ത ആരോ എഴുതിച്ചതിനെ? ഇനി എഴുതിവച്ചിട്ടുണ്ടോ? എന്ന് പോലും അറിയില്ല. വിവരമില്ലാത്ത കുറേ അമ്മമാർ ഈ വിവരക്കേടിനെ തലമുറയായി പകർന്ന് നൽകി വരുന്ന വർഷങ്ങളായി അനുവർത്തിച്ച് പോരുന്ന ഈ നിയമം.

ഒരു പെൺകുട്ടിയെ സമ്പന്ധിച്ചിടത്തോളം അവളുടെ ജീവിതത്തിലെ ഏറ്റവും മഹത്തായ ഒന്ന് തുടക്കം കുറിക്കുന്ന ദിവസം.

മകളെ സ്നേഹിക്കുന്ന ഒരഛൻ എന്ന നിലയിൽ വളരെ ദുഃഖം തോന്നിയ ഒരു സംഭവം.

ഞങ്ങൾ കുടുംബത്തോടെ ഒരു ബന്ധുവിന്റെ കല്യാണത്തിന് പോകുകയാണ്. അമ്പലത്തിൽ വച്ചാണ് കെട്ട്.. അവിടെ ചെന്നപ്പോഴാണ് കാര്യം അറിയുന്നത് തന്നെ വിവരം തിരക്കിയപ്പോഴാണ് അറിയുന്നത്. പുറത്തായിരിക്കുകയാണ്. അത് കൊണ്ട് പുറത്താക്കിയിരിക്കുകയാണ്.

ഞാൻ നേരെ മകളുടെ അടുത്തേക്ക് ചെന്നു. പെൺകുട്ടിയായി ജനിച്ച് പോയതിനെ ശപിച്ച് കൊണ്ടാണ് വർത്തമാനം പറഞ്ഞു തുടങ്ങിയത്. എനിക്ക് എന്ത് ചെയ്യണം എന്നറിയില്ല. കല്യാണം ബഹിഷ്കരിച്ചാൽ ബന്ധു കോപം, അകത്ത് കയറിയാൽ ഈശ്വര കോപം. ഞാൻ ഈശ്വരകോപത്തേ നേരിടാൻ തന്നെ തീരുമാനിച്ചു.

ശരിക്കും ഈ ആർത്തവത്തിനെ ഇത്ര അശുദ്ധിയായി കാണേണ്ട കാര്യം എന്താണെന്ന് എത്ര ആലോചിച്ചിട്ടും പിടികിട്ടു

ന്നില്ല? ജനിച്ച അന്നു മുതൽ കണ്ട് വരുന്ന വളരെ വിചിത്രമായ ആചാരങ്ങളിലെ ഒരു സമ്പ്രദായം.

നാല് തുള്ളി രക്തത്തേ പേടിക്കുന്ന അപരിഷ്കൃത സമൂഹം

ശരീരത്തിന് പുറത്ത് വരുമ്പോൾ മാലിന്യമാകുന്നവയെ തന്നെ അല്ലേ ഉള്ളിൽ വച്ച് കൊണ്ട് നടക്കുന്നതും?

പുറത്ത് വരുന്ന മാലിന്യത്തെ മാത്രമേ നമ്മൾ കാണുന്നുള്ളൂ. അകത്തുള്ള മാലിന്യത്തെ തിരിച്ചറിയുന്നേയില്ല.

മനസ്സ് മുഴുവൻ നിറഞ്ഞ് നിൽക്കുന്ന മാലിന്യത്തെ ഒട്ടും തിരിച്ചറിയുന്നില്ല.

അപ്പോൾ മാലിന്യ സംസ്കരണം തുടങ്ങേണ്ടത് സ്വന്തം മനസ്സിൽ നിന്ന് തന്നെ അല്ലേ ആവേണ്ടത്.

സ്വന്തം മനസ്സ് നന്നാവാത്തയാൾ എങ്ങനെ സ്വയം നന്നാവും? സ്വയം നന്നാവാത്തയാൾ എങ്ങനെ സ്വന്തം കുടുംബത്തെ നന്നാക്കും?

സ്വന്തം കുടുംബത്തെ നന്നാക്കാനറിയാത്ത ആളെങ്ങനെയാണ് സമൂഹത്തെ നന്നാക്കുക?

സമൂഹത്തെ നന്നാക്കാൻ അറിയാത്ത ആൾ എങ്ങനെ ഒരു ദേശത്തെ നന്നാക്കും?

കൂടുന്തോറും കുറയുന്ന ഒന്നാണ്
ഉറക്കം
കൂടുന്തോറും കുറയുന്ന ഒന്നാണ്
സന്തോഷം
കൂടുന്തോറും
കുറയുന്ന ഒന്നാണ് ആയുസ്സ്

ബുദ്ധിരാക്ഷസന്മാരായ പഠിക്കാത്ത കുട്ടികൾ

നമ്മുടെ കുട്ടികളെ വലിയ വലിയ സ്ക്കൂളുകളിൽ വലിയ വലിയ തുക കൊടുത്ത് പഠിക്കാൻ വിടുകയാണ്.

കുട്ടിയുടെ ഭാവി ആണ് ലക്ഷ്യമെങ്കിലും സ്കൂളിന്റെ വലിപ്പത്തിന്റെ കാര്യത്തിൽ യാതൊരു വിട്ടുവീഴ്ച്ചയുമില്ല.

എല്ലാ കാര്യത്തിലും വലിപ്പം കാണിക്കുമെങ്കിലും പഠിപ്പിക്കുന്ന കാര്യത്തിൽ സ്ക്കൂൾ അധകൃതർ ഈ വലിപ്പം കാണിക്കാറില്ല.

കുട്ടികളുടെ പ്രോഗ്രസ്സ് കാർഡിലെ മാർക്ക് കൂട്ടിനോക്കുമ്പോൾ വാങ്ങിക്കുന്ന ഫീസും മാർക്കും തമ്മിൽ താരതമ്യം ചെയ്ത് നോക്കിയാൽ ഒരെത്തുംപിടിയും കിട്ടില്ല.

അനാഥരായ അന്തേവാസികളെ സഹായിക്കാൻ വലിയ മനസ്സുള്ളവരാണ്. കുട്ടികളുടെ കയ്യിൽ നിന്ന് വാങ്ങുന്ന പൈസയും, കുട്ടികൾ വീട്ടിൽ നിന്ന് വാങ്ങി കൊണ്ട് കൊടുക്കുന്ന പൊരുളുകളെ ആശ്രമിച്ചാണ് ഈ സേവനം.

ഡിസിപ്ലിൻ, സ്റ്റാൻഡേർഡ് ഈ രണ്ട് കാര്യത്തിലും, മുൻപന്തിയിലാരിക്കും. വിശേഷ ദിവസങ്ങളിൽ പിള്ളേരുടെ കയിൽ നിന്ന് പൈസ വാങ്ങിയിട്ട് ഡിസ്പോസിബിൾ ഗ്ലാസിൽ കൊടുക്കുന്ന അര ഗ്ലാസ് പായസത്തിൽ വരെ ഡിസിപ്ലിൻ ഉണ്ടാവും.

ഉച്ചയ്ക്ക് ഭക്ഷണം കഴിക്കുന്ന പാത്രം സ്കൂളിൽ കഴുകിക്കില്ല. എച്ചിലും വേസ്റ്റും അതേ പാത്രത്തിൽ വീട്ടിലേക്ക് കൊടുത്ത് വിടും.

അവനവന്റെ മാലിന്യം അവനവന്റെ ഉത്തരവാദിത്തം എന്നതാണ് മെസേജ്.

കൂടുതൽ മാർക്ക് വാങ്ങിയാൽ അത് സ്കൂളിന്റെ മഹത്വം.

മാർക്ക് കുറച്ച് വാങ്ങിയാൽ കുട്ടികളുടെ കുഴപ്പം, മാതാപി

താക്കളുടെ കുഴപ്പം.

സ്ക്കൂളിന്റെ അഭിമാനം സംരക്ഷിക്കാൻ വേണ്ടി മാതാപിതാക്കൾ കുട്ടികളെയും കൊണ്ടോടുന്ന മറ്റൊരു രീതിയാണ് ട്യൂഷൻ.

വലിയ പേരും പ്രശസ്തിയും ഉള്ള സ്ക്കൂളിലെ ടീച്ചർമാർ പഠിപ്പിക്കുന്ന കാര്യം അതേ കാര്യം ഏതെങ്കിലും വീടിന്റെ ചായ്പ് വാടകക്കെടുത്ത് വയറ്റിപിഴപ്പിന് വേണ്ടി ഇതേ കാര്യം പിള്ളേർക്ക് പറഞ്ഞ് കൊടുക്കുന്നു.

പഠിക്കുന്ന പിള്ളേർക്ക് ഇത് രണ്ടിന്റെയും ആവശ്യമില്ല.

പഠിക്കാത്ത പിള്ളേർക്ക് ഇത് രണ്ടും കൊണ്ട് ഒരു ഗുണവുമില്ല.

അപ്പോൾ സ്കൂളിന്റെ വലിപ്പമോ. ടീച്ചറുടെ ഡിഗ്രിയിലോ, ട്യൂഷനിലോ ഒന്നും അല്ല കാര്യം. കാര്യം എന്തന്ന് മനസ്സിലാക്കുന്നതിലാണ് കാര്യം.

ആരെ മനസ്സിലാക്കണം?? സ്വന്തം കുട്ടിയെ മനസ്സിലാക്കണം. നമ്മൾ തന്നെ വളർത്തി വഷളാക്കി വച്ചിരിക്കുന്ന കുട്ടിയെ ആര് ശരിയാക്കാനാണ്?? എങ്ങനെ ശരിയാക്കാനാണ്?

ഈ പഠിക്കാതെ നടക്കുന്ന കുട്ടിയെ എന്ത് ചെയ്തിട്ടും കാര്യമില്ല. അത് പഠിക്കില്ല.

"പഠിക്കാത്ത കുട്ടി എന്ന് പറഞ്ഞാൽ ഏറ്റവും ബ്രില്യന്റ് ആയിരിക്കും."

പഠിക്കുന്ന കുട്ടികളേക്കാൾ അവർ എന്ത് കൊണ്ടും കേമന്മാരിക്കും. കുത്തിയിരുന്നു കാണാതെ പഠിച്ച് പുസ്തക പുഴുക്കൾ ആവാൻ അവരെ കിട്ടില്ല. സ്വതവേ മടിയൻ മാരായ അവരുടെ മൈൻഡ് എപ്പോഴും ക്രിയേറ്റിവിറ്റിക്ക് ആയിരിക്കും മുൻതൂക്കം കൊടുക്കുക.

മാതാപിതാക്കൾ ഇത് മനസ്സിലാക്കാറില്ല അവർ ഞെക്കി പഴുപ്പിക്കാൻ ശ്രമിക്കുന്നു. കേവലം നിസാരമായ സംഗതിയേ ഉള്ളൂ കുട്ടി 50 ൽ 100 മാർക്കും വാങ്ങും.

പക്ഷെ ചില മാതാപിതാക്കൾക്ക് വളഞ്ഞ് മൂക്കേൽ പിടിക്കാനാണ് ഇഷ്ടം. കാരണം ഇവർ നന്നായാലല്ലേ കുട്ടിയും നന്നാവൂ. നേരെ ചൊവ്വേ ഉള്ള സമയത്ത് കുട്ടികൾക്ക് ഭക്ഷണം കൊടുക്കില്ല. അതും എളുപ്പത്തിന് വേണ്ടി ബുദ്ധിക്കു കേടുവരുന്നത് മാത്രമേ ഉണ്ടാക്കി കൊടുക്കുകയുള്ളൂ. നേരത്തും കാലത്തും ഉറങ്ങുകയുമില്ല ഉറക്കുകയുമില്ല. എഴുന്നേൽക്കുകയുമില്ല.

ട്യൂഷൻ എന്ന പേരിൽ കുട്ടിയേയും കൊണ്ട് നടന്നാലല്ലേ

ചില സ്വകാര്യ എന്റർടെയ്മെന്റ് ഒക്കെ നടക്കുകയുള്ളൂ. കുട്ടിയുടെ പേരിൽ സ്വൽപ്പം ശുദ്ധവായു ഒക്കെ ശ്വസിക്കാല്ലോ?

ഇല്ലാത്ത പ്രഷർ കൊടുത്ത് കുട്ടിയുടെ തലയിൽ ഭാരം വച്ച് കൊടുത്ത് കുട്ടിയുടെ സമനില തെറ്റിക്കുകയാണ്.

പഠിക്കാത്ത കുട്ടികളെ പഠിക്കുന്ന തരത്തിലേക്ക് അവരുടെ ബുദ്ധിയെ വികസിപ്പിച്ചെടുക്കുന്നത് എങ്ങനെയെന്ന് മനസ്സിലാക്കിയപ്പോഴാണ് ഇത്രയും നിസാരമായ കാര്യത്തിനാണല്ലോ ലോകത്തെ മാതാപിതാക്കളെല്ലാം നെട്ടോട്ടമോടിക്കൊണ്ടിരിക്കുന്നത്.

പരീക്ഷ സമയത്ത് മാത്രം ഉത്തരങ്ങൾ പേനയുടെ തുമ്പിൽ വരാൻ വേണ്ടി സമീപത്തുള്ള അമ്പലങ്ങളിലെ ദൈവങ്ങളുടെ ഒരു ഇടപെടലുണ്ട്.

വിദ്യാ മന്ത്രപുഷ്പ്പാഞ്ചലി.

കുട്ടികളെ നല്ല ശീലങ്ങൾ തുടക്കത്തിലേ പഠിപ്പിച്ചില്ല എങ്കിൽ ഒരു പരിധി കഴിഞ്ഞാൽ അവർ തിരിച്ച് പഠിപ്പിക്കും.

ഞാനും കഥ അറിയാതെ ആട്ടം കുറേ ആടിയിട്ടുണ്ട്.

സാധാരണ ജനങ്ങൾക്ക് ഈ മെഡിറ്റേഷന്റെ ശരിയായ വശങ്ങളും, ശരിയായ ഗുണങ്ങളും, എന്തെന്ന് ഇത് വരെ അറിയാൻ സാധിച്ചിട്ടില്ല. വസ്തുതകൾ അവരിലേക്ക് എത്തപ്പെട്ടിട്ടില്ല എന്നതാണ് വാസ്തവം.

കണ്ണിന്റെ കാഴ്ച്ചയുടെ ബുദ്ധിമുട്ട് അനുഭവിക്കുന്ന, പഠിക്കാൻ പറ്റാത്ത, പഠിക്കുന്ന കാര്യങ്ങൾ ഓർമയിൽ നിൽക്കുന്നില്ല. പരീക്ഷയിൽ മാർക്ക് കിട്ടുന്നില്ല, തെറ്റായ കൂട്ടുകെട്ടുകളിൽ പോയി വഴിതെറ്റി പോകുന്ന കുട്ടികൾ

ഇങ്ങനെ കുട്ടികളെ ബാധിക്കുന്ന ഓരോ പ്രശ്നങ്ങൾക്കും വ്യക്തമായ പരിഹാരമുണ്ട്.

ഇപ്പോഴത്തെ കുട്ടികളിൽ സാധാരണയായി കണ്ട് വരുന്ന ഒന്നാണ് കാഴ്ച്ച കുറവ്.

തെറ്റായ ജീവിത ശൈലിയിൽ നിന്നാണ് ഇതുണ്ടാവുന്നതെന്ന് ആ കുട്ടിക്ക് അറിയില്ല.

തെറ്റായ രീതിയിലാണ് ആ കുട്ടി വളരുന്നതെന്ന സത്യം കുട്ടിക്കുമറിയില്ല.

വളർത്തുന്ന മാതാപിതാക്കൾക്കും അറിയില്ല.

രക്ഷിതാക്കൾക്കും അറിയില്ല.

ആ കുട്ടിക്ക് അറിവ് പകർന്നു കൊടുക്കുന്ന അദ്ധ്യാപകർ

ക്കു പോലും ഇതറിയില്ല.

അദ്ധ്യാപകരും അവരവരുടെ ഇടുങ്ങിയ ചിന്തകളും, പുസ്തകത്തിൽ പറഞ്ഞിരിക്കുന്ന കാര്യങ്ങളെ അതേപടി പകർത്തി കൊടുക്കുകയാണ്.

ഇതൊക്കെ ഒന്ന് പറഞ്ഞ് മനസ്സിലാക്കി കൊടുക്കാൻ ആരും തന്നെ ഇല്ല എന്നതാണ് വേദനാജനകം

വായിക്കുന്നതോടൊപ്പം നിങ്ങളും. കൂടെ നിങ്ങളുടെ മക്കളും, നിങ്ങളെ ചുറ്റിപ്പറ്റി ബുദ്ധിമുട്ടനുഭവിക്കുന്ന എല്ലാവരും രക്ഷപെടട്ടേ എല്ലാവരിലേക്കും ഈ നന്മയുടെ പ്രകാശം പരക്കട്ടേ എന്ന് ആത്മാർത്ഥമായി പ്രപഞ്ചത്തോട് പ്രാർത്ഥിക്കുകയാണ്.

വിദ്യാഭ്യാസം എന്നത്
തോന്നിയത് പോലെ ജീവിക്കാൻ
ഉള്ള ലൈസൻസ് ആയി
മാറിയിരിക്കുകയാണ്
ചിട്ടയില്ലാതെ വളരുന്നതും,
വളർത്തുന്നതുമായ കുട്ടികളുടെ
ഭാവി എന്നത് എത്രയൊക്കെ
വിദ്യാഭ്യാസം നേടിയെന്നു
പറഞ്ഞാലും പിൽക്കാലത്ത്
അവരുടെ ജീവിതം
അലങ്കോലമായി മാറുകയാണ്

സൂം ക്ലാസ്സിലെ മനഃപാഠം

പാഠ പുസ്തകത്തിൽ പറയുന്ന കാര്യങ്ങൾ വായിച്ച് കേൾപ്പിക്കുന്നു, അർത്ഥം പറഞ്ഞു തരുന്നു.

നിരന്തരംവായിച്ച് മനഃപാഠം പഠിക്കാൻ നിർദ്ദേശം തരുന്നു. കാരണം

അദ്ധ്യാപകർ പറഞ്ഞു കൊടുക്കുന്നത് എന്താണോ? അത് ആ സമയത്ത് കൃത്യമായി മനസ്സിലാക്കണമെന്നില്ല. വായിച്ച്, വായിച്ചാണ് ഓരോന്നും മനപ്പാഠം ആക്കുന്നത്. ഇതാണ് സ്കൂളിലെ രീതി.

ഈ മനപാഠം പഠിക്കുന്ന രീതി ശീലിച്ചു പോയി

ഇവിടെയും സംഭവിക്കുന്നത് അത് തന്നെയാണ് ഗുരു പറയുന്നത് മനസ്സിലാകുന്നില്ല.

ഈ വാചകങ്ങളെ സമയം കിട്ടുമ്പോഴൊക്കെ പല ആവർത്തി വായിച്ചു മനപ്പാഠം ആക്കുക. എന്നിട്ട് ക്ലാസ് കേൾക്കുക. നിങ്ങൾക്ക് സംശയമേ ഉണ്ടാവില്ല. ഉറപ്പ്.

ഇത് ഗ്യാരണ്ടി ആണ്.

ദിവസവും കുളിച്ച് റെഡിയായി വൃത്തിയായി വസ്ത്രം ധരിച്ച് ജീവനുള്ള ദൈവം നമ്മുടെ വീടിന്റെ സ്വീകരണ മുറിയിൽ നമ്മളിരിക്കുന്നിടത്ത് എത്തുകയാണ്.

ദൈവത്തിന്റെ ജോലി ദൈവം ഭംഗിയായും കൃത്യമായും ചെയ്യുന്നു.

ഇവിടെ ഗുരു പ്രപഞ്ചത്തിന്റെ പാഠ പുസ്തകത്തിലെ അറിവുകൾ നമുക്ക് ദിനം തോറും നൽകുകയാണ്. നമുക്ക് പക്ഷെ മനസ്സിലാകുന്നില്ല. കാരണം നമ്മൾ ഇത് വരെ സഞ്ചരിച്ച വഴികളിൽ തന്നെയാണ് നമ്മുടെ മനസ്സ് സ്ഥിതി ചെയ്യുന്നത്. പുതിയ അറിവിന്റെ പാതയിലൂടെ സഞ്ചരിക്കാൻ മനസ്സ് പാകപ്പെടുന്നില്ല.

നമ്മൾ നമ്മുടേതായ വിവരക്കേടിന്റെ ശൈലിയിൽ ദൈവത്തെ സ്വീകരിക്കുന്നു. അലക്ഷ്യമായി ഇരുന്നും, ഉറക്കം തൂങ്ങി

യും, 'കോട്ടുവാ ഇട്ടും, നമ്മൾ സമയം കളയുകയാണ്.

ബ്രഹ്മാണ്ഡം മുഴുവൻ നിറഞ്ഞ് നിൽക്കുന്ന ദൈവം ദിനവും വീട്ടിൽ വന്ന് പോകുന്നു. നമുക്ക് ഇത് മനസ്സിലാകുന്നേയില്ല.

നമ്മൾ കുളിച്ച് ഭംഗിയായി നല്ല വേഷം കെട്ടി 10 സെന്റിലെ ഇല്ലാത്ത ദൈവത്തിന്റെ മുന്നിൽ പോയി കൂപ്പുകൈയോടെ താന്ന് കേണപേക്ഷിക്കുകയാണ്.

ഇത് റോക്കറ്റ് സയൻസാണ്. നമ്മൾ എങ്ങോ?ആരോ ഉപേക്ഷിച്ച എഞ്ചുവടിയും കയ്യിൽ പിടിച്ച് നിൽക്കുകയാണ്. അത് ദൂരെ കളയുക വൃത്തികെട്ട സംശയങ്ങൾ എല്ലാം കളഞ്ഞിട്ട് കൂടെ കേറിക്കോളൂ ഞാനും അങ്ങോട്ട് തന്നെയാണ്.

ശുനകൻ വാഴുന്ന വീട്

വീടിന് ദോഷം ചെയ്യുന്ന പട്ടിയെ വീടിന്റെ ഉള്ളിൽ വളർത്തുന്നു. പട്ടിയെ വീടിന്റെ ഉള്ളിൽ കയറ്റാനേ പാടില്ല. പട്ടി എന്നത് ശുനകനാണ്.

"ശുനകനെ വീട്ടിൽ കയറ്റുന്നവൻ ശുംഭൻ "

പട്ടിയുടെ കൂട് വരെ ശരിയായ സ്ഥാനത്തല്ല എങ്കിൽ അത് വരേ വീടിന് വിപരീതമായി ബാധിക്കുന്ന കാര്യമാണ്.

വീടിന്റെ പുറത്ത് ഉപയോഗിക്കേണ്ട ഒന്നാണ് ചെരുപ്പ്. മനുഷ്യനും ഭൂമിയും തമ്മിലുള്ള ബന്ധം വിച്ഛേദിക്കുകയാണ് ചെരുപ്പിന്റെ ഡ്യൂട്ടി "എന്നാൽ ഒട്ടുമുക്കാൽ വീടിന്റെ ഉള്ളിലും സദാസമയവും ചെരുപ്പടിയുടെ ശബ്ദം കേൾക്കാം. വീടിന്റെ ഉൾവശം എപ്പോഴും ശാന്തത നിറഞ്ഞിരിക്കണമെന്നുള്ളതാണ്. വിപരീത ചിന്തകളുടെ അല പോലും വീടിന്റെ ഉള്ളിൽ ഉണ്ടാവാൻ പാടില്ല.

എന്നാൽ ഇന്നത്തെ വീടിന്റെ ഉള്ളിൽ പ്രതിഫലിക്കുന്നത് മുഴുവനും വെളിയിലുള്ള ആളുകളുടെ മലിനമായ വിസർജ്ജനത്തിന്റെ മാറ്റൊലികളാണ്.

മനസ്സിലായി കാണില്ല എന്നറിയാം.

1. മൊബൈൽ ഫോൺ പരദൂഷണം
2. ടീവി സീരിയൽ
3. ന്യൂസ് പേപ്പർ (അറിയാവുന്നവരാരും പൊതുവേ വീടിന്റെ ഉള്ളിൽ കയറ്റാറില്ല.)

ചെരുപ്പിന്റെ കാര്യം രണ്ടിടത്ത് പരാമർശിച്ചിട്ടുണ്ട്.

ഈ ചെരുപ്പ് മൂലം നമുക്ക് ഗുണം കൂടുതൽ ആണെങ്കിലും, ഗുണത്തേക്കാൾ വലിയ ദോഷവുമുണ്ട്.

ഭൂമിയുടെ കാന്തിക മണ്ഡലത്തിലെ ഊർജ്ജവും മനുഷ്യന്റെ കാന്തിക മണ്ഡലത്തിലെ ഊർജ്ജവും തമ്മിൽ നടക്കുന്ന ഒരു ലയനമുണ്ട് അതിലൂടെ ഒട്ടനവധി ആരോഗ്യ ഗുണങ്ങൾ നമുക്ക് ലഭിക്കും നിർഭാഗ്യവശാൽ കാലഘട്ടം അതിനെതിരായി പോയി.

ഇതിനെ അനുകൂലമാക്കാൻ പുതിയ ഒരു MLM തട്ടിപ്പ് സജീവമായിട്ടുണ്ട്

ശരീരത്ത് അവിടെ ഇവിടെയൊക്കെ കാന്തം കെട്ടിവയ്ക്കുന്ന രീതിയാണ്. സൂം ക്ളാസിൽ കന്നടയിലെ ഒരാൾ ഇത് കെട്ടിയിരിക്കുന്നത് ഗുരുജിയുടെ ശ്രദ്ധയിൽ പെട്ടതാണ്.

അത് പോലെ തന്നെ കാന്തത്തിന്റെ മുകളിൽ കിടന്നുറങ്ങുന്ന തട്ടിപ്പ്, മാഗ്നറ്റിക് ബെഡ്. മനുഷ്യന്റെ കോംപ്ളിക്കേറ്റഡ് മെമ്മറിയെ ഫലപ്രദമായി ആളുകൾ ചൂഷണം ചെയ്ത് വിനിയോഗിക്കുന്നുണ്ട്.

ചെരുപ്പും പട്ടിയും

പട്ടിക്കും, ചെരുപ്പിനും സ്ഥാനം വീടിന് പുറത്താണ്. പണ്ട് മുതലേ അവലംബിച്ചുവരുന്ന ഒന്നാണ്. പുരാണത്തിൽ വരെ ബന്ധമുണ്ട്. ധർമ്മപുത്രരുടെയോ? ഭീമന്റെയോ ? എന്നതറിയില്ല? (പുരാണത്തിൽ ഉണ്ടോ എന്നറിയില്ല വാ മൊഴി കേട്ടതാണ്) ഒരേ പോലെ ശാപം കിട്ടിയ ഒന്നാണ് ചെരുപ്പിനും പട്ടിക്കും കിട്ടിയത്. വാസസ്ഥലം പുറത്തായത് കൊണ്ട് രണ്ടിനേയും വീട്ടിനകത്ത് കേറ്റാൻ കൊള്ളൂല്ല. പണ്ട് കാലത്ത് വളർത്ത് പട്ടികൾ വിവരമുള്ളവർ ആയിരുന്നു. അവർ സ്വയം പുറത്ത് നിൽക്കും. പട്ടി കിടക്കുന്നത് തന്നെ മനുഷ്യരുടെ കൂടെയാണ്. ഇന്ന് പട്ടി കിടക്കുന്നിടത്ത് മനുഷ്യനും, മനുഷ്യൻ കിടക്കണ്ടിടത്ത് പട്ടിയും കിടക്കുന്നു. പുരോഗമന കലിയുഗ വിനാശകാലം ആയത് കൊണ്ടാവും രണ്ടിനും സ്ഥാനം വീടിന്റെ ഉള്ളിലാണ്.

കുർക്കും എന്ന ഗ്രാമം

മഹാരാഷ്ട്രയിൽ ജോലി ചെയ്യുന്ന സമയം പൂനെ സത്താറ ഹൈവെയ്ക്കിടയ്ക്ക് കുർക്കുംമ്പ് എന്ന വളരെ കുറച്ച് ആളുകൾ മാത്രമുള്ള ഒരു ഗ്രാമം.

ശൗചാലയം എന്തെന്ന് അവർക്കറിയില്ല. രാവിലെ ഒരു ലോട്ടയിൽ (മൊന്ത) വെള്ളവുമായി പോകും. തിരികെ വരുമ്പോൾ അതേ ലോട്ടയിൽ ചായയ്ക്കുള്ള പാലും വാങ്ങി വരും. സോപ്പും വെള്ളവും തമ്മിൽ ശത്രുക്കളാണ്. കാരണം കുളി കഴിഞ്ഞാൽ സോപ്പ് അതേപോലെ ശരിരത്തിലിരിക്കും. നല്ല പോലെ കുളിക്കണമെന്നുണ്ടെങ്കിൽ ബോംബെയിൽ പോകണം. ഇതാണ് ആ ഗ്രാമത്തിന്റെ മറ്റൊരു സവിശേഷത. കൂടാതെ ജനവാസം കുറവ്, നാരങ്ങതോട്ടം, പ്രേതം ഇങ്ങനെ പോകുന്നു. ഒരിക്കൽ ബോംബെയിൽ നിന്ന് തിരികെ വന്നിറങ്ങിയസമയം രാത്രി 2. 30 AM. ബസ് സൗകര്യം കുറവായത് കൊണ്ട് പാൽ ടാങ്കറിൽ ആണ് യാത്ര. രാവിലെ ഡ്യൂട്ടിക്ക് കയറണം, കുറ്റാ കുറ്റിരുട്ടാണ്. പട്ടി ശല്യവും നാരങ്ങാ തോട്ടവും താണ്ടി എങ്ങനേയും റൂമിലെത്തണം. ധൈര്യശാലി ആയത് കൊണ്ട് ഉള്ളിൽ പേടിയും വച്ച് മുന്നോട്ട് നടന്നു.

മറ്റൊരു പ്രത്യേകത കൂടിയുണ്ട്. പറഞ്ഞ് കേട്ടതേയുള്ളൂ, നേരിട്ട് അനുഭവം ഇല്ല. രാത്രി സമയത്ത് ഈ നാരങ്ങ തോട്ടത്തിന് നടുവിൽ കളഞ്ഞ് പോയ സാധനം തപ്പുന്ന രീതിയിൽ എതിരേ വരുന്ന ഒരാളെ കണ്ടുമുട്ടും

നമ്മളോട് സഹായം ആവശ്യപ്പെടും. നമ്മൾ സഹായം തുടങ്ങുമ്പോൾ ആൾ വെളിച്ചത്തിനായി തീപ്പട്ടി തരും. തീപ്പട്ടി കത്തിച്ച് നമ്മൾ പരതുമ്പോൾ ശ്രദ്ധിക്കുന്ന ഒന്നുണ്ട്. ഈ ആളിന്റെ കാലുകൾ പോത്തിന്റേയോ. എരുമയുടെയോ ഒക്കെ ആയിരിക്കും. പിന്നെ സംഭവിക്കുന്നത് ഊഹിക്കാമല്ലോ?

ഹൈവേയിൽ നിന്ന് തോട്ടത്തിലേക്ക് ഇറങ്ങുന്ന ഭാഗം എത്തിയപ്പോൾ ഹൈവേയുടെ നടുവിൽ ഒരു ടാറ്റാ സുമോയു

ടെ പിൻഭാഗം ആണ് കാണുന്നത്. ഞാൻ കുറച്ച് കൂടെ അടുത്ത് എത്തി നോക്കിയപ്പോൾ ഉള്ളിൽ നിന്ന് ഒരു നിലവിളി ശബ്ദം കേൾക്കുന്നുണ്ട്. "മെലോരേ മെലോരേ" എന്നാണ് ശബ്ദം. (മരണ വെപ്രാള നേരം മറാഠിയിൽ കരയുന്നത്) എന്ത് ചെയ്യ ണമെന്നറിയാതെ പകച്ച് പോയ നിമിഷം.

4 മീറ്ററിൽ കൂടുതൽ നീളമുള്ള ടാറ്റാസുമോ പകുതിയേ ഉണ്ടാ യിരുന്നുള്ളു. ഏതോ ഒരു വലിയ വണ്ടിയുമായി കൂട്ടിയിടിച്ച് മറ്റേ വണ്ടി കടന്ന് കളഞ്ഞിരിക്കുന്നു. സംഭവം നടന്നിട്ട് കുറച്ച് സമയം മാത്രം. ഡ്രൈവറക്കം ഫ്രണ്ടിൽ മൂന്ന് പേർ, ഡ്രൈവർക്ക് തൊട്ട് പുറകിലെ സീറ്റിൽ 3 പേർ, മൊത്തം 6 പേർ സ്പ്പോട്ടിൽ മരിച്ചി രിക്കുകയാണ്. ഏറ്റവും പുറകിൽ ഇരുന്ന രണ്ട് പേർ ഇടിയുടെ ആഘാതത്തിൽ തെറിച്ച് വന്ന് ഡ്രൈവർ സീറ്റിൽ കിടക്കുകയാ ണ്. ഒരാൾക്ക് അനക്കമില്ല ഒരാൾ നിലവിളിക്കുന്നുണ്ട്. എന്നെ അറിയാവുന്ന കുറച്ച് നാട്ടുകാരേയും കൂട്ടി എങ്ങനെയൊക്കെ യോ ഡോർ പൊളിച്ച് രണ്ട് പേരെയും പുറത്തെടുത്തു. ഒരാൾ തൊടുമ്പോൾ ഞരങ്ങുന്നുണ്ടായിരുന്നു. സമീപത്തുള്ള സിപ്ള കമ്പനിയിൽ നിന്ന് വരുത്തിയ ഒരു ഓമ്നി ആംബുലൻസ് അവ രേയും വഹിച്ച് യാത്രയായി. സമയം 5.30 AM ഞാൻ നേരെ റൂ മിലേക്കും. നാരങ്ങാ തോട്ടത്തിലൂടെ നടന്നപ്പോൾ എന്താണെന്ന റിയില്ല എനിക്ക് പേടി തോന്നിയില്ല. രാവിലെ കുളിച്ച് ഡ്യൂട്ടിക്ക് പോകുകയാണ്. ഹൈവെ മുഴുവൻ ജന സമുദ്രം. വെള്ളയും വെള്ളയും ധരിച്ച ആഢ്യത്വമുള്ള ആളുകൾ. അന്നത്തെ മുഖ്യ മന്ത്രി മുരളി മനോഹർ ജോഷിയുടെ PA യുടെ ബന്ധു ആയിരു ന്നു മരിച്ചവരിൽ ഒരാൾ എന്നാണ് അന്ന് അറിയാൻ കഴിഞ്ഞ ത്. 6 ഡെഡ് ബോഡി വെള്ള പൊതിഞ്ഞു പോലീസ് കാവലിൽ സൈഡിലെ പറമ്പിൽ കിടത്തിരിക്കുന്നു. രണ്ട് ട്രാക്ടറുകൾ കെട്ടി വലിച്ച് സുമോയെ നിവർത്തിയാണ് ഈ 6 ബോഡികളും പുറത്തെടുത്തത് എന്നറിഞ്ഞു.

സ്ട്രച്ചറിൽ കിടത്തിയപ്പോൾ എന്നെ തൊട്ട് തൊഴുത ആ മനുഷ്യൻെറ മുഖം ഓർമയില്ല. ജീവനോടെ കാണുമായിരിക്കാം. ഇതിന്റെ ഹിന്ദി പതിപ്പ് വായിച്ച് ഒരു പക്ഷെ വിളിക്കുമായിരിക്കും.

വിവരണങ്ങളിലെ വിപരീതത

നമ്മൾ കേട്ടറിവിനേയും വായിച്ചറിവിനേയും, വിശ്വസിക്കു ന്നു. ആ വിശ്വാസത്തെ പിൻ തുടരുന്നു. യുഗാന്തരങ്ങളുടെ കാ

ലപ്പഴക്കത്തിൽ മാറി, മാറി വന്ന മനുഷ്യന്റെ സ്വാർത്ഥചിന്തയുടെ പ്രതിഫലനമാണ് ആധുനിക വിദ്യാഭ്യാസരീതി.

ഗുരുകുല വിദ്യാഭ്യാസം ആയിരുന്നു പുരാതന രീതി. അറിവിനെ അന്വേഷിച്ച് പുറത്തേക്ക് ഇറങ്ങാൻ തുടങ്ങിയ അന്നുമുതലാണ് മനുഷ്യരിൽ സ്വാർത്ഥചിന്ത ഉടലെടുക്കുന്നത്.

പ്രപഞ്ചത്തിലെ സർവ്വ ചരാചരങ്ങൾക്കും ആന്തരികമായ അറിവുകൾ ആണ് പ്രപഞ്ചം നൽകിയിരിക്കുന്നത്.

പക്ഷിമൃഗാദികളെല്ലാം പ്രപഞ്ചം നൽകിയ ആന്തരിക അറിവുകളിലൂടെ സ്വയം ജീവിക്കുന്നു.

മനുഷ്യനുമുണ്ട് ആന്തരിക അറിവുകൾ പക്ഷെ ബാഹ്യമായ അറിവുകളുടെ ഇടപെടൽ മൂലം ഉപയോഗിക്കാൻ അറിയില്ല.

സൂര്യൻ ഉദിക്കുന്നത് കിഴക്ക് ദിക്കിൽ ആണെന്നത് കേട്ടറിഞ്ഞ ലിപികളാണ്. ആ കേട്ടറിവിനെ ഇന്നും കേടുകൂടാകാതെ പാലിച്ച് പോകുന്നു. ശരിക്കും സൂര്യനുദിക്കുന്ന ദിക്കിനെ കിഴക്ക് എന്ന് നാമകരണവും ചെയ്ത് കിഴക്കിന്റെ വലത് വലത്തേ വടക്ക് എന്നും. ഇടത് വശത്തേ തെക്ക് എന്നും എതിർ വശത്തെ പടിഞ്ഞാറായും കണക്കാക്കാം. എല്ലാം ലിപികളാണ്. വാസ്തവം എന്നത് കണ്ട് പിടിക്കുക എന്നതാണ് ജ്ഞാനം. ഈ ജ്ഞാനത്തെ അന്വേഷിച്ച് പുറമേ നടന്നാൽ ലക്കും ലഗാനുമില്ലാതായി പോകും. ഈ ജ്ഞാനം ഇരിക്കുന്നത് നമ്മുടെ ഉള്ളിലാണ്.

അനേകം ഫയലുകൾ സൂക്ഷിച്ച് വയ്ക്കാവുന്ന സിസ്റ്റമാണ് കംപ്യൂട്ടർ'. ആയിരം സൂപ്പർ കംപ്യൂട്ടറിന്റെ അത്രയും കപ്പാസിറ്റി ഉള്ളതാണ് നമ്മുടെ തലച്ചോർ. ഈ തലച്ചോറിലാണ് അനുനിമിഷം ഓരോന്നും നിറച്ച് കൊണ്ടിരിക്കുന്നത്.

നമ്മൾ നിറച്ച് കൊണ്ടിരിക്കുന്ന ഈ അറിവുകൾ പ്രപഞ്ചത്തിന് വിപരിതമായിട്ടുള്ളവ ആകുമ്പോഴാണ് കോംപ്ളിക്കേറ്റഡ് മെമ്മറി ആയി മാറുന്നത്. ഇങ്ങനെ രൂപപ്പെടുന്ന കോംപ്ളിക്കേറ്റഡ് മെമ്മറിയും ജീവിതത്തിൽ പ്രതികൂലമായി ബാധിക്കുന്നു.

എല്ലാം നമ്മുടെ ഉള്ളിലുണ്ട്. (ആയിരം സൂപ്പർ കംപ്യൂട്ടർ എന്നത്) പക്ഷെ ആവശ്യത്തിന് ഉപകരിക്കുന്നില്ല. ഇത് തന്നെയാണ് ശരിക്കുള്ള കേംപ്ളിക്കേറ്റഡ് മെമ്മറി.

ഗുരുജിയുടെ വാക്കുകളെ കന്നഡയിലേക്ക് ട്രാൻസലേറ്റ് ചെയ്യുന്ന സമയത്ത് അനിൽ സാറിന്റെ വാക്കുകൾ ശ്രദ്ധിച്ചിട്ടുണ്ടോ? അവിടെ ആ സമയത്ത് പ്രപഞ്ചത്തിന്റെ അദൃശ്യമായ ഒരിടപെടൽ നടക്കുന്നുണ്ട്.

ഉള്ളിത്തൊലി ദാമ്പത്യം

ഭൗതിക ജീവിതം നയിക്കുന്ന ഒട്ടു മുക്കാൽ കുടുംബങ്ങളിലും ഭാര്യയും ഭർത്താവും യൗവനത്തിന്റെ ഒരു ഘട്ടം കഴിയുമ്പോൾ സ്വയം ഒരു തീരുമാനം എടുക്കുകയാണ്. സ്വയം ഒരു വിധി എഴുതും.

ബാധ കയറിയതു പോലെ ഒരു മാറ്റവും, ഒരു തീരുമാനവും വരും. ഇത് വരെ ഉണ്ടായിട്ടുള്ള സംഭവവികാസങ്ങളെ അനുസരിച്ചായിരിക്കും വരുന്ന മാറ്റവും എടുക്കുന്ന തീരുമാനവും.

ചിലർ വൺ ടു ത്രീ പറഞ്ഞ് അപ്പഴേ ഇടപാട് തീർക്കും.

ചിലർക്ക് അത് പറ്റില്ല കാരണം വീട്ടുകാര്, നാട്ടുകാര്, സമൂഹം, മക്കളുടെ ഭാവി എന്നിങ്ങനെ ചിന്തിച്ച് എങ്ങനേയെങ്കിലും തട്ടിയും മുട്ടിയും പോകാം എന്ന് വിചാരിക്കും. സമൂഹത്തിൽ ഇവർ ഏറ്റവും നല്ല അഭിനേതാക്കൾ ആയിരിക്കും. ചിലരുടെ ഒക്കെ അഭിനയത്തിന് അപ്പോൾ തന്നെ ഓസ്ക്കാർ എടുത്ത് കൊടുക്കാൻ തോന്നും.

പുറമേ മനോഹാരിതയുടെ രമ്യഹർമ്മ മന്ദിരത്തിൽ

ഒക്കെ ആയിരിക്കും താമസം വീടിനുള്ളിലേക്ക് കയറി കഴിയുമ്പോൾ പരസ്പരം അമ്പും വില്ലും ആയി പോരിന് നിൽക്കുക പോരാളികളായിരിക്കും.

അനുഭവം കൂടുതലുള്ളവരുടെ ഒരു ഭാഷ പ്രയോഗം ഉണ്ട്

ചട്ടിയും കലവും ആയാൽ തട്ടിയും മുട്ടിയും ഒക്കെ ഇരിക്കും... എന്ന ലോജിക്കില്ലാത്തഒരു മുട്ടുന്യായവും പറയും.

വിഷയത്തിലേക്ക് കടക്കാം ദമ്പതികൾക്കിടയിലെ പ്രശ്നങ്ങൾ ആണ് വിഷയം.

വിഷയത്തിന് എന്തെങ്കിലും ഒരു കാരണം വേണം.

അമിത ടെൻഷൻ, സ്ട്രസ്സ്, ഉത്കണ്ഠ, ഭയം, പിന്നെ വേറോരു ഭയം കൂടി ഉണ്ട് ആകാരണമായ ഭയം, ജോലിഭാരം, മാനസിക

ത്തിലെ ബോൾട്ടിന്റേയും നട്ടിന്റെയും"പിരിമുറുക്കം "

ദേഷ്യം, അമിതമായ ദേഷ്യം സങ്കടം, മനസ്സിന് മുറിവേൽക്കുക, മുറിവേറ്റ മനസ്സിന് സ്റ്റിച്ചിടണം, വീടിന്റെ പുറത്തിറങ്ങിയാൽ ചൂട്, വെയിൽ, ട്രാഫിക്ക്. ബ്ലോക്ക്, വീട്ടിൽ വന്ന് കഴിഞ്ഞാൽ തലയ്ക്കുള്ളിൽ വേദന. തലേടപുറത്ത് വേദന, അവിടെ വേദന, ഇവിടെ വേദന, മാങ്ങാത്തൊലി ഒലക്കേടെ മൂഡ്, സാരിയുടെ നിറവും, ചുരിദാറിന്റെ കളറും, ഷർട്ടിന്റെ ഇറക്കം പാന്റിന്റെ കേറ്റം,

നെറ്റില്ല, ചാർജില്ല. വൈഫൈ ഇല്ല, ഇങ്ങനെ ആകാശം ഇടിഞ്ഞു വീഴുന്ന ഇനിയും ഒട്ടനവധി പേരുകളുള്ള വിഷയങ്ങൾ ഉണ്ട്. അത് കൊണ്ട് പുതിയ പേരിട്ട് പുതിയ ഒരു വിഷയം എടുക്കാം

ഈ കാരണത്തിന് നമുക്ക് തൽക്കാലം ഒരു പേരിടാം; വിരക്തി.

വിരക്തി

"വിരക്തി " ഞാൻ ഇത് ഇപ്പോ ചുമ്മാ ഇട്ട പേരാണെങ്കിലും ഒരു കാലത്ത് ഈ സാധനം എന്റെയും കൂടപ്പിറപ്പായിരുന്നു.

ശരിക്കും ഇത് തിന്നിട്ട് എല്ലിന്റെടേലു കേറുന്ന ഒന്നാണെങ്കിലും വൈദ്യശാസ്ത്രം ഇതിനെ വളരെ നല്ല രീതിയിൽ വിലയിരുത്തുന്നുണ്ട്. (വയറ്റിപ്പിഴപ്പ് ആണല്ലോ)

അതായത് ഒരു നിശ്ചിത പ്രായം കഴിയുമ്പോൾ ഉണ്ടാകുന്ന ഹോർമോൺ വ്യതിയാനം മൂലമാണത്രേ ഈ സാധനം ഉണ്ടാകുന്നതെന്നാണ് ശാസ്ത്ര സാങ്കേതിക വിലയിരുത്തൽ.

ഈ സാധനം ഏത് വഴിയാണ് അകത്ത് കയറുന്നത് എന്നറിയണമല്ലോ?

വിചാരിക്കുന്നത് ഒന്നും നടക്കുന്നില്ല എങ്കിൽ കൂട്ടുപിടിക്കുന്ന കൂട്ടാളി ആണ് വിരക്തി.

ശരിക്കും വിരക്തി വരുമ്പോഴാണ് എല്ലാവരും ആസ്വദിക്കാൻ തുടങ്ങുന്നത്. പുരുഷന്മാരിൽ വിരക്തി തുടങ്ങുമ്പോൾ നേരെ പോകുന്നത് ബാറിലേക്കും.

സ്ത്രീകളിൽ വിരക്തി തുടങ്ങുമ്പോൾ നേരെ പോകുന്നത് ബ്യൂട്ടി പാർലറിലേക്കും.

രണ്ടുപേരും ആഗ്രഹിക്കുന്നതും ആസ്വദിക്കുന്നതും ഒന്ന് തന്നെയാണ് "ഫ്രീഡം."

ചില നല്ല സ്ത്രീകൾ ഉണ്ട്. എപ്പോഴും അമ്പലവാസം ആയിരിക്കും, ഭജനയിരുപ്പ്, ഷഷ്ഠി വ്രതം, ഭർത്താവിനെ തിരിഞ്ഞ് നോക്കാതെ മുരുകന് വേണ്ടി പട്ടിണി കിടക്കും. മുരുകൻ തിരിഞ്ഞ് പോലും നോക്കില്ല. കാരണം മുരുകന് നല്ല രണ്ട് ഭാര്യമാരുണ്ട്.

നല്ല ഭർത്താവിനെ കിട്ടാൻ തിങ്കളാഴ്ച്ച വ്രതം, കിട്ടി കഴിഞ്ഞാൽ ആഴ്ച്ച മുഴുവൻ വ്രതം.

വിരക്തി വരുമ്പോൾ ലഭിക്കുന്ന ഒന്നാണ് ധൈര്യം. ധൈര്യം വരുമ്പോഴാണ് മുകളിൽ സൂചിപ്പിച്ച ബാധ കയറുന്നത്. ബാധ കയറിയാൽ പിന്നെ ലൈസൻസായി. പിന്നെ തോന്നിയപോലെ എന്തും ചെയ്യാം, എന്തും പറയാം. വിരക്തി വന്നു പോയാൽ പിന്നെ ലോകത്ത് ആരേയും പേടിക്കണ്ട.

ഇതിന്റെ പര്യവസാനം എന്നത് മതിലിൽ പോസ്റ്റർ വരുമ്പോഴാണ്. ജീവിച്ചിരിക്കുന്ന, ഒരാളുടെ പോസ്റ്റർ മറ്റൊരാൾ മതിലിൽ ഒട്ടിക്കണമെങ്കിൽ പോസ്റ്ററിൽ ഉള്ളയാൾ പ്രമുഖൻ ആയിരിക്കണം. മറ്റയാൾ ജീവിതത്തിൽ ഒരേയൊരു തവണ പ്രമുഖനാവും ആദരാഞ്ജലികളിലൂടെ.

മനുഷ്യന്റെ ഉള്ളിലെ അഹങ്കാര ചിന്തയാണ് ഞാൻ, എനിക്ക് എന്റെ.

ഈ ചിന്തയാണ് മനുഷ്യനെ നശിപ്പിക്കുന്നത്.

എനിക്ക്എന്തോ പ്രാധാന്യമുള്ളതാണെന്നുള്ള എന്റെ ചിന്ത.

എത്ര വലിയ മഹത് വ്യക്തി ആണങ്കിലും നിങ്ങൾ ഈ ഭൂമിയിൽ ഇല്ല എങ്കിൽ പ്രപഞ്ചത്തിന് ഒന്നും തന്നെ സംഭവിക്കുന്നില്ല. പ്രപഞ്ചത്തിലുള്ള സ്ഥായിയാതെല്ലാം അതേ പോലെ നിലനിൽക്കും. പ്രപഞ്ചത്തിൽ നിങ്ങളുടെ ഓർമകൾക്ക് പോലും സ്ഥാനമില്ല വേണ്ടപ്പെട്ടവർ എന്ന് കരുതുന്നവർ ഉണ്ടെങ്കിൽ കേവലം ദിവസങ്ങൾ മാത്രം ഒന്ന് കരഞ്ഞേക്കാം.

കൂടുംബം ഇമ്പമുള്ളതാണ് കുടുംബം.

ആരോ അറിവില്ലായ്മയിൽ പറഞ്ഞുണ്ടാക്കിയ മുട്ടാപ്പോക്ക് ന്യായത്തിൻെറ ഇമ്പമായിരിക്കാം.

പക്ഷെ ഇപ്പോൾ ഉള്ള കുടുംബം കമ്പത്തിന് തീ കൊളുത്തിയിട്ട് അവസാനം പന്തം കണ്ട പെരുച്ചാഴിയെ പോലെ നിൽക്കുന്ന നിസഹായരായ കുടുംബസ്ഥരുടെ ആണന്ന് മാത്രം.

രാഷ്ട്രഭാഷ

ഇഷ്ട ഭാഷയിൽ ഒന്ന് ഹിന്ദി ആണ് ഹിന്ദി വാക്കുകളോട് വല്ലാത്ത ഒരു അഭിനിവേശമാണ്. 80 കളിലേയും 90 കളിലേയും ഹിന്ദി ഗാനങ്ങൾ കേൾക്കുമ്പോൾ ഹൃദയത്തിൽ തോന്നുന്ന ആ ഒരു ഉൾപ്പുളകം പറഞ്ഞറിയിക്കാൻ പറ്റാത്തതാണ്. മനസ്സിന്റെ ഉള്ളിന്റെ ഉള്ളിൽ ചെന്ന് കൊത്തിവലിക്കുന്ന ഒരു തരം വികാരം. മനസ്സിനേയും മനസ്സിന്റെ വികാരങ്ങളെയും വാക്ക് കൾ കൊണ്ട് എത്രത്തോളം വേർതിരിക്കാമോ അത്രയും... വേർതിരിച്ച് ജനമനസ്സുകളെ കീഴടക്കുന്നു. പ്രപഞ്ചം കനിഞ്ഞ് നൽകിയ സ്വരമാധുര്യത്തോടെ പാടുന്ന കുമാർസാനുദ അൽക്കാജിയും, ലതാജിയും, ഉദിത് ജീയും, മാസ്മരികതയുടെ ഭാവ സ്വരം വരികളിലെ വേദനകളുടെ ആഴത്തെ ഉൾക്കൊണ്ടിട്ടുള്ള ആലാപനശൈലി ശ്രവിക്കുന്നതിലൂടെ ഹിന്ദി അറിയാത്തവർക്ക് പോലും ഹൃദ്യമായി തോന്നുന്നു പ്രപഞ്ചത്തിലെ ഏതോന്നിനേയും ഹിന്ദി വാക്കിലൂടെ കേൾക്കുമ്പോൾ കിട്ടുന്ന ഊർജ്ജം അത് വേറൊന്നാണ്.

ഇപ്പോൾ ആത്മീയ പാതയിലേക്ക് വന്നപ്പോഴാണ് അന്നത്തെ തോന്നലുകൾ പൊള്ളയായിരുന്നു എന്ന് മനസ്സിലായത്.

അന്ന് ആ കാലത്ത് ശരിക്കും ആ ഫീൽ ഉൾക്കൊള്ളുമായിരുന്നു. ഇപ്പോഴും കേട്ടാൽ ലയിച്ചിരിക്കും അത് സത്യമാണ് കേട്ടോ

സത്യം പറഞ്ഞാൽ കേവലം എന്ന് വിചാരിക്കാവുന്നതും വിശേഷിപ്പിക്കാവുന്നതുമായ മാനുഷിക വികാരങ്ങളെയും, പ്രത്യേകിച്ച് കാര്യ പ്രസക്തി ഇല്ലാത്ത വാക്കുകളേയും സ്നേഹത്തേയും, മനസ്സിനേയും, ഒക്കെ പ്രപഞ്ചത്തിലെ വിലപിടിച്ച ഒരോന്നിനോടൊക്കെ ഉപമിച്ച് കോർത്തിണക്കിയ വരികൾ കേട്ടിരിക്കാൻ എത്രയോ ഹൃദ്യമാണ്. മനസ്സിന്റെ ഭാഷ ഹിന്ദി ആയത് കൊണ്ടായിരിക്കാം ഹിന്ദി നമ്മുടെ ദേശീയ ഭാഷ ആയത്.

1200 ഓളം ഹിന്ദി ഗാനങ്ങളുടെ ശേഖരം തന്നെ ഉണ്ടായിരുന്നു. ഈ പാട്ടുകൾ കേട്ടാണ് രാത്രികാലങ്ങളിൽ വണ്ടി ഓടിച്ചി

രുന്നത്. അന്നത്തെ രാത്രികളിലെ ഇരുട്ടിന് കാഠിന്യമേറെയാണ്.

റോഡിന്റെ വിജനതയിലൂടെ വിദൂരതയിലേക്ക് ഇരുളിന്റെ കാഠിന്യവും ഭേദിച്ച് കാർ മുന്നോട്ട് പായുമ്പോൾ സ്പീഡോ മീറ്ററിലെ സൂചി നിശ്ചിത പരിധിക്ക് മേലെ കയറുന്നത് ഞാൻ അറിയാറേയില്ല. മഴയും കൂടി ഉണ്ടെങ്കിൽ ഉള്ള തലം ഒന്ന് വേറെയാണ്.

ബന്ധങ്ങളുടെ ചങ്ങലക്കെട്ടുകൾ ഭേതിച്ച് മനസ്സ് വാഹനത്തേക്കാൾ മുൻപേ പായുകയാണ്. (അന്ന് മനസ്സിന് അടിമയായിരുന്നല്ലോ)

ബന്ധങ്ങളുടെ ആഴത്തെ തൊട്ടറിയുന്ന വരികളുള്ള ചില പാട്ടുകൾ വരുമ്പോൾ വാഹനം തിരിക്കാൻ മനസ്സ് നിർബന്ധിതനാകുന്നു.

ആവർത്തന വിരസമായ രാവുകളെ തേടി വീണ്ടും തിരിക്കുകയാണ്.

ആരും ഇത് അനുകരിക്കാതിരിക്കുക, വിവരം ഇല്ലാതിരുന്ന സമയത്ത് ചെയ്ത വിവരക്കേട് അങ്ങനെ മാത്രം കണ്ടാൽ മതി ഉറക്കമില്ലായ്മയും, ഡിപ്രഷനുമൊക്കെ അറിവില്ലായ്മയുടെ ഭാഗമായി വരുന്ന വെറും തോന്നലുകൾ മാത്രമാണ്. കാലഘട്ടം പുരോഗമിക്കുമ്പോൾ, ഇങ്ങനെ പലതും തോന്നും.

"ചൊറിഞ്ചണ കഷായം ഇതിന് ബെസ്റ്റ് മരുന്നാണ്"

വളരെ ശ്രദ്ധയോടെ വാഹനം കൈകാര്യം ചെയ്യുക. നിങ്ങളുടെ ഒരാളുടെ അശ്രദ്ധയുടെ പിന്നിലെ ഭീകരത എന്തെന്ന് സ്വയം മനസ്സിലാക്കുക. ശ്രദ്ധയിൽ പെടുന്നതും പെടാത്തതുമായ ഒരുപാട് ജീവനുകളുണ്ട്.

സീറ്റ് ബെൽറ്റ് ഒക്കെ ധരിച്ച് വേണം യാത്ര.

ആവശ്യമുള്ള സമയത്ത് ആവശ്യത്തിന് മാത്രം വാഹനം ഉപയോഗിക്കുക.

വാഹനം നമ്മുടേതായിരിക്കാം, ലൈസൻസും ഉണ്ടായിരിക്കാം, നമ്മൾ ടാക്സും കൊടുക്കുന്നുണ്ട് എന്ന് കരുതി നമുക്ക് തോന്നിയത് പോലെ ഉപയോഗിച്ച് നശിപ്പിക്കാനുള്ളതല്ല വാഹനവും, പൊതു നിരത്തുകളും എന്ന് മനസ്സിലാക്കുക.

പൊതു നിരത്തുകൾ നമ്മുടേതല്ല, ഒഴിച്ചു കൂടാനാവാത്ത നമ്മുടേതായ ആവശ്യങ്ങളെ സുഗമമാക്കാൻ വേണ്ടി സർക്കാർ സംവിധാനം ഉപയോഗിച്ച് ചെയ്തു തരുന്ന ഒരു സൗകര്യമാണ്.

ഈ സൗകര്യങ്ങളെ ദുരുപയോഗം ചെയ്യാതെ വേണ്ട രീതി

യിൽ മനസ്സിലാക്കി, ഫലപ്രദമായ രീതിയിൽ വിനിയോഗിക്കാൻ പഠിക്കണമെന്ന് താഴ്മയായി ഈ എളിയ സഹോദരൻ അഭ്യർത്ഥിക്കുകയാണ്.

മനസ്സ് പ്രക്ഷുബ്ധമാകുമ്പോൾ ഈ ബുക്കെടുത്ത് വായിക്കുക.

ഒന്നിനേയും തേടി പുറത്തേക്ക് അലയണമെന്നില്ല.

സന്തോഷവും, സമാധാനവും, ഐശ്വര്യവും, എന്ന് വേണ്ട നിങ്ങൾക്ക് ആവശ്യമുള്ളതെല്ലാംവേണ്ടുന്നതെല്ലാം നിങ്ങൾ ഇരിക്കുന്നിടത്തേക്ക് വന്ന് ചേരുക തന്നെ ചെയ്യും.

നമ്മൾ നിറച്ച് കൊണ്ടിരിക്കുന്ന
അറിവുകൾ പ്രപഞ്ചത്തിന്
വിപരിതമായിട്ടുള്ളവ
ആകുമ്പോഴാണ് കോംപ്ളിക്കേറ്റഡ്
മെമ്മറി ആയി മാറുന്നത്. ഇങ്ങനെ
രൂപപ്പെടുന്ന കോംപ്ളിക്കേറ്റഡ്
മെമ്മറിയും ജീവിതത്തിൽ
പ്രതികൂലമായി ബാധിക്കുന്നു.

പ്രേമം, കല്യാണം, വീട്

കല്യാണം കഴിക്കാൻ പോകുന്നവരുടെയും, പ്രണയത്തില കപ്പെടാൻ പോകുന്നവരുടേയും ശ്രദ്ധയ്ക്ക് '

ഇന്ന് പ്രണയവിവാഹത്തിന് പ്രാധാന്യം കൂടുതൽ ഉള്ള കാലഘട്ടമായത് കൊണ്ട് എഴുതാൻ തോന്നി.

പ്രേമിക്കുന്ന സമയത്ത് ഇന്ദ്രിയങ്ങൾ ഒന്നും പ്രവർത്തനക്ഷമമല്ല എന്നതാണ് വാസ്തവം.

പ്രേമിക്കുന്ന സമയം എന്തൊക്കെ പോരാഴിക ഉണ്ടെങ്കിലും അതെല്ലാം ഒരു സുഖമാണ്.

കല്യാണം കഴിഞ്ഞാൽ ഉടനേ ഇന്ദ്രിയങ്ങളെല്ലാം പൂർവ്വാധികം ശക്തിയോടെ ആക്ടിവേറ്റാകും.

അത് പോലെ തന്നെയാണ് വീട് വെയ്ക്കുന്നതും. ഏത് വിധേനെയും വീട് കെട്ടിപ്പൊക്കും.

ആ സമയം ആരെന്ത് പറഞ്ഞാലും മനസ്സിലാവില്ല. കേറിതാമസം കഴിയുന്ന അന്ന് എന്തോപോയ അണ്ണാനെ പോലെ ഒരു ഇരിപ്പുണ്ട്. ആദ്യരാത്രി കഴിഞ്ഞത് പോലെ.

ഈ പറഞ്ഞത് എല്ലാവരുടേയും കാര്യമല്ല. ഒപ്പിക്കൽ പരിപാടി നടത്തിയെടുക്കുന്നവരെ കുറിച്ചാണ്

ശരിയായ രീതിയിൽ കാര്യങ്ങൾ ചെയ്യുന്നവർക്ക് വലിയ പരിക്കില്ലാതെ പോവാൻ പറ്റും.

സ്വയം ചോദിച്ച് വാങ്ങുന്ന ഈ രണ്ട് കർമ്മഫലങ്ങളുടേയും ഫലം സ്വയം അനുഭവിക്കുക എന്നതാണ്.

അനുഭവിക്കാനുള്ളതൊക്കെ ലിസ്റ്റ് ഇട്ട് എഴുതി അയച്ചിട്ട് പിന്നെ കാത്ത് കെട്ടി ഇരുപ്പാണ്, ഓരോന്നോരോന്നായി വന്നോണ്ടേയിരിക്കും. വരുന്നത് ഒന്നും പിന്നത്തേക്ക് മാറ്റി വയ്ക്കരുത്. അപ്പപ്പോ കച്ചും കണയും തീർത്ത് അനുഭവിച്ച് പോരുക.

സ്വന്തം ഇഷ്ടാനിഷ്ടങ്ങൾക്ക് പ്രാധാന്യം നൽകുന്ന തലമുറയാണ്. പക്ഷെ ഈ ഇഷ്ടത്തിന് വല്യ ആയുസോന്നുമില്ല, ചത്ത്

പോകും എന്നോർത്ത് പേടിക്കുകയൊന്നും വേണ്ട. "അതുക്കും മേലെ"

ആണ് കാര്യങ്ങളുടെ കിടപ്പ്. പ്രേമിക്കുന്ന സമയത്ത് കണ്ണി കണ്ണി നോക്കിയിരിക്കുമ്പോൾ ഈ "അതുക്കുംമേലെ" കാണാൻ കഴിയില്ല.. പക്ഷെ പ്രപഞ്ചം എല്ലാം നോക്കി നോട്ട് ചെയ്ത് വയ്ക്കുന്നുണ്ട്.

പ്രേമിക്കുന്നതിനും, കല്യാണം കഴിക്കുന്നതിനും തെറ്റൊന്നും ഇല്ല. അവനവന്റെ ഇഷ്ടത്തിലാണ് കാര്യം.

ജാതകം പൊരുത്തം നോക്കുന്നതിൽ പ്രത്യേകിച്ച് കാര്യം ഒന്നുല്ല. ജാതകത്തിൽ ഒരു പാട് അദൃശ്യമായ പോരായ്ക ഉണ്ടാകും, ഇത് എന്താണെന്ന് അറിഞ്ഞ് വരുമ്പോഴേക്കും പിള്ളേര് രണ്ട് ആകും.

ജാതകം നോക്കി പ്രേമിക്കുക എന്നത് പോസിബിൾ അല്ല. ന്യൂമറോളജി ആകുമ്പോൾ അത്യാവശ്യം മനക്കണക്ക് കൂട്ടി കാര്യങ്ങൾ അറിയാം. സെറ്റ് ആകില്ല എന്നറിഞ്ഞ് അപ്പോത്തന്നെ ബ്രേക്കപ്പ് ആകാം.

എന്തായാലും കിണറ്റിൽ ചാടാൻ തീരുമാനിച്ചു. എന്നാണ് സംഭവിക്കാൻ പോകുന്നതന്ന് അറിഞ്ഞിട്ട് ചാടുന്നത് നല്ലതല്ലേ?

ഒന്നൂല്ലേലും താഴെ കിടന്ന് കൈകാലിട്ടടിക്കുമ്പോൾ ഈ ചേട്ടൻ പറഞ്ഞ കാര്യം ഓർത്തെങ്കിലും സമാധാനിക്കാലോ.

ജാതകത്തേക്കാൾ കുറച്ച് കൂടി നല്ലത് ന്യൂമറോളജി ആണ്. ഒന്നുല്ലേലും കാര്യങ്ങൾ വ്യക്തമായി മുന്നേ അറിയാൻ കഴിയും

ആര്? ആരെ? കല്യാണം കഴിക്കണം? ജോഡി, പൊരുത്തം, സ്വഭാവം, കല്യാണം കഴിഞ്ഞ് എന്ത് സംഭവിക്കും, എന്ത് ജോലി ചെയ്യണം., എന്ത് ബിസ്സിനസ്സ് ചെയ്താൽ ശരിയാകും അത്യാവശ്യം കാര്യങ്ങൾ സ്പഷ്ടമായി അറിയാൻ കഴിയും.

ഒരാൾക്ക് സ്ഥായിയായ ഒരു സ്വഭാവം ഉണ്ട് ഇത് ന്യൂമറോളജി പ്രകാരം എളുപ്പം കണ്ട് പിടിക്കാം. ആളിന്റെ കള്ളത്തരങ്ങളും, രീതിയും നേരത്തേ കണ്ട് പിടിക്കാം.

ഭൗതിക ജീവിതത്തിലെ പ്രായചാപല്യമാണ് പ്രണയം.

ജീവിതത്തിന്റെ വിശാലതയെ മനസ്സിലാക്കാൻ കഴിയാതെ പോകുന്ന കാലയളവാണ് പ്രണയത്തിന്റെകാലയളവ്

പ്രണയം എന്നത് വെറും ഇടുങ്ങിയ ചിന്ത മാത്രമാണ്.

love narrowminded...

പ്രണയത്തിലെ ചതിക്കുഴികളിൽ പെട്ടുപോകുന്നവരും, പോ

യിട്ടുള്ളവർക്കും ഒരു പക്ഷെ എളുപ്പം ഇത് മനസ്സിലായേക്കും.

സമീപകാലത്ത് ഒരു പ്രൈമറി സ്കൂളിൽ പോകേണ്ടി വന്ന ഒരു സാഹചര്യം. തുടരെ തുടരെ അമ്മമാർ വന്ന് ടീസി വാങ്ങി പോകുകയാണ്. കാരണം അന്വേഷിച്ചപ്പോഴാണ് അറിഞ്ഞത് ഭാര്യയും ഭർത്താവും തമ്മിൽ വഴക്കിട്ട് ഭാര്യ കുട്ടിയേയും കൊണ്ട് സ്വന്തം വീട്ടിലേക്ക് ഇറങ്ങി പോകുകയാണ്. വീട്ടിൽ പോയതിനു ശേഷം കുട്ടിയെ വീടിനടുത്തുള്ള സ്കൂളിലേക്ക് മാറ്റാനുള്ള ടീസി വാങ്ങലാണ്.

നമ്മുടെ ബാഹ്യമായ കഴിവുകളെ ഉപയോഗിച്ചാണ് നമ്മൾ ഇപ്പോൾ ജീവിക്കുന്നത്.

പക്ഷെ നമ്മൾ ഓരോരുത്തർക്കും ആന്തരികമായ പല കഴിവുകളും ഉണ്ട്. ഇത് നമുക്കറിയില്ല

ഇത് രണ്ടും ജനതീയതിയിലൂടെ മനസ്സിലാക്കാൻ സാധിക്കും,

ഗുരുതത്വത്തിൽ ജീവിക്കുമ്പോൾ ഗുരുവിന്റെ അനുഗ്രഹത്താൽ ആന്തരികമായ കഴിവുകളെ പരിപോഷിപ്പിച്ചെടുക്കാൻ പ്രപഞ്ചത്തിന്റെ അനുഗ്രഹം പ്രാപ്തമാകുകയും, ഓരോന്നിലും, കൃത്യമായി, ഓരോ കാര്യം ചെയ്യുമ്പോഴും പ്രപഞ്ചത്തിന്റെ അദൃശ്യമായ ഇടപെടലുകൾ നമുക്ക് നേരിട്ട് ബോധ്യമാകുന്നതാണ്.

ആഗ്രഹം

രൂപത്തിലും ഭാവത്തിലും മനുഷ്യനായി ജനിച്ചിട്ടുള്ള എല്ലാവരിലും കാണപ്പെടുന്നതും, പ്രകടമാകുന്നതുമായ ഒരു പ്രത്യേക തരം വികാരം.

വിധി നൽകിയിട്ടില്ലാത്ത കർമ്മഫലത്തിലേക്ക് നമ്മളെ കൊണ്ടെത്തിക്കുന്നതിന്

ഈ ഒരു വികാരം നമ്മളിൽ ചെലുത്തുന്ന സ്വാധീനം ചില്ലറയൊന്നുമല്ല.

സൗരയുഥത്തിലെ ഗ്രഹങ്ങളെല്ലാം ഒരു പ്രത്യേക ഭ്രമണപഥത്തിലൂടെ, ആനുപാതികമായ രീതിയിൽ നിശ്ച്ചിത ദിശയിൽ ചുറ്റികറങ്ങിക്കൊണ്ടിരിക്കുകയാണ്.

ആ ഗ്രഹങ്ങളാണ് ചുറ്റി കറങ്ങുന്നത്.

ആഗ്രഹങ്ങളെല്ലാം പ്രത്യേക ഭ്രമണപഥത്തിലൂടെയാണ് കറങ്ങി കൊണ്ടിക്കുന്നത്.

അതെന്തായാലും അവിടെ നിൽക്കട്ടേ.

വിഷയത്തിലേക്ക് വരാം..

ആ ഗ്രഹങ്ങൾ എല്ലാം അവരവരുടെ ഡ്യൂട്ടി ഭംഗിയായി നിർവഹിച്ച് വരുന്നു. മനുഷ്യന് ആ ഗ്രഹങ്ങളുമായി എന്താണ് ബന്ധം എന്നത് ചോദ്യമാണ്. ?

മനുഷ്യന് ആ ഗ്രഹങ്ങളുമായി ബന്ധം ഉണ്ടോ? ഇല്ലയോ? എന്നതിനേക്കാൾ ഉപരി.

മനുഷ്യന്റെ ആ ഗ്രഹങ്ങളുമായി, ആ ഗ്രഹങ്ങൾക്കു ബന്ധമുണ്ട്.

മനുഷ്യന്റെ ആഗ്രഹങ്ങൾക്ക് പരിധിയില്ല എന്നതും ഒരു വസ്തുതയാണ്.

മനുഷ്യ മനസ്സിന്റെ വാസനകളെയാണ് ആഗ്രഹങ്ങൾ എന്ന് പറയുന്നത്.

വാസനകൾ കൂടുന്നതിനനുസരിച്ച് സന്തോഷത്തിന്റെ അളവ് കുറയുകയാണ്.

ഈ മനസ്സിനെ കൊണ്ട് തോറ്റു, പടിയടച്ച് പിണ്ഡം വച്ചതാണ് ദേ പിന്നേം കേറി വരുകയാണ്.

അതാണ് മനസ്സ് ഒരു വിചിത്ര ജീവിയാണ് ജീവനില്ലാത്ത ജീവി, ജീവനും ഇല്ല. ബോധവും ഇല്ല വിവരവും ഇല്ല കണ്ണിൽ കണ്ടതിലൊക്കെ കേറി ഇടപെടും.

മനസ്സിനെ ജയിക്കാൻ ശ്രമിച്ചപ്പോഴാണ് മനസ്സിനെ കുറിച്ച് കൂടുതൽ മനസ്സ് തന്നെ മനസ്സിലാക്കി തരികയാണ്.

മനസ്സിനോട് പിന്മാറാൻ പറഞ്ഞ സ്ഥിതിക്ക് സ്വന്തം നില നിൽപ്പിനു തന്നെ പന്തികേടാണന്ന് മനസ്സിന് സ്വയം മനസ്സിലായി. അടവ് മാറ്റി പയറ്റുകയാണ്. കാരണം പോക്ക് എങ്ങോട്ടാണെന്ന് മനസ്സിന് ഏകദേശം പുക പോലെ മനസ്സിലായി.

പോ'ക്കറ്റ്' കഴിഞ്ഞു

ബാംഗളൂർ റെയിൽവേസ്റ്റേഷനിലെ ശീതികരിച്ച വെയിറ്റിംഗ് ഹാൾ 'സ്വസ്ഥമായി എഴുതാം എന്ന് വിചാരിച്ച് ഒരു മൂലയ്ക്ക് പോയി ഇരിക്കുകയാണ്.

ചുറ്റും പലതരം ആളുകൾ പലതരം ചേഷ്ടകൾ. ഹാളിലെ ടീവി ഓണാണ് 90 കളിലെ ഇഷ്ട ഹിന്ദിഗാനങ്ങൾ ഇങ്ങനെ നടക്കുകയാണ്. ഗാനങ്ങളിലെ ഓരോ വരികളും ഹൃദയത്തെ കൊത്തിവലിക്കുകയാണ്.

ശ്രദ്ധ ഗാനങ്ങളിലാണങ്കിലും എഴുത്ത് നടക്കുകയാണ്.

അപ്പോഴാണ് എനിക്ക് ഒരു കാര്യം മനസ്സിലായത്. മൾട്ടി ടാസ്ക്ക് എന്ന വിദ്യ നടക്കുന്നത് എങ്ങനെ എന്ന് മനസ്സിലായി.

പുറം ലോകത്തെ അസ്വസ്ഥതകൾക്ക് ആന്തരിക ലോകവുമായി ബന്ധമില്ല എന്ന് മനസ്സിലാക്കുകയാണ്.

ഇഷ്ടമുള്ളത് ഒന്ന് ടീവിയിൽ നടക്കുന്നു. ഇഷ്ടമുള്ള മറ്റൊന്ന് എഴുത്തിന്റെ രൂപത്തിൽ നടക്കുന്നു. കാഴ്ച്ചയ്ക്ക് ഇഷ്ടമുള്ളതും ഇഷ്ടമില്ലാത്തതുമായ കാര്യങ്ങൾ ചുറ്റും നടക്കുന്നു.

ഇതിൽ നിന്ന് എന്ത് മനസ്സിലായി

എന്തെങ്കിലും ഒന്ന് ഒരു അസ്വസ്ഥത നമ്മെ അലോസരപ്പെടുത്തുന്നു എങ്കിൽ അതിനർത്ഥം അത് കോംപളിക്കേറ്റഡ് മെമ്മറി തന്നെയാണ്.

ഗുരു ഒരിക്കൽ പറയുകയാണ് മനസ്സിന് 7 തലങ്ങൾ ഉണ്ടന്ന്. ഒരെണ്ണത്തിനെ അടക്കാൻ പെടുന്ന പാട് എന്താണന്ന് അറിയാതെ നിൽക്കുമ്പോഴാണ് 7 എണ്ണത്തിന്റെ കാര്യം പറയുന്നത്.

പച്ച മനുഷ്യനെ കൊണ്ട് ഇതെങ്ങനെ സാധ്യമാകും?

ഇന്ന് എനിക്കത് സാധ്യമാകുന്നതെങ്ങിനെ എന്നതിന്റെ ആദ്യ പടിയിലേക്ക് പ്രവേശിക്കുവാനുള്ള ആദ്യ ചുവട് വച്ചിരിക്കുകയാണ്. വിദൂരമായ അറിവിന്റെ അനന്തമായ പാതയിലെ തുടർന്നുള്ള പടികൾ കയറുമ്പോൾ അങ്ങയുടെ അനുഗ്രഹമാകുന്ന താങ്ങ് ഉണ്ടാകും എന്ന പ്രതീക്ഷയോടെ...

ഗുരവേ പ്രപഞ്ച സത്യമായ അങ്ങയുടെ മുന്നിൽ സാഷ്ടാംഗം നമിക്കുകയാണ്.

ഓം തസ്മൈ ശ്രീ ഗുരവേ നമഃ

മനസിലെ ഭാരം

മനസ്സിലെ ഭാരം കവിതയായി മാറിയ ദിവസം

മനസിനെ മാറ്റിവയ്ക്കാൻ ഗുരു എന്നെ പഠിപ്പിച്ചു. എന്നിട്ടും ഇന്നെന്റ നെഞ്ചിൽ എന്ത് കൊണ്ട് ഇത്രയും ഭാരം ഭാരത്തിന്റെ ഉറവിടം തേടി ദിവസം മുഴുവനും ആലോചനയിലായി.

ദിവസം മുഴുവൻ പൊതുവേ ശോക മൂകമായിരുന്നു. എന്തോ എഴുതാൻ ഒന്നും വന്നില്ല.

വൈകുന്നേരം നല്ല മഴക്കോള് ഞാൻ കുറച്ച് നേരം ആകാശത്തേക്ക് നോക്കി നിന്നു ചന്ദ്രനുമില്ല നക്ഷത്രങ്ങളോന്നുമില്ല.

ഞാൻ അങ്ങനെ ഇരുന്ന് എന്റെ മനസിന്റെ ആ ഫീൽ ഒന്ന് എഴുതണമെന്ന് തോന്നി. വന്നത് ഒരു കവിത രൂപത്തിലാണ് ജീവിതത്തിൽ ആദ്യം.

ഗുരുവിനെ പരാമർശിക്കുന്നിടത്ത് വരികളുടെ അർഥം ശരിയാകുന്നുണ്ടോ? എന്നറിയില്ല ?എങ്കിലും എഴുതുകയാണ്

എഴുത്തിന് അവസാനം

എനിക്ക് അറിയാത്തത് എന്തോ ഒന്നെനിക്ക് വീണ്ടും വ്യക്തമാക്കി തരികയാണ് കൂട്ടത്തിൽ വീണ്ടും സംശയങ്ങളുടെ തിരി കൊളുത്ത പെടുകയാണ്.

നമ്മുടെ മാനസിക വികാരങ്ങളുടെ തലങ്ങളെ നിയന്ത്രിക്കുന്നത് ചന്ദ്രദേവനാണോ? അതെ എന്ന് തന്നെ ഉത്തരം പറയാം.

മനസ്സിനെ പറ്റി എഴുതി ജയിച്ചതിന്റെ അഹങ്കാരം തെല്ലൊന്ന് ഉള്ളിലേക്ക് കയറിയോ? കയറി എന്നതാണ് സത്യം.

മനുഷ്യ മനസ്സിന്റെ അനേകം തലങ്ങളുടെ മാസ്മരികത എന്തെന്നറിയണമെങ്കിൽ ചന്ദ്രദേവൻ കനിയണം

എന്തോ സാങ്കേതിക കാരണങ്ങളാൽ അന്ന് ക്ലാസ്സ് മുടങ്ങി ഗുരുവിനെ കാണാത്ത മനോവിഷമം വാക്കുകളായി വന്നതാണ്. ചിട്ടപ്പെടുത്തിയ വരികൾ അനിലച്ചേച്ചിയുടെ ആലാപ

നം കൂടിയായപ്പോൾ കേട്ടപ്പോൾ എന്തോ ഒരു ആത്മ നിർവൃതി.

ഭൗതിക ജീവിതത്തിൽ മനുഷ്യൻ കൊണ്ട് നടക്കുന്ന കേവലം ഒരു തലത്തിനെ കുറിച്ച് മാത്രമേ എനിക്ക് എഴുതാനായിട്ടുള്ളൂ. ഇനിയും തലങ്ങൾ ഉണ്ട്. അനന്തമായി എഴുതിയാൽ തീരാത്ത അത്ര ബാക്കി കിടക്കുകയാണ്.

ഗുരുവിനായ്

"മനസ്സെന്ന മാന്ത്രീകതയെ തോൽപ്പിക്കുന്ന വിദ്യ പകർന്ന് നൽകി,... അങ്ങെന്നെ പരീക്ഷിക്കുകയാണോ?

ഇമ പൂട്ടിയിരിക്കുകയാണെൻ മനം അകതാരിലെങ്ങു മേ നിബിഡമാം തമസ്സിൽ ഞാൻ ഉറ്റു നോക്കിഎൻ ചിന്തയുടെ ശകലത്തെ,

'ശൂന്യമാം എൻ മനം തേടുന്നൊരാ ദൈവം ഇന്നവതരിച്ചീല,
അകതാരിലെങ്ങുമേ കളിയാടി
നിൽക്കുന്നതോ, ശോക... സാന്ദ്രം.
അരൂപിയായ മനമേ
വിരൂപിയായ മനമേ
എൻ "മനമേ നീ തരും പീഡ യെൻ ഗുരുവിന്നലങ്കാരം'

തോൽക്കുകില്ലൊരിക്കലും നിൻ മുന്നിലെൻ മനമേ, അവതരിച്ചിടുമെൻ ദൈവം എൻ മനമേ.

നടപ്പതില്ല നിൻ ലീലകളൊന്നുമേ എൻ മനമേ
നിനക്കറിവതില്ലെൻ
ഗുരുവിനെ... നിനക്ക് അറിവതില്ല... എൻ ഗുരുവിനെ
നീ തരുംലീലകൾ ഏവതും നിഷ്പ്രഭമെൻ,... മനമേ

പിൻവിളി കാതോർത്ത് നിൽക്ക വേണ്ടെൻ മനമേഎൻ ഗുരുവിൻ പ്രഭതൻ കവചമെന്നിലെൻ മനമേ., സ്ഥാനമില്ലെൻ മനമേ.

നിൻ പീഡകളേവതും, വിസ്മരിച്ചിടുന്നു., ഞാൻ വിസ്മരിച്ചീടുന്നു

ജന്മസാഫല്യം കുറിക്കയായ് എൻ മനമേ, മറക്കുന്നു ഞാൻ നിന്നെ യെൻ മനമേ.

ഓർക്കുകില്ലൊരിക്കലും, നിന്നെ ഞാൻ എൻ മനമേ, പടിയടക്കുകയാണെൻ മനമേ

ഇടമില്ലെന്നന്തരത്തിൽ നിനക്കായി.,

വിടയേകുന്നു നിന്നെ "യെൻ നിർജീവമനമേ... വിടയേകുന്നു നിന്നെ യെൻ നിർജീവ മനമേ...

മനസ്സുഖം

യഥാർത്ഥത്തിൽ ഞാനിപ്പോൾ അനുഭവിക്കുന്ന ഒരു തരം ഫീൽ ഉണ്ട്. പറഞ്ഞറിയിക്കാനാവാത്ത ഒരു തരം ഫീൽ.

ഒരുപക്ഷെ ഈ ബുക്ക് വായിച്ചപ്പോൾ നിങ്ങൾക്ക് കിട്ടിയിട്ടുണ്ടാവാം. കിട്ടിയില്ല എങ്കിൽ ഒന്നുകൂടി വായിക്കുക. എന്നിട്ടും കിട്ടുന്നില്ല എങ്കിൽ തുടരെ തുടരെ വായിക്കുക. കിട്ടും. ഇത് പ്രപഞ്ച രഹസ്യമാണ്.

ദീർഘകാലം എന്നെ അലട്ടിക്കൊണ്ടിരുന്ന ഒന്നാണ് മാനസിക പീഡ.

പക്ഷെ ഇന്നത് അനുഭപ്പെടുന്നില്ല. മനസ്സ് എന്ന സാധനം എനിക്ക് ഉള്ളതായി തോന്നുന്നേയില്ല.

വീർത്ത് കെട്ടിയ എന്തോ പോലെ ആയിരുന്നു ഞാൻ. ഇന്ന് എല്ലാം ചുരുങ്ങി പോയ പോലെ.

ഇപ്പോൾ പുറത്തിറങ്ങി നടക്കാനോ, കാഴ്ച്ച കാണാൻ പോകാനോ ഒന്നുംതോന്നാറില്ല എന്നതാണ് വാസ്തവം, അഥവാ ഇറങ്ങിയാൽ തന്നെ പുതുമയാണ് എല്ലാ കാര്യത്തിലും, ആളുകളോട് ഇടപഴകുമ്പോൾ കൂടുതൽ സുതാര്യത ഫീൽ ചെയ്യുന്നു. കാര്യങ്ങളേ നേരത്തേ അഭിമുഖീകരിച്ചിരിന്ന രീതി യിൽ വളരെയേറെ മാറ്റം വന്നിട്ടുണ്ട്.

മനുഷ്യർ വ്യഥാ ചെയ്യുന്ന കഷ്ടതകളിൽ കൂടി ആനന്ദം കണ്ടെത്തുകയും ' ജീവിതത്തിൽ അത്യന്താപേക്ഷികമായതിനെ വെറുപ്പോടെ മനസ്സില്ലാ മനസ്സോടെ ചെയ്യുകയാണ്.

ഒരു കാലത്ത് നമ്മൾ അനുഭവിച്ചിരുന്ന ചില കാര്യങ്ങൾ ആ സമയത്ത് ദുഃഖം തരുന്നവ ആയിരുന്നു. ദുഃഖം എന്ന് പൂർണ്ണമായും പറയാൻ കഴിയില്ല.

മനസ്സിന് കഷ്ടമായി തോന്നിയിരുന്ന കാര്യങ്ങൾ (ഉദാ: വീട് വിട്ട് ഒറ്റപ്പെട്ട് താമസിക്കേണ്ടി വരിക; ഹോസ്റ്റലിൽ താമസിക്കേണ്ടി വരിക. ഇഷ്ടമില്ലാത്ത ജോലി ചെയ്യേണ്ടി വരിക, ആ സമ

യത്തൊക്കെ അതിനൊന്നും മനസ്സ് പാകപ്പെട്ടിരുന്നില്ല.)

പക്ഷെ വർഷങ്ങൾക്ക് ശേഷം അന്ന് ദുസ്സഹമായി തോന്നിയിരുന്ന പല കാര്യങ്ങളും പിന്നീട് ഇഷ്ടമുള്ളവയായി മാറുന്നു.

ഈ സമയത്ത് കാലം നമുക്ക് പുതിയ ദുഃഖം സമ്മാനിക്കുന്നു. അപ്പോഴും മനസ്സിന്റെ അവസ്ഥ പഴയത് തന്നെ

ഇത് കൊണ്ടാണ് മുതിർന്നവർ കുട്ടികളെ ഉപദേശിക്കുമ്പോൾ കുട്ടികൾക്ക് ദേഷ്യം വരുന്നത്

പ്രായത്തിനനുസരിച്ച് മനസ്സ് പാകപ്പെടുന്നില്ല എന്നതാണ് കാരണം.

പക്ഷെ SMS മെഡിറ്റേഷനിൽ ഈ വക കാര്യങ്ങൾക്കൊന്നും യാതൊരു പ്രസക്തിയുമില്ല.

ശരിയായ രീതിയിൽ മെഡിറ്റേഷൻ
ചെയ്യുന്ന ഒരാളിന് ഭക്ഷണം എന്നത്
വളരെ കുറച്ച് മാത്രമേ ആവശ്യമായി
വരുന്നുള്ളൂ.
വർഷങ്ങളായി ശീലിച്ചു വന്നിരുന്ന
വാസനമൂലമാണ് ഭക്ഷണ
കൊതി തോന്നുന്നത്. ശരീരത്തിന്
ആവശ്യമില്ല എങ്കിലും കഴിച്ച് വയറ്
നിറയ്ക്കുന്നു. കഴിക്കാതിരുന്നാൽ
സന്തോഷവും കഴിച്ചാൽ ദുഃഖവും
തോന്നുന്ന ഒന്നാണ് ഭക്ഷണം.

ആത്മീയത

ആത്മീയതയിലൂടെ അറിവില്ലായ്മയിൽ നിന്ന് അറിവിലേക്കുള്ള പാത സൃഷ്ടിക്കപ്പെടുകയാണ്.

അറിവില്ലായ്മയുടെയും അജ്ഞത നിറഞ്ഞ ഇരുളിന്റെയും പടവുകളിൽ നിന്ന് കൈപിടിച്ച് ഉയർത്തി യഥാർത്ഥ അറിവിന്റെ പ്രകാശത്തിലേക്ക് നയിക്കുന്നതാണ് ആത്മീയത.

സത്യാന്വേഷികളുടെ ജീവിതമാണ് ആത്മീയ ജീവിതം.

പ്രാപഞ്ചിക നിയമത്തിലെ വസ്തുനിഷ്ഠമായ സത്യങ്ങളെ മാത്രം കോർത്തിണക്കിയ നിസ്വാർത്ഥമായ ജീവിതമാണ് ആത്മീയ ജീവിതം

ആത്മീയത ഒരിക്കലും പുറമേ അന്വേഷിച്ച് നടന്നാൽ കിട്ടില്ല.

ആത്മീയത ജനിക്കുമ്പോഴേ ഉള്ളിൽ ഉണ്ടായിരിക്കും. ആത്മീയത ഉള്ളവരാണ് വ്യത്യസ്ഥമായി സംസാരിക്കുന്നത്. കാര്യങ്ങളെ ഗ്രഹിച്ചറിഞ്ഞ് മനസിലാക്കി വ്യത്യസ്ഥമായി സംസാരിക്കുന്നു. വിഭിന്നമായ ചിന്താഗതിയുള്ളവരെ സമൂഹം മാറ്റി നിർത്തുന്നു. അവസാനം ഈ മാറ്റി നിർത്തിയവര് തന്നെ മാറ്റിനിർത്തപ്പെട്ടവന്റെ പിന്നിൽ അണിനിരക്കുകയാണ്. ഉള്ളിന്റെ ഉള്ളിൽ എപ്പോഴും ഒരു തേടൽ ഉണ്ടെങ്കിൽ മാത്രമേ ആത്മീയതയിലേക്ക് എത്തപ്പെടുകയുള്ളൂ. ആ തേടൽ എന്തെന്ന് മനസിലാവുന്നത് ജീവിത സാഹചര്യങ്ങളിലൂടെയാണ്. ഈ ജീവിത സാഹചര്യങ്ങൾ ഒരോന്നും മനസിലാക്കി, മനസിലാക്കി ഓട്ടോമാറ്റിക്കായി ആത്മീയതയിലേക്ക് എത്തപ്പെടുകയാണ്.

ഭൗതീകത

അറിവില്ലായ്മയിൽ നിന്ന് കൊണ്ട് യഥാർത്ഥ അറിവിനെ ചോദ്യം ചെയ്യുന്നതും വിലയിരുത്തുന്നതുമായ അറിവാണ് ഭൗതീക അറിവ് '

ഭൗതീക അറിവ് എന്നത് വായിച്ച് അറിഞ്ഞ് മനസ്സിലാക്കുന്ന അറിവുകളുടെ അടിസ്ഥാനത്തിൽ വിലയിരുത്തുന്ന അറിവ്.

ഭൗതീകമായി ലഭിക്കുന്ന അറിവുകളെ ഇൻഫർമേഷൻ അഥവാ വിവരണങ്ങൾ ആയി കണക്കാക്കാം. ഭൗതീകതയിൽ ജീവിക്കുന്ന ഒരാൾ മോഷണം നടത്തുമ്പോൾ അയാൾക്ക് കുറ്റബോധം തോന്നുന്നില്ല.

ഭൗതീകതയിൽ തെറ്റ് ചെയ്യുന്നവർ ചെയ്ത തെറ്റിനെ ശരിയുടെ ഭാഗമാക്കി സ്വയം പറഞ്ഞ് ന്യായികരിച്ച് ശരിയാക്കാൻ ശ്രമിക്കുന്നു.

ചെയ്യുന്നത് തെറ്റാണോ എന്ന് മനസിലാക്കാൻ കൂടി കഴിവില്ലാതെ ദിനം പ്രതി തെറ്റ് ചെയ്തു ജീവിക്കുന്നവരും ഉണ്ട്. ആശയമോഷണം വരെ കുറ്റകരമാണ്. അനുവാദമില്ലാതെ പ്രപഞ്ചത്തിൽ നിന്നെടുക്കുന്ന ഏതൊരു പ്രവർത്തിയും മോഷണമാണ്

പൂർണ്ണമായും ഭൗതികമായി ജീവിക്കുന്ന ജീവിതമാണ് സ്വർത്ഥത നിറഞ്ഞ ജീവിതം

ഭൗതികതയിലൂന്നിയ ആത്മീയ ജീവിതം ജീവിക്കുക എന്നത് സമൂഹത്തിനും നാടിനും വരെ ഗുണം ചെയ്യുന്നു.

വായന

എഴുത്തിലൂടെയാണ് വായന നല്ലതാണെന്നും, വായനയുടെ പ്രത്യേകത എന്തെന്ന് മനസിലായതും. എഴുതുന്ന ആളും വായിക്കുന്ന ആളും - രണ്ടും രണ്ടാണ്.

വായിക്കാൻ ആളുണ്ടായാൽ മത്രമേ എഴുത്തിന് മൂല്യം ഉണ്ടാകുന്നുള്ളൂ. അപ്പോൾ എന്ത് വായിക്കുക എന്നതിലാണ് കാര്യം. വായനയിലൂടെ അനുഗ്രഹവും കിട്ടായാൽ അതും നല്ലതല്ലേ,

എന്റെ ഗുരുവിനായി എഴുതിയ പുസ്തകമാണിത്. ഓരോരുത്തരും സ്വന്തം ചിലവിൽ വാങ്ങി വായിക്കണമെന്ന് അപേക്ഷിക്കുന്നു. ഇതിന്റെ ഫലം ലോക നന്മയ്ക്ക് വേണ്ടി മാത്രം ഉള്ളതാണ് നിസ്വാർത്ഥ സേവനം എന്ന ലക്ഷ്യത്തോടെ ഇറങ്ങുന്ന ബുക്കാണ് നല്ല മനസ്സോടെ വായിക്കുക,തെളിഞ്ഞ മനസ്സോടെ സ്നേഹിക്കുക, ഭാഗമാവുക. പ്രചരിപ്പിക്കുക പ്രവർത്തിപ്പിക്കുക, പങ്കാളികളാകുക.

ഇതിലെ വാചകങ്ങളും പ്രപഞ്ചവുമായി നേരിട്ട് ബന്ധമുള്ളതാകുന്നു. പ്രപഞ്ചം കുടികൊള്ളുന്നത് ഗുരുക്കൻമാരുടെ ഹൃദയത്തിൽ തന്നെയാണ്. സംശയമേ വേണ്ട. അതുകൊണ്ടുതന്നെയാണ് നാളെ ഗുരു പറയാൻ പോകുന്ന കാര്യങ്ങൾ ഇന്ന് ചിന്തയിലേക്ക് വരുന്നത്.

സൂഷ്മത്തിലെ അദൃശ്യതയിൽ നടക്കുന്ന ഗുരുശിഷ്യ ബന്ധത്തിലെ ഗുരുവിന്റെ അനുഗ്രഹം പ്രാപ്തമാകുന്നത് അങ്ങനെയാണ്. ഇത് എഴുതുമ്പോൾ എനിക്കുണ്ടാകുന്ന വൈബ്രേഷൻ ഞാൻ തിരിച്ചറിയുന്നു. വായിക്കുന്ന നിങ്ങൾക്ക് അനുഭവപ്പെടുന്നുണ്ടെങ്കിൽ സംശയിക്കേണ്ട.

ഓം തസ്മൈ ശ്രീ ഗുരവേ നമഃ

ഗുരുവിന്റെ മനസ്സ് തന്നെയാണ്

വായനയിലൂടെ അനുഗ്രഹം ലഭിക്കുകയാണ്, നിങ്ങൾ

പോലും അറിയാതെ നിങ്ങൾക്ക് നേരിട്ട് ലഭിക്കുകയാണ്. അനുഗ്രഹ സാക്ഷാത്ക്കാരം എന്തെന്ന് വെളിച്ചത്തിൽ വന്ന് വെളിപ്പെടുത്തുക

ആ അനുഗ്രഹം തീർച്ചയായും തിരിച്ചറിയാൻ സാധിക്കും. ഇത് എന്റെ ഗ്യാരണ്ടി ആണ്. ആ വിശ്വരൂപത്തിന്റെ തേജസ്സ് നേരിട്ട് തൊട്ടറിയാൻ കഴിഞ്ഞതിന്റെ പരമോന്നതമായ ഗ്യാരണ്ടി.

ഉപ്പിന്റെയും, പഞ്ചസാരയുടെയും
ഉപയോഗത്തിന്റെ അളവ്
കൂടുന്നതിനനുസരിച്ചാണ്
മനുഷ്യന്റെ ജീവിത ശൈലി
രോഗങ്ങൾ ഉണ്ടാകുന്നത്.
അതേപോലെ തന്നെയാണ്
ഗ്രഹങ്ങളും മനുഷ്യരുടെ
ജീവിതത്തിൽ ഇടപെടുന്നത്

വ്യക്തിത്വം

വ്യക്തിത്വത്തിനും, വ്യക്തിസ്വാതന്ത്ര്യത്തിനുമാണ് ഇന്ന് മുൻതൂക്കം'അവനവനനിലേക്ക് മാത്രം ഒതുങ്ങിയ വ്യക്തിത്വം, സ്വന്തം ഇഷ്ട്ടങ്ങൾക്ക് വേണ്ടി എന്തും ചെയ്യാൻ മടിയില്ലാത്ത വ്യക്തിത്വം.

സ്വന്തം കർത്തവ്യങ്ങളേയും ഉത്തരവാദിത്വങ്ങളെയും വിസ്മരിച്ച് സ്വന്തം ലക്ഷ്യപ്രാപ്തി ഉന്നം വച്ചു നീങ്ങുന്ന യുവതലമുറയുടെ യുവത്വത്തിന്റെ കാലവും, കാലത്തിനു അനുസരിച്ച് സഞ്ചരിക്കുന്ന വ്യക്തിത്വവും.

ഉറക്കം തൂങ്ങിയും, ഉറങ്ങിയും
ജീവിക്കുന്നവരുടെ ജീവിതവും
അതേ പോലെ തന്നെയായിരിക്കും.
ഉണർന്ന് ജീവിക്കുന്നവർ എന്നും
ആരോഗ്യത്തോടെ ജീവിക്കുന്നു.

പരദൂഷണം

എഴുത്ത് കാരന്റെ കാഴ്ചപ്പാടിലെ പരദൂഷണം

രണ്ട് പേർ തമ്മിൽ സംസാരിക്കുമ്പോൾ സംസാരത്തിനിടയിൽ കടന്ന് വരുന്ന മൂന്നാമനാണ് പരദൂഷണം എന്നതിന് ഇരയാകുന്ന ആൾ.

മൂന്ന് പേരുടെ ഇടയിൽ ആണെങ്കിൽ ഒരു നാലാമൻ ആയിരിക്കും ഇര. പക്ഷെ അപ്രതീക്ഷിതമായി ഈ നാലാമൻ ഈ മൂവർ സംഘത്തിനിടയിലേക്ക് കടന്ന് വരുന്നു എങ്കിൽ അസഹിഷ്ണുത കൂടുതൽ ഉള്ളയാൾ അപ്പോൾ തന്നെ പിൻവാങ്ങും. അപ്പോൾ ഓട്ടോമാറ്റിക് ആയി പിൻവാങ്ങിയ ആൾ സ്വാഭാവികമായും പരദൂഷണ ചർച്ചയിലെ കഥാപാത്രമായി മാറുന്നു. സ്ത്രീകൾ ആണ് പരദൂഷണം പറയുന്നതിൽ മുൻപന്തിയിൽ എന്നാണ് പരക്കേ ഉള്ള ഒരു പൊതു നിഗമനം. പക്ഷെ പുരുഷൻമാരും അത്ര പുറകിലൊന്നും അല്ല. കാര്യങ്ങൾ അത്ര വളച്ച് നീട്ടൽ ഇല്ല എന്നേയുള്ളൂ., പൊടിപ്പും തൊങ്ങലും കുറവാണെങ്കിലും താരതമ്യം ചെയ്യുമ്പോൾ മുൻപന്തിയിൽ തന്നെ വന്നേക്കാം.

ചില പരദൂഷണത്തിന്റെ ചില മാരക വേർഷനുകൾ ഉണ്ട്

പച്ചപ്പുല്ലിന് തീ പിടിപ്പിക്കുന്നവർ.

ഉണക്ക കൊഞ്ചിനു വരെ ഗർഭം ഉണ്ടന്ന് സ്ഥിതീകരിച്ചുകളയും.

ഇങ്ങനെ ഉള്ളവരിൽ നിന്ന് കിലോമീറ്ററുകളുടെ അകലം പാലിക്കുക.

നിർഭാഗ്യവശാൽ വീട്ടിനകത്ത് ഉണ്ടെങ്കിൽ പച്ചവെള്ളം ചവച്ച് ഇറക്കുന്നത് പോലെ ചവച്ച് ഇറക്കുക, സഹിക്കുക.

ഗുരു പറയുന്നത് കേട്ടിട്ടില്ലേ തൊണ്ടയിൽ പുഴുത്താൽ എന്താ ചെയ്ക?അതേ പോലെ. ഒരു മാതിരിപ്പെട്ട ചെറിയ പരദൂഷണം ഒക്കെ സഹിക്കാവുന്നേതേയുള്ളൂ എങ്കിലും, ഗുരുതത്വം പരദൂഷണത്തിന് എതിരാണ്.

വിദ്യാസമ്പന്നരായിട്ടുള്ള വരുടെയിടയിലുമുണ്ട് പാണ്ഡിത്യം നിറഞ്ഞ പരദൂഷണം

വാക്കുകളിൽ സ്വൽപ്പം സ്റ്റാൻഡേർഡ് ഉണ്ടായിരിക്കും എന്ന് മാത്രം

ഏറ്റവും സുരക്ഷിതമായ പരദൂഷണമാർഗം ആണ് മൊബൈൽ പരദൂഷണം.

എത്ര നേരം സംസാരിച്ചാലും സമയം പോകുന്നത് അറിയത്തേയില്ല. മൊബൈലിൽ സംസാരിച്ചു കൊണ്ട് പാചകം ചെയ്യുമ്പോൾ അങ്ങേതലയ്ക്കൽ ഉള്ള ആളിന്റെ സർവ്വത്ര ദൂഷ്യവും, വിഷവും, കർമ്മഫലവും, അതേ ഭക്ഷണം കഴിക്കുന്ന ആ കുടുംബത്തിലെ സർവ്വ അംഗങ്ങളും അനുഭവിക്കേണ്ടി വരുന്നു

തലച്ചോറിനെ ബാധിക്കുന്ന ബ്രയിൻ ഡാമേജ് മൊബൈലിന്റെ റേഡിയേഷനിലൂടെ ഉണ്ടാകുന്ന ഒന്നാണ്. ഇത് ഏറ്റവും കൂടുതൽ ഉണ്ടാകുന്നത് മൊബൈൽ പരദൂഷണത്തിലൂടെയാണ്. ചില വ്യക്തികളുമയിട്ടുള്ള അമിതമായ ഫോൺ സംഭാഷണത്തിലൂടെ ഉണ്ടാകുന്ന നെഗറ്റീവ് എനർജി അത് കാലങ്ങളോളം നിലനിൽക്കും. നെഗറ്റീവ് എനർജി ശരീരത്തിൽ കയറിയാൽ പിന്നെ പോവാൻ ഭയങ്കര പാടാണ്. നെഗറ്റീവ് എനർജി എന്നത് മാവിലെ ഇത്തിക്കണ്ണി പോലെയാണ്.

ഭൗതീകതയിൽ ഇരിക്കുന്നത്
ഭക്തിയാണ്
എന്നാൽ ദൈവം ഇരിക്കുന്നത്
ഭക്തിയിലല്ല.
ദൈവം ഇരിക്കുന്നത്
ആത്മീയതയിലാണന്ന് മാത്രം

ഭക്ഷണം, അന്നദാനം

ആത്മീയതയിൽ ഭക്ഷണം എന്നത് അറിവാണ്. അപ്പോൾ അറിവ് സ്വീകരിക്കുന്നതും, പകർന്ന് കൊടുക്കുന്നതിനും ഒക്കെ പ്രത്യേക രീതി ഉണ്ട്.

ഭക്ഷണം എന്നത് വളരെ ശ്രദ്ധിച്ച് കൈകാര്യം ചെയ്യേണ്ട ഒന്നാണ്.

പുരോഗമനത്തിന്റെ കാലമാണ് കാലത്തിന് അനുസരിച്ചുള്ള മാറ്റങ്ങൾ ചുറ്റും കാണാവുന്നതാണ്. സുഹൃത്ത് ബന്ധങ്ങളിലും സൗഹൃദ സംഗമ വേദികളിലും ഭക്ഷണം പങ്കിട്ടു കഴിക്കുന്ന ഒന്നുണ്ട്. കയ്യിട്ട് വാരി തീറ്റ എന്നും പറയാം. എന്റെ ജീവിതത്തിൽ അത് മാത്രമേ ഉണ്ടായിരുന്നുള്ളൂ.

ആ തീറ്റയിലെ ദൂഷ്യവും പിന്നിലെ അപകടവും മനസിലാക്കിയപ്പോൾ ജീവിതം മുക്കാൽ കഴിഞ്ഞു.

'സൗഹൃദം നല്ലതാണ്, സാമൂഹ്യ സേവനം നല്ലതാണ്. ചടങ്ങുകളിൽ പങ്കടുക്കുന്നതും നല്ലതാണ്. പൊതുവേദികളിൽ പങ്കെടുക്കുന്നതും നല്ലതാണ്. പൊതുസ്ഥലങ്ങളിൽ നടക്കുന്ന ഏത് നന്മയുള്ള കാര്യങ്ങളിലും പങ്കാളികളാവാം. പൊതു തീറ്റ എന്നത് എത്രത്തോളം ഒഴിവാക്കാമോ അത്രയും നല്ലതാണ്.

കാശുകാരുടെ കർമ്മഫലങ്ങൾ പാവപ്പെട്ടവർക്ക് പങ്കിട്ടു നൽകുന്ന ഒന്നാണ് അന്നദാനം എന്ന മഹാദാനം. വയറ് നിറഞ്ഞ് പോകുന്ന പാവങ്ങൾ അറിയുന്നില്ലല്ലോ എന്ത് ദുരിതമാണ് വയറ്റിൽ തന്നിരിക്കുന്നത് എന്ന്. ഇത് അറിയാതെയാണ് ഒരു നേരത്തെ വയർ നിറച്ച സന്തോഷത്തോടെ അന്നദാതാവിനെ സ്തുതി പറഞ്ഞ് അന്നദാതാവിന്റെ സന്തതി പരമ്പരകളുടെ എല്ലാം കർമ്മഫലും പേറി ഇവർ പോകുകയാണ്

ഗുരുവിനായി ചെയ്യേണ്ടത്

മുൻപേജുകളിൽ പ്രതിപാദിച്ചിട്ടുണ്ടെങ്കിലും എഴുതാൻ വിട്ടുപോയ ചിലത് എഴുതുകയാണ്

ഗുരു അറിയാതെ ഗുരുവിനെ സഹായിക്കാം. നിങ്ങൾ ഈ പ്രപഞ്ചത്തിൽ ചെയ്യുന്ന ഓരോ നല്ല കാര്യങ്ങളും ഗുരുവിന് വേണ്ടിയുള്ളതാണ്. പക്ഷെ ആ നല്ല കാര്യം ഗുരുവിന് പ്രീയപ്പെട്ടത് ആയിരിക്കണം എന്ന് മാത്രം.

ഗുരുവിന്റെ മുഖത്തുണ്ടാകുന്ന നേരിയ ഭാവമാറ്റം പോലും അതിനുത്തരവാദികളായ ശിഷ്യഗണങ്ങളെ ബാധിക്കും. ഈ എഴുതുന്ന എനിക്ക് പോലും ബാധകമാണ്.

നിങ്ങൾ ജന്മം മുഴുവൻ തപസ്സ് ചെയ്താൽ പോലും കാണാൻ പറ്റാത്ത ദൈവങ്ങളെ ഓരോന്നോരോന്നായി നിങ്ങളുടെ വീടിന്റെ മുകളിൽ, നിങ്ങൾ ഇരിക്കുന്നത് എവിടെയാണോ അവിടെ കൊണ്ട് വന്നു നിർത്തി കാണിക്കുന്നില്ലേ

സ്വാഭാവികമായി ചിന്തിക്കാമല്ലോ?

ട്രയിൻ യാത്രാ വേളയിൽ നടന്ന ദാരുണ സംഭവം

നിങ്ങൾ ജന്മം മുഴുവൻ തപസ്സ് ചെയ്താൽ പോലും കാണാൻ പറ്റാത്ത ദൈവങ്ങളെ ഓരോന്നോരോന്നായി നിങ്ങളുടെ വീടിന്റെ മുകളിൽ, നിങ്ങൾ ഇരിക്കുന്നത് എവിടെയാണോ അവിടെ കൊണ്ട് വന്നു നിർത്തി കാണിക്കുന്നില്ലേ

ഞാൻ ഇത് എഴുതുന്നത് ആശ്രമത്തിൽ നിന്ന് തിരികെ പോകുന്നതിനിടയിലാണ്. ട്രയിനിൽ വച്ചാണ്, സീറ്റ് കിട്ടിയില്ല. കിട്ടുന്നിടത്തൊക്കെ ഇരുന്നാണ് യാത്ര. കൂടെ ഒരു പയ്യൻ എന്റെ മകനേക്കാൾ പ്രായം ഉണ്ട്. കൂടെ അവന്റെ അമ്മയും ഉണ്ട്. സീറ്റിനടിയിലൂടെ രണ്ട് കറുത്ത കുഞ്ഞ് ജീവി നുരച്ച് പോവുകയാണ്. നിഷ്ക്കരുണം അവൻ അതിനെ ചവിട്ടി അരച്ച് കൊന്നു. ഉടനെ അമ്മ ചൂണ്ടി കാണിക്കുകയാണ് മറ്റതിനേയും കൊല്ലൂ എന്ന് 'ഞാൻ തടയാൻ ശ്രമിക്കുന്നതിന് മുന്നേ അവൻ അത് ചെയ്ത് കഴിഞ്ഞു. ഞാൻ അവനോടു ചോദിച്ചു നിനക്ക് എന്ത് കിട്ടി? നീ എന്തിനാണ് അതുങ്ങളെ കൊന്നത്. അവൻ ചിരിക്കുന്നു. ഞാൻ ചോദിച്ചു നിന്നെ ആരെങ്കിലും ഇതേ പോലെ ചവിട്ടി അരച്ചാൽ നിനക്ക് എന്ത് തോന്നും. എനിക്ക് വല്ലാത്ത അസഹിഷ്ണുത തോന്നി. ഞാൻ എഴുന്നേറ്റു വേറൊരു ഭാഗത്തേക്ക് മാറി നിന്നു. കുറേസമയത്തേക്ക് ചിന്ത ആ 'ജീവികളെ കുറിച്ചായിരുന്നു. ഒരു പക്ഷെ അതുങ്ങളുടെ വിധി ആയിരിക്കാം. എന്നാലും എന്റെ മുന്നിൽ വച്ച് എന്തിനായിരിക്കും?

അറിയില്ല.

ഈ ബുക്ക് എന്നെങ്കിലും ഒരിക്കൽ ആ അമ്മയും മകനും വായിക്കാൻ ഇടവരുകയാണെങ്കിൽ അവർ ചെയ്ത തെറ്റ് മനസിലാക്കി പ്രായശ്ചിത്തം ചെയ്യാൻ ഇടവരട്ടേ എന്ന് പ്രപഞ്ചത്തോട് പ്രാർത്ഥിക്കുന്നു.

സന്തോഷം

സന്തോഷം തിരഞ്ഞ് നാം വെളിയിലേക്ക് ആണ് അലയുന്നത്.

നമുക്ക് സന്തോഷം വരുമ്പോൾ പുറമേ നിന്ന് കേട്ട ഹൃദയസ്പർശിയായ വരികൾ നമ്മുടെ ഉള്ളിൽ നിന്ന് സ്വയം വരികയാണ്.

ഇതേ വരികളും

ആശയങ്ങളും നമ്മുടെ ഓരോരുത്തരുടേയും ഉള്ളിലിരിപ്പുണ്ട്. ഇതിനേക്കാൾ നല്ല രീതിയിൽ ചിട്ടപ്പെടുത്താനും, ഈണം പകരാനും നമുക്കറിയാം

പക്ഷെ നമ്മുടെ മനസ് പുറമേ കേട്ട ആ സ്വരമാധുരിയെ കീഴ്പ്പെടുത്തി ശീലാമാക്കി.

ഇത് പോലെയാണ് എല്ലാ കാര്യങ്ങളും. പ്രപഞ്ചം നമുക്ക് എല്ലാ കഴിവുകളും തന്നിട്ടുണ്ട്. ഒന്നും വേണ്ട സമയത്ത് വേണ്ട പോലെ ഉപയോഗിക്കാനറിയാതെ മറ്റുള്ളവരെ അനുകരിക്കുന്നു.

അവനവന്റെ വീട്ടിൽ കറന്റ് പോയാൽ ഉടനേ അപ്പുറത്തെ വീട്ടിലേക്ക് എത്തിനോക്കും. ഇല്ല എങ്കിൽ ഉടനേ നെടുവീർപ്പിടും നമ്മുടെ കുഴപ്പമല്ല.

S M S മെഡിറ്റേഷൻ എന്ന സൂര്യ ചന്ദ്രനക്ഷത്ര ധ്യാനം

SMS മെഡിറ്റേഷൻ എന്നത് ജനമനസ്സുകളിൽ വിരിയിക്കുന്നത് ഒരു പ്രത്യേക വികാരമാണ്. പ്രത്യേക അനുഭവതലമാണ്

ഇരുളടത്ത ഹൃദയങ്ങളിലെ ഗ്രഹണ വാസനകളാൽ മൂടപ്പെട്ടു കിടക്കുന്ന അന്ധതതയുടെ കാർമേഘങ്ങളെ മറനീക്കി ഉദയസൂര്യൻ അകകണ്ണുകകളിലെ ഗുരുനയനത്തിലൂടെ സത്യത്തിന്റെ മുഖഭാവത്തിൽ ഉൾക്കൊള്ളുന്ന ബാഹ്യ സൂര്യതേജസ്സ്

ദൃശ്യാനുഭവത്തിലൂടെ ഗുരുപരമ്പരകളും, ബ്രഹ്മാണ്ഡവും, മുപ്പത്തിമുക്കോടി ദൈവങ്ങളും ചേർന്ന പുണ്യ ദർശനം പ്രാപ്തമാകുകയാണ്

മനുഷ്യമനസ്സുകളിലെ, വൈകാരികതയുടേയും മാസ്മരികതയുടേയും വിഭിന്നതലങ്ങളിലടങ്ങിയിരിക്കുന്ന ചന്ദ്രഭാവത്തിലെ ദർശനവും, രോഗ പ്രതിരോധ ശേഷിയും, ആസ്ട്രൽ ട്രീറ്റ്മെന്റുകളും.

വിധിയുടേയും മുൻജന്മ കർമ്മഫലത്തിന്റേയും ഫലമായി ഗ്രഹങ്ങളാൽ നിർമ്മിക്കപ്പെട്ട കാലചക്രവും അതിലൂന്നിയ ജീവിതചക്രവും മുൻകൂട്ടി തയ്യാറാക്കപ്പെട്ട ജാതകഫലത്തെ മാറ്റി എഴുതിക്കുന്ന മരണത്തെ പോലും വെല്ലുന്ന നക്ഷത്ര വിസ്മയം SMS മെഡിറ്റേഷൻ എന്ന സൂര്യചന്ദ്രനക്ഷത്ര ധ്യാനം

ഓം തസ്മൈ ശ്രീ ഗുരവേ നമഃ

വഴക്കിന്റെ വർത്തമാനത്തിനിടയിലെ കടിപിടി ദാമ്പത്യം

ഭൂരിഭാഗവും ദമ്പതികൾക്കിടയിലെ വർത്തമാനം എന്നത് വഴക്കിന്റെ രൂപത്തിൽ മാത്രം നടക്കുന്ന ഒന്നാണ്. ശരിയായ ദാമ്പത്യത്തിൽ നടക്കുന്നത് ആശയവിനിമയമാണ്. ആശയവിനിമയം നടക്കുന്നിടത്ത് അഭിവൃദ്ധി ഉണ്ടാകുന്നു. അഭിവൃദ്ധി ഉണ്ടാകുന്നിടത്ത് ഐശ്വര്യം ഉണ്ടാകുന്നു. ഐശ്വര്യം ഉള്ളിടത്ത് ലക്ഷ്മി കുടിയിരിക്കുന്നു. ലക്ഷ്മി കുടിയിരിക്കുന്നതാണ് യഥാർത്ഥ വീട്.

നീചരാഹുവിന്റെ വീട്

വീട് എന്നത് ശരിയായ രീതിയിലല്ല പണിയുന്നതെങ്കിൽ ആ വീട്ടിലുള്ള ജീവിതം നരകമായിരിക്കും. ലക്ഷക്കണക്കിന് രൂപ മുതൽ മുടക്കിൽ പണിത് ഉയർത്തുന്ന സ്വപ്നഗൃഹങ്ങൾ കാലക്രമേണ കർമ്മഫലങ്ങൾ അനുഭവിച്ച് തീർക്കേണ്ട അരക്കില്ലമായി മാറുന്നു. വീട് എന്നത് പുറമേ നിന്ന് നോക്കുമ്പോൾ മഹാസംഭവം ആയി തോന്നുമെങ്കിലും ഒരിക്കലും മനസമാധാനമില്ലാതെ ഉരുകി തീരുന്നവരാണ് വീടിന്റെ ഉള്ളിൽ കഴിയുന്ന ചില ജന്മങ്ങൾ

ഒരു വീടിന്റെ ശാപമാണ് വൃത്തിഹീനമായ അന്തരീക്ഷം. ഒരു വീടിന്റെ ഏറ്റവും വലിയ ശാപം ആണ് വാട്ടർ ലീക്കേജ്. ശാപം കിട്ടിയവർ വീട്ടിൽ ഉള്ള വീടുകൾ പോയി നോക്കിയാൽ അറിയാം എവിടെയെങ്കിലും ഒക്കെ വെള്ളം ഇറ്റിറ്റ് വീഴുന്നുണ്ടാവും എപ്പോഴും.

നീചരാഹു മോശം സ്ഥിതിയിൽ നിൽക്കുമ്പോൾ ആണ് ഇത് പോലത്തെ മോശം ദുരനുഭവം ഉണ്ടാകുന്നത് എന്ന് പറയപ്പെടുന്നു. നീച രാഹുവിനെ ശരിയാക്കുക എന്നത് മെഡിറ്റേഷനിലൂടെ അല്ലാതെ വേറെ ഒരു ഉപായവുമില്ല. ജനനത്തീയതിയിൽ 4 ഉള്ളവർക്ക് ശ്രദ്ധിച്ചാൽ മനസിലാകും

പേടി എന്ന ഭയം

പുറമേ ഗൗരവം വിടാതെ ആയിരുന്നു ഇത്രയും കാലം ജീവിച്ചത്. ഞാൻ ചെയ്യുന്ന കാര്യങ്ങൾ കാണുമ്പോൾ ഞാൻ ഭയങ്കര ധൈര്യശാലി ആണെന്ന് എല്ലാവർക്കും തോന്നുമായിരുന്നു.

ലോകത്തുള്ള എല്ലാ ആണുങ്ങളും അങ്ങനെ ആണെന്നാണ് തോന്നുന്നത്. എത്ര വീരശൂര പരാക്രമി ആയാലും ഉള്ളിന്റെ ഉള്ളിൽ ഒരു ഭയം ഒക്കെ ഉണ്ടാകും. ഒരു രാജ്യത്തെ മുഴുവൻ ഒറ്റയ്ക്ക് നേരിടുന്ന ബാഹുബലി. ബാഹുബലി സിനിമയിലെ ഒരൊറ്റ സീൻ മതി പാവം ബാഹുബലി എന്ത് ചെയ്യണം എന്നറിയാതെ അങ്ങോട്ടും ഇങ്ങോട്ടും വെമ്പുന്ന പുരുഷ കേസരി.

ഇനി പേടിയിലേക്ക് വരാം.

പേടി വീട്ടിൽ നിന്നേ തുടങ്ങാം.

അയൽവക്കക്കാരെ പേടിക്കണം, നാട്ടുകാരെ പേടിക്കണം, ബന്ധുക്കാരെ പേടിക്കണം, സ്വന്തക്കാരെ പേടിക്കണം, അങ്ങനെ അങ്ങനെ സർക്കാരിനെ പേടി, പാർട്ടിക്കാരെ പേടി, പോലീസിനെ പേടി, സർക്കാരാഫീസ് പേടി, ആശുപത്രി പേടി, അമ്പലത്തെ പേടി, ദൈവത്തെ പേടി, ബാങ്ക് പേടി, ഇഎംഐ പേടി, GST, Income tax എന്ന് വേണ്ട അങ്ങനെ, അങ്ങനെ വഴിയിലെ പട്ടിയെ വരെ പേടി ജീവിക്കാൻ വരെ പേടി, ഭാവി എന്താകും എന്നോർത്ത് പേടി

പണി ഇല്ലങ്കിൽ പേടി പണി കിട്ടാത്തതിന്റെ പേടി, പണിക്കാരെ പേടി ഇങ്ങനെ ഇങ്ങനെ പേടിച്ച് പേടിച്ച് ഇത്ര നാൾ പോയി

എന്ത് ചെയ്യുമ്പോഴും പേടി പണി ചെയ്യുമ്പോ പേടി, ശരിയാകാത്ത പേടി, ആരോഗ്യത്തെ പേടി, ആശുപത്രി പേടി, എപ്പോഴും ആശങ്ക, അത് ശരിയാകുമോ, ഇത് ശരിയാകുമോ എന്തെല്ലാം ആയിരുന്നു. അമ്പും വില്ലും, മലപ്പുറം കത്തി... അവസാനം പേടി എന്ന പവനായി ശവമായി.

ശരിക്കും ഇപ്പോഴാണ് ശ്വാസം ഒന്ന് നേരെ വീണത്. ഇപ്പോൾ

ഞാൻ പുറത്തിറങ്ങുമ്പോൾ ഞാൻ കാണുന്ന കാഴ്ചകൾക്ക് ഒക്കെ എന്ത് പുതുമയാണ്

ജീവിതത്തിൽ ആദ്യമായി ധൈര്യം എന്തെന്ന് ഞാൻ അറിഞ്ഞു. ഭൗതിക ജീവിതത്തിൽ ഉള്ള ഒരാൾ ഇത് വായിച്ചിട്ട് 100 പേരും ആയിട്ട് യുദ്ധത്തിന് വരരുത് ഇത് ആ ധൈര്യം അല്ല. എന്റെ തല വെട്ടാൻ വന്നാൽ കുനിഞ്ഞ് നിന്നു തരും നീ വെട്ടിക്കൊണ്ട് പോക്കോ എന്നേ വിചാരിക്കൂ. ഞാൻ തിന്നിട്ടുള്ള ഒരു കോഴിയുടെ കൊങ്ങ കട്ട് ചെയ്ത വേദന അത്രയേ കാണൂ, ഞാൻ അതങ്ങ് സഹിച്ചൂ.

ശരിക്കും നമ്മൾ ആരെയെങ്കിലും ഓരാളെ പേടിക്കണം, പേടിച്ചേ മതിയാകൂ.

അത് സത്യത്തെ ആയിരിക്കണം എന്ന് മാത്രം.

സത്യത്തിന് വേണ്ടി നിലകൊള്ളുന്ന ആശയങ്ങളെ പേടിക്കണം.

ആശയങ്ങൾ പറഞ്ഞ് തരുന്ന ആളെ പേടിക്കണം. പഠിപ്പിച്ച് തരുന്ന ആളെ പേടിക്കണം. ആരെ വേണമെങ്കിലും തള്ളി പറയാം, ആരെ വേണമെങ്കിലും വെല്ലുവിളിക്കാം?

പക്ഷെ അത് ഒരു ഗുരുവിനെ ആവരുത് എന്ന് മാത്രം

സത്യം പറയാമല്ലോ എനിക്ക് ഗുരു ആരാണെന്നും,എന്താണെന്നും ഒന്നും അറിയില്ലായിരുന്നു. ഒരു പരീക്ഷണാർത്ഥം ഒന്ന് ആശ്രമം വരെ പോയതാണ്. സംഗതി ഇവിടെ വരെ ആയി.

സത്യം പറഞ്ഞാൽ എന്റെ ബുദ്ധിക്കും, യുക്തിക്കും അപ്പുറം എന്താണ് നടക്കുന്നതെന്ന് എത്ര ആലോചിച്ചിട്ടും ഒരെത്തും പിടിയും കിട്ടുന്നേയില്ല. എത്ര തലകുത്തി കിടന്ന് ആലോചിച്ചാലും മനസിലാവാത്ത അദൃശ്യമായ അതിശയ സംവിധാനം.

സാങ്കൽപ്പികമായ സ്വിച്ച് ഓൺ ചെയ്യുമ്പോൾ സാങ്കൽപ്പികമായ വയറിലൂടെ സാങ്കൽപ്പികമായ കറണ്ട് പ്രവഹിച്ച് കിലോമീറ്ററുകൾ താണ്ടി, എവിടെയൊക്കെയോ ഇരിക്കുന്ന ആളിന്റെ ഉള്ളിൽ ലൈറ്റ് കത്തി പ്രകാശിക്കുന്നു.

യൂടൂബിൽ ഒക്കെ നോക്കി കഴിഞ്ഞാൽ ഒരു പാട് സ്വാമിമാരെ കാണാം.

ഒരു കൊല പഴം ചുമ്മാ ഇരുന്ന് തിന്നുന്ന മനുഷ്യ ഹനുമാൻ സ്വാമിയെ കണ്ടിട്ടുണ്ട്. അന്തരീക്ഷത്തിൽ നിന്ന് ആപ്പിൾ, ഭസ്മം ഇതൊകെ എടുക്കുന്നത് കണ്ടിട്ടുണ്ട്. സ്വർണ്ണ മുട്ട ശർദ്ധിക്കുന്ന സ്വാമിയെ കണ്ടിട്ടുണ്ട്.

നമ്മുടെ നാട്ടിൽ കണ്ട് വരുന്ന സർപ്പക്കാവിലെ തുള്ളൽ പറമ്പിൽ കാണുന്ന തുള്ളലുകൾ, എനിക്ക് ഒട്ടും മനസിലാവത്ത ഒരു കാര്യം ഉണ്ട്. ദൈവം ഇവരുടെ ശരീരത്ത് കയറുന്നുണ്ടോ? ഇല്ലയോ? എന്നത് അറിയില്ല

ചിലപ്പോൾ സത്യം ആയിരിക്കാം? അതുമറിയില്ല.

ദൈവം ഇവരെ ആണോ പറ്റിക്കുന്നത്, ഇവർ ദൈവത്തെയാണോ പറ്റിക്കുന്നത്? അതുമറിയില്ല

രണ്ടായാലും കേട് ഇവർക്ക് തന്നെയാണ്. കാരണം തുള്ളൽക്കാരെല്ലാവരും ശവക്കറിയുടെ ആളുകളാണ്. ശവക്കറിയുടെ മുകളിലാണ് ആടി തിമിർക്കുന്നത്. എനിക്കറിയാവുന്ന ദൈവങ്ങൾ ഒന്നും ശവക്കറി കഴിക്കുന്നവരെ പ്രോത്സാഹിപ്പിക്കുന്നവരല്ല.

തുള്ളൽ എന്നത് സത്യമാണ് എങ്കിൽ ദൈവം ശരീരത്ത് നിന്ന് ഇറങ്ങി കഴിയുമ്പോൾ ഈ ശരീരധാരികൾ ചെയ്യുന്ന ദൈവത്തിന് നിരക്കാത്ത പ്രവർത്തികൾ ദൈവം ക്ഷമിക്കുമോ? സന്തതി പരമ്പരകൾക്ക് വരെ നാശം വിതയ്ക്കുന്ന പ്രവർത്തി അല്ലേ ഇവർ ചെയ്യുന്നത്?

ഓരോരുത്തരും എത്ര കഷ്ട്ടപ്പെട്ടിട്ടാണ് അവരവരുടെ കഴിവ് തെളിയിക്കാൻ പാട് പെടുന്നത്

പക്ഷെ ഇവിടെ ഗുരുജി എത്ര എളിമയോടെയും, നിസ്വർത്ഥതയോടെയാണ് കാര്യങ്ങൾ കൊണ്ട് പോകുന്നത്.

മറ്റൊരു ഉദാ: സാങ്കൽപ്പികമായ ഉപഗ്രഹം നിക്ഷേപിച്ച് സാങ്കൽപ്പിക തരംഗങ്ങളിലൂടെ എനർജി പ്രവഹിപ്പിച്ച് ഇതിന്റെ ഓപ്പറേഷൻ മുഴുവനും നടക്കുന്നത് അദൃശ്യമായ സൂഷ്മ തലങ്ങളിലൂടെയാണ്.

ഏഴാം കടലിന്റ അക്കരെ ഇരിക്കുന്ന ആളായാലും ലോകത്തിന്റെ ഏത് കോണിൽ ഇരിക്കുന്ന ആളിന്റെ മുന്നിലെ സ്ക്രീൻ തെളിയുകയാണ്. സിനിമ പോലെ പിന്നെ പ്രദർശനമാണ്. ഇരിക്കുന്ന ആളിന് മാത്രം കാണാനാവുന്ന രംഗങ്ങൾ. ഈ രംഗങ്ങൾ സ്ക്രിപ്റ്റഡ് അല്ല. മുൻകൂട്ടി നിശ്ച്ചയിക്കാൻ പറ്റില്ല. തീർത്തും ലൈവ് കാഴ്ച്ച,

നമ്മൾ തിയേറ്ററിൽ പോയിരുന്നു സിനിമ കാണുന്നു. മോഹൻലാലും, രജനികാന്തുമൊക്കെ അഭിനയിച്ചു തകർക്കുകയാണ്. നമ്മൾ ആവേശത്തോടെ ലയിച്ചിരിക്കുകയാണ്. പക്ഷെ ഇവിടെ പറ്റാത്ത ഒരു കാര്യം ഉണ്ട്. മോഹൻലാലിനും, മമ്മൂട്ടിക്കും ഒന്നും നമ്മളോട് സംസാരിക്കാൻ പറ്റില്ല. നമുക്ക് അങ്ങോട്ടും പറ്റി

ല്ല. അവർക്ക് സ്ക്രീനിൽ നിന്ന് പുറത്തേക്ക് ഇറങ്ങാൻ കഴിയില്ല. നമുക്ക് സ്ക്രീനിന്റെ അകത്ത് കയറാനും പറ്റില്ല. (പക്ഷെ ഇത് രണ്ടും മജീഷ്യൻ മുതുകാട് ചെയ്യുന്നത് കണ്ടിട്ടുണ്ട്. അത് മാജിക്കിലൂടെ മാത്രമാണ്. മാജിക്ക് കാണിക്കമെങ്കിൽ മജീഷ്യന്റെ പ്രസൻസ് സ്പോട്ടിൽ അനിവാര്യമാണ്) സ്ക്രീനിലേക്ക് കയറാനോ ഇറങ്ങാനോ പറ്റാത്തതിന്റ കാരണം ഇതെല്ലാം വേറെ എവിടയോ ഷൂട്ട് ചെയ്ത് ചിട്ടപ്പെടുത്തി, ഫിലിമിലാക്കി, തിയേറ്ററിൽ നമ്മൾ ഇരിക്കുന്ന പുറക് വശത്തുള്ള റൂമിൽ പ്രൊജക്ടറിന്റെ സെർവറിൽ സിനിമ ലോഡ് ചെയ്ത് പ്രൊജക്ടറിന്റെ മുൻവശത്തെ ക്യാമറാ കണ്ണുകളിലൂടെ വെളിച്ചമായി സ്ക്രീനിലെത്തി രംഗങ്ങളാകുകയാണ്. എന്റെ കൊച്ചുബുദ്ധിയിലെ നിഗമനമാണ് എത്രത്തോളം ശരിയുണ്ടെന്ന് അറിയില്ല.

SMS മെഡിറ്റേഷൻ എന്നത് ഒരു വിസ്മയത്താൽ തീർത്ത ഒരു ടെക്നോളജി ആണ്.ഇവിടെ തിയേറ്റർ ഇല്ല, സ്ക്രീൻ ഇല്ല, പ്രൊജക്ടർ ഇല്ല, സിനിമയില്ല, ഒന്നും തന്നെയില്ല. നമ്മൾ ഇരിക്കുന്നു എല്ലാം ലൈവായി പ്രപഞ്ചം കാട്ടി തരുന്നു. നമുക്ക് അങ്ങോട്ട് സംസാരിക്കാം, അവർക്ക് ഇങ്ങോട്ട് സംസാരിക്കാം. അവർ ഇങ്ങോട്ട് വരും. നമുക്ക് അങ്ങോട്ടു പോകാവുന്നതാണ് കാര്യങ്ങളെ തിരിച്ചറിയാം. കാണുന്നതും പറയുന്നതും ആയ കാര്യങ്ങൾ എന്നും ഓർമ്മയിൽ ഉണ്ടാവുകയും ചെയ്യും

പ്രൊജക്ടർ നമ്മുടെ ഉള്ളിലാണ്, പ്രപഞ്ചവും മുപ്പത്തിമുക്കോടി ദേവതകളും ഇരിക്കുന്നത് നമ്മുടെ ഉള്ളിലാണ് പുരികമദ്ധ്യത്തിലെ ഗുരു നയനത്തിലെ അറിവിന്റെ പ്രകാശത്തിലുടെ ബ്രഹ്മാണ്ഡം മുന്നിൽ തെളിയുകയാണ്. ബ്രഹ്മാണ്ഡത്തിലെ അതി വിസ്മയകരമായ കാഴ്ചകൾ നമുക്ക് മുന്നിൽ ദൃശ്യവിരുന്നായി പ്രാപ്തമാകുകയാണ് യാഥാർത്ഥ്യത്തെ തൊട്ടറിഞ്ഞ് അനുഭവിച്ചറിയുകയാണ്

പറയാൻ വാക്കുകളില്ല......

വാക്കുകൾ ഇടറുകയാണ്....

എഴുതിവരുമ്പോൾ കണ്ണുകൾ നിറഞ്ഞു തുളുമ്പി വരികയാണ്. ഒരു പക്ഷെ ഇതൊരു ഭ്രാന്തന്റെ ജൽപ്പനങ്ങളായി സമൂഹം മുദ്രകുത്തിയേക്കാം, ഒറ്റപ്പെടുത്തിയേക്കാം. അവഗണനയുടെ തീച്ചൂളയിൽ വെന്തുരുകിയേക്കാം. മൂടപ്പെട്ട സ്വർണ്ണപ്പാത്രം മാറ്റി സത്യത്തിന്റെ മുഖം പ്രകാശിക്കുന്നത് ഒരിക്കൽ ലോകത്തിന് കാണാനാകും.

എഴുത്ത്കാരന്റെ അഴുകാത്ത ശരീരം സമാധിയിലിരുന്നു ലോകത്തെ ഉറ്റ് നോക്കുന്നുണ്ടാവാം

സ്ത്രീ എന്നത് ഐശ്വര്യത്തിന്റെ
പ്രതീകമാണ്,
പൂജിക്കപ്പെടേണ്ട രത്നമാണ്
സ്ത്രീരത്നം
സ്ത്രീകളെ ബഹുമാനിക്കുക,
സ്ത്രീകളെ അംഗീകരിക്കുക
സ്ത്രീ ദേവിയാണ് അമ്മയാണ്
സ്ത്രീ ധർമ്മമാണ്
സ്ത്രീ പ്രപഞ്ചമാതാവാണ്
എല്ലാറ്റിനേയും ഉൾക്കൊള്ളാൻ
കഴിവുള്ളവരാണ് സ്ത്രീകൾ

പല്ലും, മോണരോഗവും

കൊച്ച് കുട്ടിയുടെ പല്ലിന് പോലും റൂട്ട് കനാൽ ചെയ്യുന്ന കാലമാണ്. കുറച്ച് ദിവസമായി പല്ലിന് എന്തൊക്കെയോ പ്രശ്നം. വയസായി, പല്ലാണ്, എന്ത് ചെയ്യും എന്ന് ഓർത്ത് ടെൻഷനായിരുന്നു. ടെൻഷൻ പാടില്ല എന്നതാണ് ഗുരുതത്വം. അങ്ങനെ ഇരിക്കുമ്പോൾ ദേ ഗുരു ക്ളാസിൽ ഉപായം പറഞ്ഞ് തരികയാണ്. മുതൽമുടക്ക് തുച്ചം, ഗുരു തന്റെ മുതുക്കൻമാരായ ശിഷ്യഗണങ്ങളെ പല്ല് തേപ്പിക്കാൻ പഠിപ്പിക്കുകയാണ്. ഞാൻ എന്തായാലും ചെയ്ത് നോക്കി സൂപ്പർ ഐഡിയ. പേസ്റ്റ് ലാഭം, ബ്രഷ് ലാഭം, പൊങ്ങച്ചം പറയുക ആണെന്ന് വിചാരിക്കരുത്. 400 രൂപ വിലയുള്ള അതും ഒരു ചൈനാ പേരുള്ള പേസ്റ്റ് ആണ് ഉപയോഗിച്ച് കൊണ്ടിരുന്നത്. എന്തായാലും അത് നിർത്തി.

മാതൃകാ ദമ്പതികൾ

ആശ്രമത്തിൽ വച്ച് ഒരു കന്നഡ ദമ്പതിമാരെ കണ്ടു. ഭൗതീക പൊങ്ങച്ച കണ്ണിലൂടെ നോക്കുകയാന്നെങ്കിൽ വേഷവിധാനത്തിലും രൂപത്തിലും അത്ര പ്രത്യേകത ഒന്നും തോന്നില്ല പക്ഷെ അവരുടെ മനസ്സ് പത്തരമാറ്റ് തന്നെയാണെന്ന് മനസിലായി. അവരുടെ ഇല്ലായ്മയെ ബുക്കിൽ പരാമർശിക്കുന്നത് തെറ്റ് തന്നെയാണ് മാപ്പ്, പറയാതിരിക്കാൻ ആവുന്നില്ല എങ്കിലും മനസ്സ് കൊണ്ട് അവർ സമ്പന്നരാണ്. അവരുടെ ജീവിതം സന്തുഷ്ടവുമാണ്. അവർക്കിടയിലെ ദാമ്പത്യ വിജയം അവർ ചെയ്യുന്ന ഓരോ കാര്യത്തിലും പ്രകടമായിരുന്നു. നല്ല ഐശ്വര്യം ഉള്ള ഫാമിലി. മെഡിറ്റേഷൻ ചെയ്യാൻ പോലും സൗകര്യമില്ലാത്ത തകര ഷെഡിലെ പരിമിതിക്കുള്ളിലിരുന്ന് ക്ളാസ് കേൾക്കുന്ന അവരെ കുറിച്ച് ഞാൻ എഴുതുകയാണ്, അവർ എന്നെ ശ്രദ്ധിച്ചിട്ടുണ്ടോ എന്ന് പോലും അറിയില്ല. ചരിത്രത്തിൽ അവരുടെ സന്തോഷവും ഇടം പിടിക്കട്ടേ,,പണക്കൊഴുപ്പിന്റേയും, അഹങ്കാരത്തിന്റെയും പേരിൽ കടിപിടി കൂടുന്ന ഉള്ളിത്തൊലി ദാമ്പത്യം നയിക്കുന്നവർക്ക് അവർ എന്നും മാതൃകയായി ചരിത്ര താളുകളിൽ നിലനിൽക്കട്ടേ

അറിയാതെ ഞാനും ആഗ്രഹിച്ച് പോകുകയാണ് ആ തകര മേഞ്ഞ ജീവിതം

അവരെ കുറിച്ച് എനിക്ക് ഒന്നും അറിയില്ല. പേരുപോലും അറിയില്ല. കന്നഡ അറിയില്ലാത്ത കൊണ്ടാണോ എന്നറിയില്ല അവരു പറഞ്ഞ കന്നഡ എനിക്ക് മനസിലായില്ല. ഞാൻ പറഞ്ഞ കന്നഡ അവർക്കും മനസിലായില്ല.

എന്ത് തന്നെയായാലും അവരുടെ ജീവിതം ഗുരുതത്വം പകർന്ന് നൽകുന്ന വെളിച്ചത്തിൽ പ്രകാശപൂരിതമായി എന്നും തിളങ്ങട്ടേ

ഞാൻ ഈ പേജ് എഴുതുന്നത് നമ്മുടെ പ്രധാനമന്ത്രി വായിച്ചറിയുവാൻ വേണ്ടിയാണ്

അങ്ങയെപ്പോലെയുള്ള വലിയ ആളുകളെ എങ്ങനെ സംബോദന ചെയ്യണമെന്ന് എനിക്കറിയില്ല.

അത്ര അറിവുമെനിക്കില്ല. ഞാൻ എന്റെ ഗുരുവിന് വേണ്ടി എഴുതുന്ന ഒരു പുസ്തകമാണിത്.

ഞാൻ എഴുതുന്ന ഈ പുസ്തകത്തിൽ രണ്ട് വാക്ക് അങ്ങയോട് പറയാനും, രണ്ട് വാക്ക് അറിയിക്കാനും ആഗ്രഹിക്കുന്നു.

ആദരണീയനായ ഭാരതത്തിന്റെ പ്രധാനമന്ത്രി ശ്രീ നരേന്ദ്ര ദാമോർദർ ദാസ് മോഡി അവർകൾ വായിച്ചറിയുന്നതിനായി

ഭാരതമാതാവിന്റെ കാൽക്കീഴിലെ കേരളം എന്ന സംസ്ഥാനത്തിലെ കിഴക്കിന്റെ വെനീസ് എന്നറിയപ്പെടുന്ന ആലപ്പുഴ ജില്ലയിലെ ഒരു ചെറിയഗ്രാമമായ ചേർത്തലയിൽ ഇരുന്ന് എഴുതുന്ന കടിതം.

ഞാൻ മനസ് കൊണ്ട് അങ്ങയുടെ വലിയ ഒരു ആരാധകനാണ്. ഞാൻ ഒരു പാർട്ടി പ്രവർത്തകനല്ല. എങ്ങനെ ആണ് ഈ ആരാധന വന്നതെന്നും അറിയില്ല. പത്ത് വർഷങ്ങൾക്ക് മുമ്പ് വഴിയരികിൽ കണ്ട ഒരു ബോർഡ് ആണ്.

അങ്ങയുടെ കൈകെട്ടി നിൽക്കുന്ന ചിത്രവും അതിലെ ഒരു വാചകവും

"ഭാരതം ഇനി ഈ കൈകളിൽ സുരക്ഷിതം "

എന്ത് കൊണ്ടോ ആ ചിത്രം മനസിൽ മായാതെ കിടന്നു. പിന്നീടങ്ങോട്ട് ഒരു റിവേഴ്സ് എൻജിനീയറിംഗ് അവിടെ നടക്കുകയായിരുന്നു.

ഞാൻ അങ്ങയുടെ ജന്മ നാടായ ഗുജറാത്തിൽ ജോലിക്ക് വന്നിട്ടുട്ടെങ്കിലും ഗുജറാത്തിനെ കുറിച്ച് ഒന്നും അറിയില്ലായിരുന്നു.

അന്നത്തെ സാഹചര്യത്തിൽ അറിയാൻ ശ്രമിച്ചതുമില്ല. അന്നത്തെ വെള്ളത്തിന്റെ ദൗർലഭ്യം ഓർമ്മയുണ്ട് എന്ന് മാത്രം. കുടിവെള്ളത്തിനായി ട്രാക്ടറിന്റെ ഔദാര്യം കാത്ത് നിന്നിരുന്ന കാലം അന്ന് ഒരു കുപ്പി കുടിവെള്ളത്തിനും ഒരു ഊണിനും ഒരേ വില ആയിരുന്നു. കുളിക്കാൻ പോലും വെള്ളം ഇല്ലാതിരുന്ന കാലം. സൗരാഷ്ട്രയിലെ ജനങ്ങൾക്ക് കുളിക്കുക എന്നത്

വിദൂര സ്വപ്നമായിരുന്നു. ഒരു ബക്കറ്റ് വെള്ളത്തിൽ കുടുംബം മുഴുവൻ കുളിക്കേണ്ടി വന്നിട്ടുള്ള കാലം. കൃഷിക്ക് വെള്ളമില്ലാതിരുന്ന കാലം. പിന്നീട് ആ കാലം മാറുകയാണ്. പല ശക്തൻമാരും ഇരുന്ന കസേരയിലേക്ക് അങ്ങ് വരികയാണ് കേവലം 14 ദിവസത്തേക്ക്. 14 ദിവസം കൊണ്ടെടുത്ത അങ്ങയുടെ നിർണ്ണായക തീരുമാനം ഗുജറാത്തിന്റെ ഭാവിയെ മാറ്റി മറിക്കുകയയാണ്. തുടർച്ചാഭരണമായി മാറുകയാണ്. അതിനായി മധ്യപ്രദേശിലെ നർമ്മദാ നദിയെ ജനഹൃദയത്തിലൂടെ അങ്ങ് ഗുജറാത്തിലേക്ക് കൊണ്ട് വരികയാണ്.

ഗുജറാത്തിലെ ജനമനസ്സുകളിൽ അങ്ങ് ദൈവമായി മാറുകയാണ്. കുളിക്കാനും, കുടിക്കാനും ഇഷ്ട്ടം പോലെ വെള്ളം. ഇഷ്ട്ടം പോലെ കൃഷി.

അങ്ങയെ കുറിച്ച് വായിച്ചറിവ് ഒന്നുമില്ല. കേട്ടറിവിലൂടെ മനസിലാക്കിയ ചില സത്യങ്ങൾ. പതിമൂന്നാമത്തെ വയസിൽ തന്നെ അങ്ങയുടെ തലയിലെഴുത്ത് നിർണ്ണയിച്ചിരുന്ന ഭാരതത്തിന്റെ പ്രധാനമന്ത്രിപദം.

ചെറുപ്പം മുതലേ ഉള്ള സംഘ പ്രവർത്തനം. ഏകതാ പ്രതിമ സ്ഥിതി ചെയ്യുന്ന സ്ഥലത്തെ ഏകാന്തവാസം.

എനിക്ക് ഏറ്റവും കൂടുതൽ ആരാധന തോന്നിയ സംഭവം അടിയന്തിരാവസ്ഥകാലത്തെ "ഇൻലന്റ് കത്തിക്കൽ" എന്നത് ഇന്ദിരാഗാന്ധിയെ പോലും അതിശയിപ്പിച്ച രാജ്യം മുഴുവനും ഏകോപിക്കുന്ന തരത്തിലുള്ള ഏറ്റവും ശക്തമായ തപാൽ ഉപരോധം.

നോട്ട് നിരോധനം എന്ന നിർണായക തീരുമാനം എടുക്കേണ്ടി വരുന്ന നിമിഷം. ഏറ്റവും കൂടുതൽ ഗർവ്വ് തോന്നിയത് ഹനുമന്ദൻ വർദ്ധമാൻ എന്ന വൈമാനികനെ സുരക്ഷിതമായി തിരികെ എത്തിച്ചത്. ഭാരതത്തിനും പാക്കിസ്ഥാനും ഇടയിൽ നടന്ന ഒരു രാത്രിയുടെ രഹസ്യം.

പിറ്റേന്ന് രാവിലെ പാക് പ്രധാനമന്ത്രി നടത്തിയ പ്രസ്ഥാവനയ്ക്ക് പിന്നിലെ രഹസ്യം

തറയിൽ വിരിച്ച പുൽപ്പായയിലെ ഉറക്കം,

പുറം ലോകത്തിന് കാണാൻ കഴിയാത്ത ആത്മീയതയിലെ നിഷ്ട്ടയായ സ്വകാര്യ ജീവിതം.

കഴുത്തിലണിഞ്ഞിരിക്കുന്ന മാലയ്ക്ക് പിന്നിലെ ശക്തി രഹസ്യം

എന്നെ തസ്മൈ ഗുരുജിയിലേക്ക് എത്തിച്ച അങ്ങയുടെ നാവിൽ നിന്ന് ഉതിർന്നുവന്ന ഒരു പദം "അഭ്യുദേകാംഷി "

അങ്ങയെ കുറിച്ച് ചിന്തിച്ചപ്പോൾ മനസിൽ എവിടെയോ ഉണ്ടായിരുന്നത് വാക്കുകളായി എഴുതിയതാണ്.

വിഷയം.

പ്രധാനമന്ത്രി ജീ അങ്ങ് ആത്മീയതയ്ക്ക് പ്രാധാന്യം കൊടുക്കുന്നു എന്നത് ഞാൻ തിരിച്ചറിഞ്ഞ സത്യമാണ്.

ഞാനും ഇപ്പോൾ സഞ്ചരിക്കുന്നത് ആത്മീയ പാതയിലൂടെയാണ്. എനിക്ക് ഒരു ഗുരു ഉണ്ട്.

പേര് തസ്മൈ ഗുരുജി

ബാംഗ്ളൂർ ആസ്ഥാനമാക്കി പ്രവർത്തിക്കുന്ന ഒരു ആശ്രമം ഉണ്ട്. ഞാൻ ഗുരുവിലേക്ക് എത്തപ്പെട്ടതിന് ശേഷം എനിക്ക് ഉണ്ടായ മാറ്റമാണ് ഈ എഴുത്ത്.

ഞാൻ ചെയ്യുന്ന ധ്യാനത്തിന് SMS meditation Sun, Moon, star Meditation എന്നാണ് പറയുന്നത്.

പ്രത്യേകിച്ച് ഒരുപാധിയുമില്ലാതെ ഗുരുവിന്റെ സാന്നിദ്ധ്യത്തിൽ നേരെ പ്രപഞ്ചവുമായി ബന്ധിപ്പിക്കുന്ന 45 മിനിറ്റ് ദൈർഘ്യമുള്ള ധ്യാനരീതി.

ഉപാധികളോടെ ഗുരുവിന്റെ സാന്നിദ്ധ്യമില്ലാതെയും ചെയ്യാം.

അൽഭുതാവഹമായ അനുഭവങ്ങൾ ആണ് ഇതിലൂടെ നടക്കുന്നത്.

മുപ്പത്തി മുക്കോടി ദൈവങ്ങളിലെ അവരവരുടെ ഇഷ്ട്ടദൈവങ്ങളുടെ

ദർശനം സാധ്യമാകുന്നു.

സൂഷ്മത്തിലൂടെ സർജറി അടക്കമുള്ള ഫലപ്രദമായ ആസ്ട്രൽ ട്രീറ്റ്മെന്റ് നടക്കുകയാണ്.

മനുഷ്യന്റെ ജീവിതശൈലി രോഗങ്ങളിൽ നിന്നുള്ള മുക്തി ലഭിക്കുകയാണ്.

ഏതൊരു വ്യക്തിയേയും സ്വയം പര്യാപ്തത നേടാൻ സഹായിക്കുന്ന ദിന പ്രതിയുള്ള സൂം ക്ളാസ്സിലൂടെ ഉള്ള ബോധവൽക്കരണം

ഏറ്റവും പ്രാധാന്യമെന്നത് പ്രപഞ്ചത്തിലെ സർവ്വചരാചരങ്ങളോടും ഉള്ള ഒരേ സമീപനം

കൊല്ലരുത്, കൊന്ന് തിന്നരുത്.

അങ്ങ് ഈ മെഡിറ്റേഷൻ ചെയ്യുന്നതായി സ്വപ്നം കാണു

കയുണ്ടായി. എഴുതാൻ ഉണ്ടായ സാഹചര്യത്തിൽ ഞാൻ ഓർക്കുകയാണ്.

ഇതിലെ കുറച്ച് ഭാഗം എഴുതുമ്പോൾ ഞാൻ ട്രയിനിൽ യാത്ര ചെയ്യുകയാണ്.

സ്റ്റേഷനുകളും, ട്രയിനുകളും, കാണുമ്പോൾ അങ്ങയെ ഓർമ്മ വരും. പഴയ വൃത്തിഹീനമായ ചുറ്റുപാടിൽ നിന്നുണ്ടായ മാറ്റം പ്രശംസാവഹമാണ്

നാടിന്റെ ദുരവസ്ഥയും അങ്ങയുടെ ശ്രദ്ധയിൽ പെടുത്തേണ്ട ആവശ്യകതയും അനിവാര്യവുമായ ചില ഘടകങ്ങളും ഞാൻ ഇവിടെ വെളിപ്പെടുത്തുകയാണ്

ഏറ്റവും പ്രധാനമായും നിർത്തലാക്കേണ്ടത് ഇവിടുത്തെ അറവുശാലകളാണ്. കേരളത്തിന്റെ ഒരറ്റം മുതൽ മറ്റേ അറ്റം വരെ ജീവികളെ കൊന്ന് (പരസ്യമായ കൊലപാതകം) പച്ച മാംസം കെട്ടിത്തൂക്കിയിട്ട് പ്രദർശനം നടത്തി വിൽപ്പന നടത്തുകയാണ്.

സ്കൂളുകളിലും കോളേജുകളിലും നടക്കുന്ന ലഹരി വസ്തുക്കളുടെ ഉപയോഗം മൂലം നശിച്ച് പോകുന്ന പുതിയ തലമുറ

കഞ്ചാവിന്റെയും, മയക്കുമരുന്നിന്റേയും ലഭ്യതയും, ഉറവിടവും കണ്ടെത്തി ഇതിന് ശാശ്വതമായ പരിഹാരം കാണാൻ അപേക്ഷിക്കുകയാണ്

മാലിന്യ നിർമ്മാർജ്ജനം എന്നത് വലിയ ഒരു സങ്കേതിക പ്രശ്നം തന്നെയാണ്.

എന്റെ ഓർമ്മയിലെ എന്റെ നാട്, അതിമനോഹരമായ പഞ്ചസാര മണലുകളാൽ തീർത്ത പ്രദേശം.

ഇന്ന് പഞ്ചസാര മണലുകളെല്ലാം മണൽ മാഫിയ കടത്തിക്കൊണ്ട് പോകുകയാണ്.

തോടുകളും, കുളങ്ങളും തീർത്ത ജലസ്രോതസ്സുകൾ ഇന്ന് മലീനസമായി അന്യം നിന്ന് പോവുകയാണ്.

കേരം തിങ്ങും കേരള നാട്ടിൽ ഇന്ന് കേരമില്ല.

ടൂറിസ്റ്റ്കളെ ആകർഷിക്കുന്ന പച്ചപ്പ് നിറഞ്ഞ ഭൂപ്രകൃതി അന്യം നിന്നു പോയി കൊണ്ടിരിക്കുകയാണ്.

വിദ്യാഭ്യാസം കച്ചവടമാക്കി മാറ്റുന്ന വിദ്യാഭ്യാസ സ്ഥാപനങ്ങൾ.

ബിരുദമെടുത്ത് പുറത്തിറങ്ങുന്ന പുതിയ തലമുറ ജീവിതത്തിന്റെ വഴിത്താരയിൽ തെറ്റായ വിദ്യാഭ്യാസ രീതിയിലൂടെ ജീ

വിതമെന്തെന്നറിയാതെ പകച്ച് നിൽക്കുകയാണ്

ജാതിയും മതവും രാഷ്ട്രീയവും, നൽകുന്ന സ്വാർത്ഥത നിറഞ്ഞ തെറ്റായ സന്ദേശങ്ങൾ

ഭക്തിയുടെയും അന്ധവിശ്വാസത്തിന്റേയും മറവിൽ നടക്കുന്ന ചൂഷണങ്ങൾ

തെറ്റായ ഭക്തി പ്രചരണങ്ങൾ

ശാശ്വത പരിഹാരമില്ലാതെ കിടക്കുന്ന എണ്ണിയാൽ ഒടുങ്ങാത്ത വസ്തുതകൾ അങ്ങയുടെ മുന്നിൽ നിരത്താൻ ഇനിയുമുണ്ട്

ദയവായി അങ്ങ് വായിക്കുകയും,

ജന നന്മ മാത്രം ലക്ഷ്യം വയ്ക്കുന്ന ഈ മഹത്തായ അത്മീയ പ്രസ്ഥാനത്തിന്റെ ഉദ്ദേശശുദ്ധിയും,

പ്രപഞ്ചനന്മയും, സമൂഹത്തിൽ പ്രതിഫലിക്കാൻ പോകുന്ന ചരിത്രപരമായ മാറ്റങ്ങൾക്കും സാക്ഷ്യ വഹിക്കാൻ അങ്ങേയ്ക്കും അങ്ങയുടെ ഭരണ സംവിധാനത്തിലെ മികവിനും ഉതകുന്ന തരത്തിൽ പ്രകാശംപരത്തട്ടേ എന്ന് പ്രപഞ്ചത്തോട് ആത്മാർത്ഥമായി അപേക്ഷിക്കുകയാണ്

प्रधानमंत्री से निवेदन

मैं यह पृष्ठ इसलिए लिख रहा हूं ताकि हमारे प्रधानमंत्री इसे पढ़ सकें और समझ सकें।

मैं नहीं जानता कि आप जैसे बड़े लोगों को कैसे संबोधित करूँ।

इतना जानकारी मुझे नहीं है।

यह पुस्तक मैं अपने गुरु के लिए लिख रहा हूं।

मैं जो किताब लिख रहा हूँ, उसमें मैं आपसे दो शब्द कहना चाहता हूँ, दो बातें बताना चाहता हूँ।

आपकी जानकारी के लिए बता दें कि भारत के माननीय प्रधानमंत्री श्री नरेन्द्र दामोदर दास मोदी

यह कथा भारत माता के पैरो के स्थान पर आने वाले केरल राज्य के अलाप्पुझा जिले के एक छोटे से गांव चेर्थला में बैठकर लिखी गई थी, जिसे पूर्व का वेनिस कहा जाता है।

मैं दिल से आपका बहुत बड़ा प्रशंसक हूं। मैं कोई पार्टी कार्यकर्ता नहीं हूं. मुझे नहीं मालूम कि मेरा आपके प्रति श्रध्दा कैसे शुरू हुई।

यह एक चिन्ह है जो मैंने दस साल पहले सड़क के किनारे देखा था की आपका एक चित्र जिसमें आप दोनों हाथ जोड़े हुए हैं और उस पर एक वाक्य लिखा है।

"भारत अब इन हाथों में सुरक्षित है"

किसी कारणवश वह छवि मेरे मन में बनी रही। बाद में, मेरे मन में रिवर्स इंजीनियरिंग का काम शुरू हुआ।

यद्यपि मैं आपकी जन्मभूमि गुजरात में काम करने आया था,

मुझे गुजरात के बारे में कुछ भी नहीं पता था।

उस स्थिति में मैंने यह जानने की कोशिश भी नहीं की। मुझे केवल उस दिन की पानी की कमी याद है। पहले जब हम पीने के पानी के लिए ट्रैक्टर का इंतजार करते थे, तो एक बोतल पीने के पानी और भोजन की कीमत एक समान होती थी। एक समय ऐसा भी था जब नहाने के लिए भी पानी नहीं था। सौराष्ट्र के लोगों के लिए नहाना एक दूर का सपना था। एक समय ऐसा भी था जब पूरे परिवार को एक बाल्टी पानी में नहाना पड़ता था। एक समय था जब खेती के लिए पानी नहीं था।

तो अब समय बदल रहा है। आप उस कुर्सी पर आ रहे हैं, जहां कई शक्तिशाली लोग सिर्फ 14 दिन तक बैठे रहे। 14 दिनों में लिया गया आपका निर्णायक निर्णय गुजरात का भविष्य बदल दिया। यह एक स्थायी बात बनती जा रही है। उसके लिए

आप नर्मदा नदी को लोगों के दिलों के माध्यम से मध्य प्रदेश से गुजरात तक ला रहे हैं।

आप गुजरात के लोगों के मन में भगवान बनते जा रहे हैं। नहाने और पीने के लिए इच्छानुसार पानी और अपनी इच्छानुसार खेती के लिए भी।

मैं आपके बारे में कुछ नहीं जानता. सुनी-सुनाई बातों से कुछ सत्य पता चला। भारत के प्रधानमंत्री का पद आपको तेरह वर्ष की आयु में ही मिल गया था।

बचपन से ही राष्ट्रीय स्वयं सेवक. स्टैच्यू ऑफ यूनिटी स्थल पर एकांतवासी।

वह घटना जिसकी मुझे सबसे अधिक प्रशंसा है, वह है आपतकालीन के दौरान "अंतर्देशीय पत्र को जलाना", जो इंदिरा गांधी को भी आश्चर्य कर दिया और

देश भर में समन्वित, अपनी तरह की सबसे शक्तिशाली डाक नाकाबंदी ने पूरे देश को आश्चर्यचकित कर दिया।

वह क्षण जब विमुद्रीकरण का महत्वपूर्ण निर्णय लिया जाना था।

जिस बात पर मुझे सबसे अधिक गर्व महसूस हुआ, वह था हनुमानधन वर्धमान नामक पायलट को सुरक्षित वापस लाना। भारत और पाकिस्तान के बीच संघर्ष

एक रात का रहस्य.

अगली सुबह पाकिस्तानी प्रधानमंत्री द्वारा दिए गए भाषण के पीछे का रहस्य

फर्श पर चटाई बिछाकर सोना,

निजी, आध्यात्मिक जीवन जिसे बाहरी दुनिया नहीं देख सकती।

गले में पहने जाने वाले हार के पीछे छिपा शक्ति का रहस्य

"अभ्युदेकामशी" वह शब्द है जो आपके मुख से निकला और जिसने मुझे तस्मै गुरुजी के पास पहुंचाया।

जब मैंने आप के बारे में सोचा, तो मेरे मन में जो कुछ था, वह शब्दों में लिख दिया गया बाते।

विषय।

प्रधानमंत्री जी, यह सच है कि मुझे यह अहसास हुआ है कि आप अध्यात्म को बहुत महत्व देते हैं।

मैं भी वर्तमान में आध्यात्मिक पथ पर चल रहा हूं। मेरा एक गुरु है। नाम तस्मई गुरुजी । उनका बंगलौर में एक आश्रम स्थित है। यह लेखन एक परिवर्तन है जो गुरु के पास आने के बाद मुझमें हुआ है।

मैं जो ध्यान करता हूँ उसे एसएमएस ध्यान यानी सूर्य, चन्द्रमा, तारा ध्यान कहा जाता है।

45 मिनट का ध्यान अभ्यास जो किसी विशेष शर्त के बिना, गुरु की उपस्थिति में सीधे ब्रह्मांड से जुड़ता है।

यह साधना बिना गुरु की उपस्थिति के भी कुछ शर्तों के साथ की जा सकती है।

इसके माध्यम से अद्भुत अनुभव घटित हो रहे हैं।

तैंतीस करोड़ देवताओं में से उनके प्रिय देवता

दर्शन संभव हो जाता है। प्रभावी सूक्ष्म उपचार सूक्ष्म माध्यमों से किया जा रहा है।जीवनशैली बीमारियों से मुक्ति दिलाने में मदद हो रहा है ।

दैनिक ज़ूम कक्षाओं के माध्यम से जागरूकता बढ़ाना जो किसी भी व्यक्ति को आत्मनिर्भरता प्राप्त करने में मदद करता है

सबसे महत्वपूर्ण बात यह है कि ब्रह्मांड की हर चीज़ के प्रति हमारा दृष्टिकोण एक जैसा होना चाहिए।

मत मारो, और मारके मत खाओ।

मैंने स्वप्न में देखा कि आप भी यह ध्यान कर रहे हैं। मैं वह स्थिति याद कर रहा हूं जो मुझे यह लिखने को प्रेरित किया ।

जब मैं यह लिख रहा हूँ तो मैं रेलगाड़ी से यात्रा कर रहा हूँ।

जब मैं स्टेशन और रेलगाड़ियां देखता हूं तो मुझे आपकी याद आती है। पुराने गंदे माहौल से यह बदलाव सराहनीय है।

मैं यहां देश की दुर्दशा और कुछ आवश्यक एवं अनिवार्य कारकों को उजागर कर रहा हूं, जिन पर आपका ध्यान आकर्षित किया जाना आवश्यक है।

सबसे महत्वपूर्ण बात यह है कि यहां बूचड़खानों को बंद किया जाए। केरल के एक छोर से दूसरे छोर तक पशुओं को मारा जा रहा है (सार्वजनिक रूप से उनकी हत्या की जा रही है) और उनका कच्चा मांस प्रदर्शन और बिक्री के लिए लटकाया जा रहा है।

स्कूलों और कॉलेजों में नशीली दवाओं के प्रयोग से नई पीढ़ी नष्ट हो रही है।

हम भांग और नशीली दवाओं की उपलब्धता और स्रोत की पहचान करके इसका स्थायी समाधान खोजने की अपील कर रहे हैं।

मालिन्या निर्वजन एक बड़ी तकनीकी समस्या है।

मेरी स्मृति में मेरी मातृभूमि सुंदर चीनी जैसी रेत से बना एक क्षेत्र है।

आज सारा चीनी जैसा रेती, रेत माफिया द्वारा तस्करी किया जा रहा है।

जो जल स्रोत कभी नदियों और तालाबों का निर्माण करते थे, वे अब प्रदूषित हो चुके हैं और लुप्त हो रहे हैं।

एक जमाने में नारियल के पेडों से भरा केरल मे आज नारियल नही है।

पर्यटकों को आकर्षित करने वाला हरा-भरा परिदृश्य लुप्त हो रहा है।

शैक्षणिक संस्थान जो शिक्षा को व्यवसाय में बदल देते हैं।

कॉलेज से स्नातक होने वाली नई पीढ़ी जीवन की राह पर आगे बढ़ने के लिए संघर्ष कर रही है, गलत शिक्षा प्रणाली के कारण उन्हें यह नहीं पता कि जीवन कैसा है।

जाति, धर्म और राजनीति, वे जो स्वार्थी और झूठे संदेश भेजते हैं

भक्ति और अंधविश्वास की आड़ में शोषण

झूठा भक्ति प्रचार

ऐसे अनगिनत बाते हैं जिनका कोई समाधान अब नही है जो आपके सामने लाना चाहता हूं।

कृपया पढ़ें,

इस महान आध्यात्मिक आंदोलन का उद्देश्य पवित्र है, जिसका लक्ष्य केवल लोगों की भलाई है,

मैं ब्रह्मांड से ईमानदारी से अनुरोध करता हूं कि वह इस तरह से प्रकाश फैलाए जिससे आपको और आपकी प्रशासनिक व्यवस्था को ब्रह्मांड की अच्छाई और समाज में होने वाले ऐतिहासिक परिवर्तनों का गवाह बनने में मदद मिले।

അധർമ്മം

അധർമ്മം എന്നത് വൈറസ് പോലെയാണ് അതിവേഗം പടർന്ന് പിടിക്കുന്നു. അധർമ്മത്തെ ഉൻമൂലനം ചെയ്യാൻ ദൈവത്തിന് മാത്രമേ സാധിക്കൂ. ഉൽമൂലന സമയത്തുള്ള ദൈവത്തിന്റെ നേരിട്ടുള്ള ഇടപെടലുകളുടെ അദൃശ്യ കരങ്ങൾ വ്യക്തമാകുന്നതാണ്.

അധർമ്മം എന്നതിനെ അതിന്റെ മൂർദ്ധന്യാവസ്ഥയിൽ എത്തിച്ചതിന് ശേഷം വേരോടെ പിഴുതുകളയുക എന്നതാണ് ദൈവത്തിന്റെ ജോലി. അതുവരെ ക്ഷമയോടെ വീക്ഷിച്ച് കൊണ്ടിരിക്കും. എവിടെ വരെ പോകും? അവസാനം ഒരു നിവർത്തിയും ഇല്ലാതെ വരുമ്പോഴേ സംഹാരത്തിന് മുതിരുകയുള്ളൂ. സംഹാരം എന്നത് ഒരോ രൂപത്തിലായിരിക്കും എന്ന് മാത്രം

അധർമ്മം അതിവേഗം വളരാൻ സഹായിക്കുന്നതിനു പറ്റിയ വളക്കൂറുള്ള മണ്ണാണ് നമ്മുടെ നാട്ടിലേത്.

ഒരാൾ അറിയാതെ എങ്കിലും അധർമ്മ മാർഗ്ഗത്തിൽ എത്തപ്പെട്ടാൽ ഓട്ടോമാറ്റിക് ആയി തഴച്ച് വളരുകയാണ് അതിന്റെ വളർച്ചയ്ക്ക് ആവശ്യമായ ഘടകങ്ങൾ എല്ലാം സമയോചിതം പോലെ വന്ന് ചേരുകയാണ്. പിന്നെ അധർമ്മമാകുന്ന ചെളിക്കുണ്ടിന്റെ ആഴത്തിലേക്ക് ആണ്ട് പോവുകയാണ്.

"ചക്രവ്യൂഹത്തിലകപ്പെട്ട അഭിമന്യുവിനെ പോലെ"

ചക്രവ്യൂഹം ഭേതിക്കാനുള്ള വഴിയും കൂടി ഭഗവാൻ പറഞ്ഞ് കൊടുത്തിരുന്നു. എന്ത് ചെയ്യാം "വിധി" ഗർഭാലസ്യം എന്ന വിധിയുടെ അതിക്രൂരമായ വിളയാട്ടം അവിടെ നടക്കുകയാണ്. ഭഗവാൻ നല്ലത് പറഞ്ഞ് കൊടുക്കുകയാണ്. ആലസ്യത്തിൽ അമ്മ അറിയാതെ ഉറങ്ങിപ്പോകുകയാണ്. ആ ഉറക്കത്തിൽ ഗർഭസ്ഥ ശിശുവിന്റെ ഭാവി നിർണ്ണയിക്കുകയായിരുന്നു.

അലസത നിർണ്ണയിക്കുന്ന വിധി

ഉറക്കം എന്നത് ആലസ്യമാണ്. അലസതയിൽ നിന്നുണ്ടാകുന്ന ആലസ്യം.

സുഭദ്രയുടെ ആലസ്യം അഭിമന്യുവിന്റെ വിധി നിർണയിക്കപ്പെടുകയാണ്. കൂടെ മറ്റൊന്ന് കൂടി സ്ഥിതീകരിക്കുകയാണ് ജനിച്ചിട്ടില്ലാത്ത ഉത്തരയുടെ വൈധവ്യംവും

ഒരു പക്ഷെ സ്വൽപ്പനേരം എങ്കിലും ആ ആലസ്യത്തെ തടഞ്ഞ് നിർത്താനുള്ള കഴിവ് വാസന നിറഞ്ഞ ശരീരത്തിനുണ്ടായിരുന്നു എങ്കിൽ ഉദരത്തിലെ കുഞ്ഞ് പിൽക്കാലത്ത് ഇതിഹാസം സൃഷ്ടി ക്കുമായിരുന്നു.

മറിച്ച് മറ്റൊരു സന്ദേശം ബാക്കി വച്ചിട്ടാണ് അഭിമന്യു യാത്രയായത്.

ശ്രീനാരായണ ഗുരു എന്ന പദം എഴുതാൻ തുടങ്ങിയപ്പോൾ തന്നെ ഉണ്ടാവുന്ന ആ എനർജി പ്രവഹിക്കുന്നത് അറിയാൻ കഴിയുന്നുണ്ട്. ഗുരുനാമത്തിന്റെ സവിശേഷത

വർണ്ണനാതീതമാണ്. പറഞ്ഞാലും എഴുതിയാലും തീരാത്ത അത്ര.

"ഇവിടെയാണ് ഗുരുദേവൻ" എഴുതിയിട്ടുള്ള ഹ്രസ്വ വാക്കുകളുടെ അർത്ഥവും, വ്യാഖ്യാനവും, വ്യാപ്തിയും, ആഴവും ഒക്കെ അടങ്ങിയിരിക്കുന്നത്.

ആ വാക്കുകളുടെ അന്തസത്തയും, ആഴങ്ങളുടെ തലം വായിച്ച് ഗ്രഹിച്ച് മനസ്സിലാക്കണമെങ്കിൽ ഭൗതികത്തിലെ മായയാൽ ബുദ്ധിയെ ബാധിച്ചിരിക്കുന്ന അജ്ഞത മാറണം. ഈ അജ്ഞത മാറിയാലേ കാര്യങ്ങൾ ഗ്രഹിക്കാൻ സാധിക്കൂ. ഗ്രഹിക്കുന്നതിനെ മനസ്സിലാക്കാൻ കഴിയൂ.

ശരിയായ രീതിയിൽ കാര്യങ്ങളെ മനസ്സിലാക്കണമെങ്കിൽ നമ്മുടെ ഉള്ളിൽ ഇരുന്ന് നമ്മളെ തന്നെ ഇല്ലതാക്കുന്ന കോംപ്ലിക്കേറ്റഡ് മെമ്മറി എന്ന "അതിമാരകമായ" ഒന്നിനെമുഴുവാനായും ഇല്ലാതാക്കിയാലേ കഴിയൂ.

എന്റെ ഉള്ളിൽ ഉണ്ടായിരുന്നതിന്റെ വ്യാപ്തി എത്രത്തോളം ഉണ്ടായിരുന്നു എന്നത്. എനിക്ക് ഊഹിക്കാൻ കഴിയുന്നുണ്ട്.

"അതിമാരകമായ" സ്പോടനശേഷിയുള്ള ആറ്റം ബോംബ് പ്രവർത്തിക്കുന്നത് പോലെ ആണ് ഈ കോംപ്ലികേറ്റഡ് മെമ്മറി നമ്മുടെ ഉള്ളിലെ ഓരോ സെല്ലുകളിലും പ്രവർത്തിക്കുന്നത്.

ഓരോ നിമിഷവും പൊട്ടിത്തെറിച്ച് ഇല്ലാതാകുന്ന പോലെ

ആണ് ഓരോരുത്തരുടേയും ജീവിതം. ഈ മാരകമായതിനെ ഇല്ലാതാക്കുക എന്നത് SMS മെഡിറ്റേഷനിലൂടെ അല്ലാതെ മറ്റ് യാതൊരു ഉപായവുമില്ല.

ഇത് അനുഭവത്തിന്റെ വെളിച്ചത്തിലെ പച്ചയായ യാഥാർത്ഥ്യമാണ്. സത്യം മാത്രം. സത്യത്തിന്റെ ജീവിച്ചിരിക്കുന്ന മുഖം

പറഞ്ഞ് വന്നത് ആലസ്യം, ആലസ്യം വരുമ്പോൾ അലസത വരുന്നു അലസതയുടെ കൂടപ്പിറപ്പാണ് മടി . മടിവരുമ്പോൾ പിന്നെ കിടക്കണം. കിടന്ന് കഴിഞ്ഞാൽ ഒന്ന് മയങ്ങണം, മയക്കത്തിലൂടെ ഉറക്കവും,

ഉറക്കം തരുന്നതോ

വിധിയും. ജീവിതം എന്തെന്ന് നിർണ്ണയിക്കുന്ന വിധി.

"അലസതയിൽ നിന്ന് ഉൽഭവിക്കുന്ന വിധി"

വിധിയുടെ ഉദാ: സുഭദ്രയിൽ നിന്ന് തുടങ്ങി അഭിമന്യുവിലൂടെ ഉത്തരയിലെത്തി സ്ഥിതീകരിക്കപ്പെടുകയാണ്.

ഏറ്റവും നല്ല സുഖം ആണ് അലസത നൽകുന്ന സുഖം. ചില സമയത്ത് അറിയാതെ പോലും ഈ സുഖം ആഗ്രഹിച്ച് പോകും.

പക്ഷെ ഈ സുഖത്തിന്റെ പിന്നിൽ ക്രൂരമായതും, ഭയാനകവുമായ ഒരു മുഖം ഒളിഞ്ഞിരുപ്പുണ്ട്.

വിധി എന്ന വിധവയുടെ ക്രൂരമായ മുഖം. വളരെ വേദനിപ്പിക്കുന്ന ഒരു വാക്കാണ് ഇവിടെ സൂചിപ്പിച്ചിരിക്കുന്നത്. പക്ഷെ കോംപ്ലിക്കേറ്റഡ് മെമ്മറി മാറ്റി ശാന്തമായി ഇരുന്ന് ആലോചിക്കുക. ഉള്ളിൽ ഒരു ഞെട്ടൽ അനുഭവപ്പെടും. ആ ഞെട്ടൽ അനുഭവപ്പെടുന്നില്ല എങ്കിൽ വിധിക്ക് കീഴടങ്ങാൻ തയ്യാറായിക്കൊള്ളൂ. നല്ലത് തന്നെ വരട്ടേ.

ഉറക്കം എന്നത് തോന്നിയ സമയത്ത് ചെയ്യേണ്ട ഒന്നല്ല. ഉറക്കത്തിന് പ്രത്യേക സമയം പ്രപഞ്ചം കനിഞ്ഞ് നൽകിയിട്ടുണ്ട്. ആ സമയത്ത് മാത്രം ഉറങ്ങുക.

സൂര്യൻ ഉദിച്ച് അസ്തമിക്കുന്ന സമയം വരേ ഒരു കാരണവശാലും ഉറങ്ങാനേ പാടില്ല. പകലുറക്കം നാശമേ തരൂ. ജീവിതത്തിൽ ഉറങ്ങാൻ നമുക്ക് കൃത്യമായ സമയം നൽകിയിട്ടുണ്ട്. ഇത് മനസ്സിലാക്കാതെ തോന്നിയ പോലെ നേരത്തേ ഉറങ്ങി തീർക്കുകയാണ്. നേരത്തേ ഉറങ്ങി തീർക്കുന്ന ഉറക്കം ഭാവിയിൽ ഉറക്കക്ഷാമം ഉണ്ടാക്കാനിടയാകുന്നു. അതിനുള്ള കാരണഭൂതരായവർ കൂടെ വന്ന് ചേരുകയും ചെയ്യും

(ആദ്യ ബുക്ക് പേജ് 51) ആ മാഡത്തിന് നേരം വെളുത്തോ എന്നറിയില്ല. എന്റെ കുടുംബത്തിൽ തന്ന ആലസ്യം ഇപ്പോഴും നിലനിൽക്കുകയാണ്.

എത്ര പാണ്ഡിത്യം ഉള്ളവരായാലും, എത്ര ഉയരങ്ങളിലിരിക്കുന്നവരായാലും അവരവരുടെ വാസനകളിലെ പ്രപഞ്ച വിരുദ്ധമായ സന്ദേശങ്ങൾ പ്രചരിപ്പിക്കുമ്പോൾ ഉണ്ടാകുന്ന വിപരീത ഫലങ്ങളുടെ പ്രത്യാഘാതം തലമുറകളെ ആണ് ബാധിക്കുന്നത്.

ഉറക്കവും, ഭക്ഷണവും മിതമാക്കുക.

ഭക്ഷണവും ഉറക്കത്തെ ബാധിക്കുന്ന ഒന്നാണ്. വാരിവലിച്ചു തിന്നുന്നവരുടെ ഉറക്കവും അതേ പോലെ തന്നെയാണ്.

സൂര്യന്റെ സാന്നിദ്ധ്യത്തിൽ ഭക്ഷണവും, ചന്ദ്രന്റെ സാന്നിദ്ധ്യത്തിൽ ഉറക്കവും ആണ് ശരി. ചന്ദ്ര സാന്നിദ്ധ്യത്തിൽ ഭക്ഷണം കഴിക്കാൻ പാടില്ല. 6 മണിക്ക് മുന്നേ ഭക്ഷണം അത്താഴം കഴിക്കുക. 6 മണിക്ക് ശേഷം ഭക്ഷണം കഴിക്കാനേ പാടില്ല.

പക്ഷികൾ ചെയ്യുന്നത് ദിവസവും കാണാൻ പാടില്ലേ? അവറ്റകൾ 6 മണിക്ക് മുന്നേ ചേക്കേറും.

ഇന്ന് സംഭവിക്കുന്ന കാര്യങ്ങൾ ഗുരു നൂറ് വർഷങ്ങൾ മുൻപ് എഴുതി വച്ച കാര്യങ്ങളാണ്. എന്ത് കൊണ്ടാണന്ന് അറിയില്ല ആർക്കും ഇതൊന്നും മനസ്സിലാകുന്നില്ല. എല്ലാ വീട്ടിലും ഉണ്ട്. എല്ലാവരും വായിക്കുന്നുമുണ്ട്. ദൈവദശകം ഉണ്ട്, ഗുരുവചനങ്ങളും, ഗുരു കീർത്തനങ്ങളും ഗുരുവിന്റേതായ എല്ലാം. ഗുരുപൂജയും നടക്കുന്നുണ്ട്. ഗുരുവിന് അമ്പലങ്ങളുമുണ്ട്. എല്ലാം എല്ലാവരും ചെയ്യുന്നുണ്ട്. പക്ഷെ എന്തോ ഒന്നുണ്ട്. ഒരു മനസ്സിലാകാഴിക....

(കോംപ്ലിക്കേറ്റഡ് മെമ്മറി)

"ആഴമേറും നിൻ മഹസ്സാമാഴിയിൽ ഞങ്ങളാകവേ
ആഴണം വാഴണം നിത്യം വാഴണം, വാഴണം, സുഖം"

ദൈവദശകത്തിന്റെ പത്താമത്തെ പദമാണ്.

ഈ പദം ചൊല്ലി വിളക്ക് കെടുത്തി നേരെ അടുക്കളയിലേക്കാണ്. പല തരം ജീവികളുടെ ജീവനറ്റ ചേതനയുടെ കഷണങ്ങൾ കറിച്ചട്ടിയിൽ കാത്തിരിക്കുകയാണ്.

"പോ-ക്കറ്റു പോയാലെ ചിലപ്പോൾ മനസ്സിലാവൂ"

ഇവിടെ ഗുരു അവതരിച്ചിരിക്കുന്നത് സാക്ഷാൽ ഭഗവാൻ

കൃഷ്ണന്റെ രൂപത്തിലാണ്. ഓരോ ദിവസവും തരുന്നത് ഓരോ ഉപദേശങ്ങളാണ്.

നമ്മളും നമ്മുടെ കുടുംബവും ആലസ്യത്തിൽ ആണ്.

ഓരോ മാതാവിലും സുഭദ്രയും , ഉത്തരയും ഉണ്ട്. നാളെ നടക്കാൻ പോകുന്ന കാര്യങ്ങൾ ഇന്നേ ഗുരു പറയുകയാണ് ഇന്ന് ഇത് അനുസരിച്ച് പോവുയാണെങ്കിൽ അന്ന് വരുന്ന വിധിയെ നിഷ്പ്രയാസം മാറ്റിനിർത്താനാവുന്നതാണ്.

അന്നത്തെ വിധിയേ നേരിടാൻ ഇന്നേ ഒരുക്കമൊണങ്കിൽ വിധിയുടെ ക്രൂരമായ മുഖം വഴിതിരിച്ച് വിടുന്ന സഞ്ചരയോഗ്യമല്ലാത്ത ദുസ്സഹമായ കഷ്ടത നിറഞ്ഞ പാതയിലൂടെ സഞ്ചരിക്കാൻ നിങ്ങളെ നിർബന്ധിതരാക്കും.

വിധി തരാൻ പോകുന്നതെന്തെന്ന് നമുക്കറിയില്ല. മുന്നേ മനസ്സിലാവുകയുമില്ല,

കോംപ്ലിക്കേറ്റഡ് മെമ്മറിയും, ഇത് തരുന്ന ഭൗതികതയിലെ മായയും, മായയുടെ സ്വാധീനവും കാരണം ഇന്ന് തിരിച്ചറിയുകയില്ല.

പക്ഷെ സത്യം എന്തെന്ന് ഒരിക്കൽ തിരിച്ചറിയാൻ സാധിക്കും.

സത്യത്തിന്റ മുഖം എന്നും വികൃതമായിരിക്കും.

പക്ഷെ അത് മനസ്സിലാക്കി തരുന്ന വേളയിൽ ഇതികർത്തവ്യമൂഢരായി ഇരുന്ന് പോകും.

ഇന്നത്തെ അവഗണനയാണ്
നാളത്തെ പശ്ചാത്താപം

നല്ലശകുനവും അപശകുനവും

ഉദ്ദിഷ്ട കാര്യത്തിന് ഇറങ്ങി തിരിക്കുമ്പോൾ ഇല്ലാത്ത ആത്മവിശ്വാസം സ്വയം വർദ്ധിപ്പിക്കുന്നതിനായി ചില പ്രത്യേക വ്യക്തികളെ, മൃഗങ്ങളെ, വസ്തുക്കളെ ഒക്കെ ഉപയോഗിക്കുന്നു

ഇത് കാര്യസാദ്ധ്യത്തിന് വേണ്ടി മുൻകൂട്ടി മനുഷ്യൻ സജ്ജ മാക്കുന്ന ഒരു പ്രത്യേക തരം പ്രക്രീയയാണ് കണി.

വിചാരിക്കുന്ന കാര്യങ്ങൾ നടക്കാതെ വരുമ്പോൾ ചാരുന്ന ഏണിയാണ് കണി.

ആരെയാണോ കണികണ്ടത് ആ ഹത ഭാഗ്യൻ അന്നേ ദിവസം തുമ്മലോട് തുമ്മൽ മാത്രം ആയിരിക്കും.

ജീവിതകാലം മുഴുവൻ ആ പാവം ഒരു പേടി സ്വപ്നവുമാ യിരിക്കും.

വഴിയോരങ്ങളിൽ നിന്ന് വാങ്ങുന്ന പച്ചക്കറികളും

പഴ വർഗ്ഗങ്ങളും, ചക്കയും, മാങ്ങയും, ഉപയോഗിക്കാതെ കിടക്കുന്ന കണ്ണാടി, എന്തിനാണന്ന് പോലും അറിയാത്ത ഒരു ലോജിക്കും ഇല്ലാത്ത ഒന്നുണ്ട് "കൊന്നപ്പൂ"??

എട്ട് കാലി വല പിടിച്ച് വർഷം മുഴുവൻ അനങ്ങാതെ സ്വ സ്ഥമായി എവിടെങ്കിലും ഇരിക്കുന്ന കൃഷ്ണ വിഗ്രഹം വരെ വർ ഷത്തിലൊരിക്കൽ കണി എന്ന പേരിൽ പ്രധാന്യമുള്ളതാകുക യാണ്

കറുത്ത പൂച്ച, പാമ്പ്, പാവം പശുക്കളുടെ മുൻഭാഗം, പിൻ ഭാഗം എന്ന് വേണ്ട മനുഷ്യന്റെ ചിന്തയിൽ ഉടലെടുക്കുന്ന അപ ശകുനങ്ങൾ തീർത്താൽ തീരില്ല.

കൂടാതെ കോടാലി,ചൂല്, ഏണി, പാര, അവനവന്റെ വീട്ടിൽ ഉപകാരമുള്ള വസ്തുക്കളെല്ലാം അപശകുനത്തിന്റെ ബലിയാ ടുകളാണ്.

നല്ല ദിവസം

മനുഷ്യന് ഒരിക്കലും സന്തോഷമുണ്ടാവില്ല എന്ന് ദൈവങ്ങൾക്ക് മുന്നേ അറിയാമായിരുന്നു എന്ന് തോന്നുന്നു. മനുഷ്യൻ കൃത്രിമമായി സന്തോഷം കണ്ടെത്തുന്ന കൂട്ടത്തിലാണല്ലോ? യഥാർത്ഥത്തിലുള്ളതിനെ തിരിച്ചറിയാനുള്ള ബോധവുമില്ല. അത് കൊണ്ട് ആ ദിവസമെങ്കിലും സന്തോഷിക്കട്ടേ എന്ന് വിചാരിച്ച് ഓരോരോ ദിവസങ്ങൾ കൊടുത്തതായിരിക്കാം. ആ ദിവസങ്ങളിൽ പോലും ഈ ഇരുകാലികൾ തമ്മിൽത്തല്ലുണ്ടാക്കും.

വിവാഹ വാർഷികം, പിറന്നാൾ ദിനം, മരിച്ചവരേ പോലും വെറുതേ വിടാത്ത ഒരു ദിവസമുണ്ട്. വിഢ്ഢിത്തം ആണെങ്കിലും അന്നേ ദിവസം മനുഷ്യൻ ചെയ്യുന്ന ഈ പ്രവർത്തിയിലൂടെ കാക്കകൾക്കെങ്കിലും ഗുണമുണ്ട്.

ദിവസങ്ങൾക്ക് പ്രാധാന്യം നൽകാൻ വേണ്ടി മനുഷ്യൻ തന്നെ ഓരോരൊ പേരുകൾ കൊടുത്ത് ദിവസങ്ങൾ ഉണ്ടാക്കുകയാണ്.

വിവാഹം വിനോദത്തിനല്ല
വിവാഹം വെറും ഒരു ചടങ്ങല്ല.
വിവാഹം സുഖത്തിന് വേണ്ടിയല്ല

പുനർജ്ജന്മം

എന്താണ് പുനർജൻമം. പുനർജന്മം എന്നത് അവിശ്വസനീയമായ ഒരു സത്യം ആണ്. ഇതെന്താണെന്ന് അറിഞ്ഞ് ബോധ്യം വന്നു കഴിഞ്ഞാൽ പിന്നെ മനുഷ്യൻ ഒരു തെറ്റും ചെയ്യില്ല.

പ്രപഞ്ചത്തിലെ സർവ്വവിധ ജീവജാലങ്ങളെല്ലാം തന്നെ നമ്മൾ തന്നെയാണ്. പ്രപഞ്ചത്തിന്റെ കാഴ്ച്ചപ്പാടിൽ ഏറ്റക്കുറച്ചിലുകൾ ഒന്നും തന്നെ ഇല്ല, എല്ലാവരും ഒരേ പോലെ.

"വാളെടുത്തവൻ വാളാൽ"

ആരെന്ത് ചെയ്യുന്നെങ്കിലും കൃത്യമായ അളവിലും തൂക്കത്തിലുമുള്ളത് അതേ പോലെ തിരിച്ച് കിട്ടുന്നതായിരിക്കും. അത് പ്രപഞ്ച നിയമമാണ്.

ശരീരം എന്നത് സ്കൂളിലെ യൂണിഫോം പോലെ ആണന്ന് മാത്രം. ഉടുപ്പ് മാറുന്ന ലാഘവത്തോടെ ജന്മങ്ങൾ മാറുന്നു. മാനായും, മയിലായും, പൂച്ചയായും, പട്ടിയായും ഒക്കെ നമ്മൾ ജന്മമെടുത്തു വരുന്നു. മനുഷ്യജന്മം കിട്ടുമ്പോൾ മാത്രം ഒരെല്ലു കൂടുതൽ ഉള്ള പ്രവർത്തി കാണിക്കുന്നു എന്ന് മാത്രം.

ഓർബിറ്റ്

ദാമ്പത്യ ജീവിതത്തിലെ ഓർബിറ്റ് എന്ന് പറയുന്നതാണ് കുടുംബം. കുടുംബത്തെ ചേർത്ത് പിടിക്കൂ എന്ന് ഗുരു പറയുന്നു. മക്കൾ വിവാഹിതരായവരും, അല്ലാത്തവരും, അവരുടെ പ്രായമായ മാതാപിതാക്കൾ ഉള്ളതുമായ കൂട്ടുകുടുംബത്തെയും ഓർബിറ്റ് എന്ന് പറയാവുന്നതാണ്, അവനവന്റെ ഓർബിറ്റിനെ ചേർത്ത് സുരക്ഷിതമായി പോകാനാണ് ഗുരു നിർദ്ദേശിക്കുന്നത്..ഇവിടെ മിക്ക വീടുകളിലും ഓർബിറ്റ് ശരിയാകുന്നില്ല.4 പേരടങ്ങുന്ന ഓർബിറ്റിൽ ഒരാൾ വിഘടിച്ച് നിന്നാൽ പോലും ഓർബിറ്റ് ശരിയാകുന്നില്ല.

ഓർബിറ്റിന് പുറത്ത് നിൽക്കുന്ന ആളുകളുമായിട്ടുള്ള സഹവാസം കുടുംബതകർച്ചയെ വരെ ബാധിക്കുന്നു. ഓർബിറ്റിന് പുറത്തുള്ള ആളുകളുടെ ശവക്കറി ഉപയോഗം മൂലം ഉണ്ടാക്കുന്ന ഭവിഷ്യത്ത് നേരിടുമ്പോൾ മാത്രമേ പറയാൻ കഴിയൂ.

ഇപ്പോഴത്തെ വീടുകളിലെ ഓർബിറ്റ് എന്ന് പറയുന്നത് നാലും, നാല് വഴിക്ക് ആയിരിക്കും. 4 പേർക്കും 4 ഇഷ്ടങ്ങൾ ആയിരിക്കും 4 സ്വഭാവം ആയിരിക്കും.4 പേരും ശത്രുക്കളും ആയിരിക്കും. ഈ ശത്രുത തന്നെ അനുഭവിക്കാൻ വേണ്ടി വിധി തന്നതാണ്. നാലും ഒരേ പോലെ ചേർത്ത് പോവുക എന്നത് ദുസ്സഹമായ കാര്യമാണ്. അപ്പോൾ പുറമേ ഉള്ളവരുടെ ഇടപെടലുകൾ കൂടി ഉണ്ടെങ്കിൽ പിന്നെ എന്നും ഇടിനാശവും വെള്ളപ്പൊക്കവും മാത്രം ആയിരിക്കും ശേഷിപ്പ്.

ഓർബിറ്റ് ശുദ്ധീകരണം ആണ് ഏറവും പ്രധാനം. വിഘടിച്ച് നിൽക്കുന്നവരുടെ ഓർബിറ്റ് കറക്റ്റായി ചേർന്ന് പോകണമെങ്കിൽ പരസ്പര യുദ്ധം ഒഴിവാക്കണം. യുദ്ധം ഒഴിവാകണമെങ്കിൽ അനുസരണ വേണം. കുടുംബം എന്നത് അനുസരണയാണ്. ആദ്യ ബുക്ക് പേജ് 47.

അനുസരിക്കുക എന്നാതാണ് ഒരു കുടുംബത്തിന്റെ അടിത്തറ.

അനുസരണ

ആരെ അനുസരിക്കണം? എന്നതിലാണ് കാര്യം? നമ്മൾ ജീവിതത്തിൽ എത്ര വലിയ ആളാണെങ്കിൽ പോലും എത്ര വലിയ കൊമ്പത്തെ ആളാണെങ്കിൽ പോലും അനുസരിക്കാൻ ഒരാൾ വേണം എന്നുള്ളതാണ്. ഒരാളെയെങ്കിലും അനുസരിച്ചിരിക്കണം. ഒരോയൊരാളെ മാത്രം അനുസരിച്ചാൽ മതി

അനുസരിക്കുക എന്നത് ജീവിതം അടിയറവ് പറയുകയാണ്. അപ്പോൾ ആത്രയും മൂല്യം ഉള്ള ആളായിരിക്കണം. നമ്മുടെ ജീവിതത്തിൽ എന്തിനേക്കാളും മേലെ കരുതാവുന്ന ആൾ. മാതൃകയാക്കാൻ പറ്റിയ ആളായിരിക്കണം. ജീവിതത്തിൽ എടുത്ത തീരുമാനം നഷ്ട്ടമായിപ്പോയി എന്ന തോന്നൽ ഒരിക്കലും ഉണ്ടാവാനേ പാടില്ല.

ഈ വാക്കുകൾ വേറെ ആരും പറഞ്ഞതല്ല. നമ്മുടെ പ്രധാനമന്ത്രി പറഞ്ഞ വാക്കുകളാണ്.

ജീവിതത്തിൽ അങ്ങനെ ഒരാളെ കിട്ടുക എന്നത് അത്ര എളുപ്പമുള്ള കാര്യമല്ല. അങ്ങനെ ഒരാളെ കിട്ടിയാൽ കൈവിടുകയും ചെയ്യരുത്.

പ്രളയം വന്നേക്കാം, ലോകാവസാനം വരെ സംഭവിച്ചേക്കാം,,

എഴുതിക്കൊണ്ടിരിക്കുമ്പോൾ മനസിലേക്ക് ക്രിസ്തുദേവൻ വരികയാണ് ,,, ഒരു പാട്ടിന്റെ വരികളും.

അക്കരയ്ക്ക് യാത്ര ചെയ്യും സിയോൺ സഞ്ചാരീ...

ഓളങ്ങൾ കണ്ട് നീ ഭയപ്പെടേണ്ട... കാറ്റിനേയും... കടലിനേയും... നീയന്ത്രിപ്പാൻ കഴിവുള്ളോൻ... കൂടെയുണ്ടേൻ

എന്റെ നെഞ്ചിൽ കുടിയിരിക്കുന്ന ആ ദൈവത്തെ പറ്റി ഇതിൽ കൂടുതൽ ഞാൻ എന്ത് പറയാനാണ്. നെഞ്ച് പിളർത്തിയ ഹനുമാൻസ്വാമിയെ ഓർമ്മ വരികയാണ്.

അനുസരിക്കേണ്ടത് ഗുരുവിനേയാണ്. ഗുരുവിനോളം വരില്ല മറ്റെന്തും. ഗുരുതത്വത്തിൽ ജീവിക്കുക എന്നത് തന്നെയാണ് യഥാർത്ഥ അനുസരണ.

മനസ്സിലെ കള

നിങ്ങളുടെ മനസിനെ നിരന്തരം ശല്യം ചെയ്യുന്ന കാര്യങ്ങളെ ഒഴിവാക്കി വിടൂ.

നിങ്ങളെ പിന്നോട്ട് വലിക്കുന്ന എന്തിനേയും പൊട്ടിച്ചുകളയൂ,

നിങ്ങളുടെ മനസിന്റെ ഉള്ളിലിരുന്നു നിങ്ങളെ തന്നെ കൊത്തി വലിക്കുന്ന പലതും നിങ്ങളുടെ ജീവിതത്തിൽ ഉണ്ടാകും അവയെല്ലാം നിങ്ങളുടെ സന്തോഷം കെടുത്തുന്നവയാണ്. നിങ്ങളുടെ മനസിനെ ഉഴുതുമറിക്കുന്ന ഉഴവുകാളകളെ പാടത്തേക്കിറക്കി വിടൂ നല്ല വിളകൾ ഉണ്ടാവട്ടേ. നിങ്ങളുടെ മനസിനെ കൊത്തിവലിക്കുന്ന പല വേലക്കാരെയെല്ലാം പുറം മണ്ണിലേക്കിറക്കി വിടൂ നിങ്ങളുടെ മുറ്റം സുന്ദരമാവട്ടേ അതിലൂടെ ലോകം സുന്ദരമാവട്ടേ

എന്നും നിലനിൽക്കുന്ന ധർമ്മമാണ്
സനാതനധർമ്മം

നവഗ്രഹങ്ങൾ

9 ഗ്രഹങ്ങൾ ആണ് ഉള്ളത് ന്യൂമറോളജി പ്രകാരം ഏതെങ്കിലും രണ്ട് ഗ്രഹങ്ങളുടെ പ്രഭാവം നമ്മുടെ ജീവിതത്തിനുടനീളം ഉണ്ടാകും. ജോതിഷപ്രകാരം 9 ഗ്രഹങ്ങളുടേയും പ്രഭാവം മാറിമാറി വന്ന് കൊണ്ടേയിരിക്കും. ഗ്രഹങ്ങളെ പ്രീതിപ്പെടുത്തുന്ന പൂജയാണ് "നവഗ്രഹപൂജ

ഗ്രഹങ്ങൾക്ക് താഴെ ഗ്രഹങ്ങൾക്കെതിരായ പ്രവർത്തികൾ ചെയ്തിട്ട് നവഗ്രഹ സ്തോത്രം ചൊല്ലിയത് കൊണ്ടോ? നവഗ്രഹപൂജ നടത്തിയത് കൊണ്ടോ ? എന്തെങ്കിലും ഫലം ഉണ്ടാകുമോ? സാമാന്യം ലോജിക്ക് ആയി ഒന്ന് ചിന്തിച്ച് നോക്കൂ.

ഇത് മനസിലാവണം എന്നുണ്ടെങ്കിൽ കോംപളിക്കേറ്റഡ് മെമ്മറി അശേഷം മാറണം.

കോംപ്ളിക്കേറ്റഡ് മാറിക്കഴിയുമ്പോൾ ഗ്രഹങ്ങൾ എല്ലാം അനുകൂലമായി വരുന്നു.

ഇവിടെയാണ് SMS മെഡിറ്റേഷന്റെ പ്രധാന സവിശേഷത. ഗ്രഹങ്ങൾ നമ്മളെ ശ്രദ്ധിക്കുകയേ ഇല്ല

ഉടമ്പടി

വിവാഹ ഉടമ്പടിയിൽ വീഴ്ച്ചവരുമ്പോൾ ഗ്രഹങ്ങൾ വിപരീതഫലം നൽകുന്നു.

വിവാഹ ശേഷമുള്ള ജീവിതത്തിൽ ദമ്പതികൾ തമ്മിലുള്ള ഉടമ്പടി തെറ്റുമ്പോഴാണ് ഗ്രഹങ്ങൾ ഇടപെടുന്നത്. ഓരോരുത്തരുടേയും ഗ്രഹങ്ങൾ നീച ഗ്രഹങ്ങൾ ആയി മാറുകയാണ്. വീട് എന്ന അദ്ധ്യായത്തിൽ

"നീച രാഹു" എന്ന പദ പ്രയോഗം നടത്തിയിട്ടുണ്ട്. തികച്ചും തെറ്റായ പദം ആണ്. എന്ത് കൊണ്ടെന്നാൽ ഗ്രഹങ്ങൾ എല്ലാം നല്ലത് തന്നെയാണ്. നല്ലതേ ചെയ്യൂ, നല്ലത് മാത്രമേ ചെയ്യൂ. മനുഷ്യർ സ്വന്തം ജീവിതരീതി കൊണ്ട് ഈ ഗ്രഹങ്ങളെ പിണക്കുകയാണ്. പിണങ്ങി കഴിയുമ്പോൾ പ്രഭാവം മാറുകയാണ്, ഗ്രഹങ്ങളുടെ വിപരീത പ്രഭാവം മൂലം ആണ് വീട്ടിലുണ്ടാകുന്ന ഓരോ അനർത്ഥങ്ങളും.

വിവാഹം കഴിഞ്ഞ് ആത്മാർത്ഥമായി ജീവിക്കുന്നവരെ പിരിക്കാൻ ആർക്കും സാധ്യമല്ല.

SMS മെഡിറ്റേഷൻ ചെയ്യുന്ന ദമ്പതിമാരെ പിരിക്കാൻ ഗ്രഹങ്ങൾക്ക് പോലും സാധ്യമല്ല.

തലച്ചോറ്

ഒരു തരത്തിലും ലോജിക്കില്ലാത്ത ഒരു പേര്, മനുഷ്യന്റെ തലയ്ക്കുള്ളിലെ ചോറ്, നമുക്കെല്ലാവർക്കും അറിയാവുന്ന സുപരിചിതമായ ഒരു ചോറ് ഉണ്ട്. അരി കഴുകി അടുപ്പത്തിട്ട് തിളച്ച് വെന്ത് കഴിയുമ്പോൾ ആ അരിയുടെ സത്ത് മുഴുവൻ ഊറ്റികളഞ്ഞതിന് ശേഷം കിട്ടുന്ന ഒന്ന് "ചോറ് "

ചിന്തിച്ച് നോക്കിയപ്പോൾ ശരിയാണ്. തലയ്ക്കുള്ളിൽ എന്തിനാണ് "ചോറ് " ജനിച്ച അന്നു മുതൽ കേട്ട് പഠിച്ച ഒന്നാണ് തലച്ചോറ്.കേൾക്കുമ്പോൾ തന്നെ ഒരു അരോചകത്വം തോന്നുന്നില്ലേ? നമ്മുടെ ഭാഷയുടെ കുഴപ്പം ആണ്. വേണ്ടുന്നിടത്തും വേണ്ടാത്തിടത്തും വാക്കുകളിൽ പ്രസക്തി കാണിക്കുന്നില്ല. ഏറ്റവും മുൻഗണന ഉള്ളതിനെ നിസ്സാരവത്ക്കരിച്ച് നാമനിർദ്ദേശം ചെയ്യുന്നു. അതിനെ പിൻതുടരുന്നു. പണ്ടെങ്ങോ എഴുതിവച്ച ഒന്നിനെ പിൻതുടരുകയാണ്.

തലയ്ക്കുള്ളിലെ ഈ ചോറിൽ നടക്കുന്ന പ്രതിഭാസം ചെറുതൊന്നും അല്ല. ചിലർ ആക്ഷേപ ഹാസ്യമായി "ചകിരിച്ചോറ്" എന്നും പറയും.

തലയിൽ ഇരിക്കുന്നതിനെ ഏത് തരം ചോറായി കണ്ടാലും ഇത് ഉപയോഗിക്കുന്ന രീതിയിൽ ആണ് കാര്യം. അപ്പോൾ അരിയാഹാരം കഴിക്കുന്നവർക്ക് കാര്യം പിടി കിട്ടും. ചോറുമായിട്ട് എന്തോ ബന്ധമുണ്ട്.

ഉപ്പില്ലാത്ത കഞ്ഞി കൊടുക്കുക എന്നതാണ് ഒരു മനുഷ്യന് കൊടുക്കാവുന്ന ഏറ്റവും വലിയ ശിക്ഷ. ശുരു പറഞ്ഞിട്ടുള്ള വാചകം ആണ്.

ഉപ്പില്ലാത്ത കഞ്ഞി കുടിച്ച് നോക്കിയിട്ടുള്ളവർക്കത് മനസിലാകും. അല്ലാത്തവർക്ക് മനസിലാവില്ല. ഉപ്പില്ലാത്ത കഞ്ഞി കുടിക്കുമ്പോൾ ഉണ്ടാകുന്ന വികാരമാണ് പശ്ച്ചാത്താപം. പശ്ചാത്താപത്തിന്റെ അത്രയും പവർഫുൾ ആയ മറ്റൊരു പ്രതിവിധി

ഇല്ലേയില്ല

ഉപ്പില്ലാത്ത കഞ്ഞി കുടിക്കുമ്പോൾ തലയ്ക്കുള്ളിൽ നടക്കുന്നത് സ്വയം തിരിച്ചറിയാൻ സാധിക്കും. ജീവിതത്തിൽ ഒരിക്കലും ഒരു തരത്തിലുള്ള ഒരു തെറ്റും ചെയ്യാൻ തോന്നുകയേ ഇല്ല. ഒരമ്പലത്തിലും പോയി ശയന പ്രദക്ഷിണം നടത്തണ്ട. ഒരു പള്ളിയിലും പോയി മുട്ടിപ്പായി പ്രാർത്ഥിക്കണ്ട.

ഉപ്പില്ലാത്ത കഞ്ഞി കുടിച്ചു നോക്കൂ അപ്പോൾ വിവരം അറിയാം

അഹങ്കാരം, അഹംഭാവം, ദുരഭിമാനം, ഞാൻ, ഞാൻ നിങ്ങളുടെ ഉള്ളിലിരിക്കുന്ന സർവ്വതും നിങ്ങളെ തിരിച്ചറിയിച്ചു തരും ഈ ഉപ്പില്ലാത്ത കഞ്ഞിയിലെ ജീവപര്യന്തം

നിങ്ങൾ ചെയ്തിട്ടുള്ള അത്രയും തെറ്റുകളെ കുറിച്ചോർത്ത് വിവശരാകും. ഇനി നിങ്ങൾ തെറ്റൊന്നും ചെയ്തിട്ടില്ല എങ്കിൽ നിങ്ങളുടെ ബുദ്ധിയുടെ തലം മാറുകയാണ് അവിടേയും ഉപ്പില്ലാത്ത കഞ്ഞി നേട്ടമായി മാറുകയാണ്

തലച്ചോറിൽ തുടങ്ങി, പശ്ചാത്താപത്തിലൂടെ കാര്യങ്ങൾ ഉപ്പില്ലാത്ത കഞ്ഞിയിലെത്തിയിരിക്കുകയാണ്

തലയ്ക്കുള്ളിൽ കുടികൊള്ളുന്ന ബ്രഹ്മാണ്ഡത്തെ തിരിച്ചറിഞ്ഞ് ബ്രഹ്മാണ്ഡം നിറഞ്ഞിരിക്കുന്ന ബ്രഹ്മത്തെ പരിപോഷിപ്പിച്ചെടുക്കുക.

ഹൃദയം

ഹൃദയം എന്നത് സ്വർഗം പോലെ പരിപാവനമായി കാത്തു സൂക്ഷിക്കേണ്ട ഒന്നാണ്.

ഹൃദയത്തിലെ മാലിന്യമാണ് പുറമേ കാണുന്നത്. മാലിന്യ മുക്ത രാജ്യം എന്നതിനേക്കാൾ ഉപരി മാലിന്യ മുക്ത ഹൃദയം എന്നതാവണം നമ്മുടെ ലക്ഷ്യം.

അടഞ്ഞ് കിടക്കുന്ന ഹൃദയത്തിലേക്ക് പ്രവേശനം സാധ്യമല്ല. ഹൃദയ കവാടം തുറന്നു കൊടുത്താൽ മാത്രമേ ഹൃദയത്തിലേക്ക് പ്രവേശനം സാധ്യമാകൂ.

അടഞ്ഞ് കിടക്കുന്ന ഹൃദയവും ലക്ഷ്യമില്ലാത്ത ജീവിതവും രണ്ടും ഒരുപോലെയാണ്. ഹൃദയത്തിൽ നിന്ന് പടിയിറങ്ങി പോകുന്ന ചില ബന്ധങ്ങൾ ഉണ്ട്.

രക്തബന്ധങ്ങൾക്ക് പോലും വിലയില്ലാത്ത ഹൃദയബന്ധങ്ങൾ.

മറ്റൊരാൾക്ക് വേണ്ടി ഹൃദയം മാറ്റി സ്ഥാപിക്കുന്ന കാലമാണ്. യഥാർത്ഥത്തിൽ എന്താണവിടെ സംഭവിക്കുന്നത്?

രക്തബന്ധങ്ങൾക്ക് പോലും പ്രാധാന്യമില്ലാത്ത തരം ഹൃദയ ബന്ധം.

ഒരാൾ അത്രയും കാലം അനുഭവിച്ച ഹൃദയ വികാരങ്ങൾക്ക് പര്യവസാനം കുറിക്കുന്നു.

മൺമറഞ്ഞുപോയ സ്വപ്നങ്ങളുടെ സ്പന്ദനങ്ങൾക്ക് വീണ്ടും ഒരു തുടക്കം.

ആ ശരീരം പ്രാധാന്യം കൊടുക്കുന്നത് ഏത് വികാരത്തിനായിരിക്കും.

ഹൃദയ താളത്തിന്റെ, ഹൃദയമിടിപ്പിന്റ പോലും വിലയറിയാത്ത ഹൃദയങ്ങൾ.

കല്യാണം കഴിക്കാൻ പോകുന്നവർ അറിഞ്ഞിരിക്കേണ്ട മർമ്മ പ്രധാനമായ കാര്യങ്ങൾ

കല്യാണപയ്യന്റെ ജോലി, സൗന്ദര്യം, വീട്, കാറ് എന്നീ സൗകര്യങ്ങൾ നോക്കി ഒരിക്കലും കല്യാണം കഴിക്കരുത്.

വിവാഹം ആലോചിക്കുന്ന വീട്ടുകാരുടെ കുടുംബം, ജാതി, സ്റ്റാറ്റസ്, ബന്ധുബലം ഇവ നോക്കി ബന്ധം ഉറപ്പിക്കാതിരിക്കുക.

കല്ലാണം കഴിക്കാൻ പോകുന്നവരുടെ ജാതകങ്ങൾ തമ്മിൽ കാര്യങ്ങൾ അറിയാവുന്ന ഒരു 10 ജ്യോത്സ്യൻമാരെ എങ്കിലും മിനിമം കാണിച്ച് പൊരുത്തം നോക്കി പൂർണ്ണമായും ചേരും എങ്കിൽ മാത്രം വിവാഹം

ജാതകം നോക്കാൻ അത്ര ബുദ്ധിമുട്ടാണെങ്കിൽ ന്യൂമറോളജി മസ്റ്റ് ആയും നോക്കണം, ന്യൂമറോളജി കാര്യങ്ങൾ ക്രിത്യമായി പറയും.

സ്വഭാവം, പെരുമാറ്റം എന്നിവ നോക്കി കല്യാണം കഴിക്കരുത്. സ്വഭാവം എപ്പോൾ വേണമെങ്കിലും മാറാവുന്നതാണ്.
പെരുമാറ്റം എന്നത് പ്രകടനം ആണ്. മൂഡ് അനുസരിച്ച് മാറുന്ന പ്രകടനം.

വിവാഹം എന്നത് ജീവിതത്തിൽ അത്ര പ്രധാനമായ ഒന്നല്ല, വിവാഹം കഴിച്ചില്ല എന്ന് കരുതി ഒന്നും സംഭവിക്കാൻ പോകുന്നില്ല.

വിവാഹം എന്നത് ഒരു കൂട്ടുത്തരവാദിത്വം ആണ്. അതിന്റെ മാന്യത ഉണ്ടാവണം ജീവിതം മുഴുവനും.

ഭാര്യാഭർതൃ ബന്ധം എന്നത് പരിപാവനമായ ഒന്നാണ്, അതിന്റെ അന്തസത്തയെ മാനിച്ച് ജീവിക്കുക.

എങ്ങനെയെങ്കിലും ഒന്ന് കല്യാണം കഴിച്ചാൽ മതി എന്ന് വിചാരിച്ച് കല്യാണം കഴിക്കുന്നവരുടെ ഗതി അധോഗതിയാണ്

പരസ്പരധാരണയോടെ നടത്തുന്ന ഉടമ്പടിയാണ് വിവാഹം. പ്രപഞ്ചം സാക്ഷിയായി അഗ്നിസാക്ഷിയായി നടക്കുന്ന ഉടമ്പടി.

വിവാഹ ശേഷമുള്ള ജീവിതത്തിൽ അവരുടെ ഉടമ്പടി തെറ്റുമ്പോഴാണ് ഗ്രഹങ്ങൾ ഇടപെടുന്നത്. വിവാഹം കഴിഞ്ഞ് ആത്മാർത്ഥമായി ജീവിക്കുന്നവരെ പിരിക്കാൻ ആർക്കും സാധ്യമല്ല.

വിവാഹം പരിപാവനമായ ഒന്നാണ്, വിവാഹം സ്വർഗത്തിൽ വച്ച് നടക്കുന്നു.

കല്യാണം കഴിഞ്ഞാൽ തമ്മിൽ എന്നും ഒരു പരസ്പര ബഹുമാനം നിർബന്ധമായും ഉണ്ടായിരിക്കണം.

പ്രപഞ്ചത്തിൽ ധർമ്മം
സംരക്ഷിക്കപ്പെടുന്നത്
സ്ത്രീയിലൂടെയാണ്.
സ്രിഷ്ട്ടി നടക്കുന്നതും സ്ത്രീയിലൂടെ
ആണ്.
ധർമ്മപരിപാലനം നടക്കുന്നതും
സ്ത്രീയിലൂടെയാണ് '
സ്ത്രീ നന്നായാൽ ലോകം നന്നായി
എന്നത് ഗുരുവാക്യം ആണ്

www.ingramcontent.com/pod-product-compliance
Lightning Source LLC
LaVergne TN
LVHW090356051026
849518LV00006B/2146